ரத்த ஜாதகக் கதைகள்

புகழேந்தி தங்கராஜ்

இது ஒரு

நக்கீரன் பப்ளிகேஷன்ஸ் வெளியீடு!

ரத்த ஜாதகக் கதைகள்

புகழேந்தி தங்கராஜ்

பதிப்பு 2024
பக்கங்கள் 304
நூலின் அளவு (14X21.5) டெமி
விலை ரூ. 300/-

வெளியீடு
நக்கீரன் பப்ளிகேஷன்ஸ்
105, ஜானி ஜான்கான் சாலை
இராயப்பேட்டை
சென்னை 14
செல்: 044- 2688 1700

அட்டை வடிவமைப்பு
ஆர்.சி.மதிராஜ்

உள் வடிவமைப்பு
ச.ராஜேந்திரன்

கட்டமைப்பு
சாருபிரபா பிரிண்டர்ஸ் லிட்.,
சென்னை 14

அச்சாக்கம்
என் பிரிண்டர்ஸ்
சென்னை 14

RATHTHA JATHAGA KATHAIGAL

Pugalenthi Thangaraj

Edition 2024
Pages 304
Book Size (14X21.5) Demy
Price Rs.300/-

Published by
Nakkheeran Publications
105, Jani JahanKhan Road
Royapettah, Chennai 14
Ph 044- 2688 1700

Wrapper Designed by
R.C.Mathiraj

Inner Designed by
S.Rajendran

Binding by
Saaruprabha Printers Ltd.,
Chennai 14

Printed at
N Printers
Chennai 14

சிங்களத்தின் கோரமுகம்!

மகிந்த ராஜபக்சே. இவன் இலங்கை நாட்டின் கொடூரமான சர்வாதிகாரியாக இருந்து, ஈழப்போரின் இறுதிக்கட்டத்தில் ஒன்றரை லட்சம் தமிழர்களைக் கொன்று குவித்த மாபாவி. போர்க்குற்ற விசாரணையை நாங்களே நடத்திக் கொள்கிறோம் என்று சொன்ன வினோத சர்வாதிகாரி. இதற்கு ஐக்கிய நாடுகள் சபையும் ஒத்துக் கொண்டது அதைவிட வினோதம். தாமதமாகும் நீதி மறுக்கப்படும் நீதி என்று சொல்வார்கள். ஆனால் ஈழத்தமிழர்கள் விஷயத்தில் நீதியை சிலுவையில் அறைந்து கொண்டிருக்கிறார்கள், நியாயத்தை சவப்பெட்டிக்குள் அடைக்கிறார்கள், தர்மத்தை குழி தோண்டிப் புதைக்கிறார்கள், மனிதாபிமானத்திற்கு பால் ஊற்றிக் கொண்டிருக்கிறார்கள். இன்னும் எத்தனை காலம் தான் நமது தொப்புள் கொடி உறவுகள் கண்ணீர்க் கடலில் தத்தளிக்க வேண்டுமோ?

இப்படியெல்லாம் நம்ம மனசு தவிச்சிக்கிட்டிருந்த போது தான், அண்ணன் புகழேந்தி தங்கராஜ் அவர்களை ஒருவிழாவில் சந்தித்தேன். அப்போது ரத்த ஜாதகக் கதைகள் என்ற தலைப்பில் இலங்கை மண்ணில் நடந்த பல உண்மைச் சம்பவங்களை அடிப்படையாகக் கொண்டு ஒரு புத்தகம் எழுதியிருப்பதாகவும் அதை நக்கீரன் வாயிலாக வெளியிட முடியுமா எனக் கேட்டார்.

புத்த ஜாதகக் கதைகள் கேள்விப்பட்டிருக் கிறோம். இதென்ன ரத்த ஜாதகம் என்ற ஆர்வமுடன், கண்டிப்பா வெளியிட்ருவோம்ணே, ஸ்கிரிப்டை அனுப்புங்க என்றேன். அவர் அனுப்பியது ஸ்கிரிப்ட் அல்ல மனித மனங்களுக்கு ஊடே ஸ்கிட்டாகும் நிஜங்களின் கொடூரம். சிங்களனுக்கு தமிழனை மட்டுமல்ல, நியாத்திற்காக குரல் கொடுக்கும் சிங்கள னையும் பிடிக்காது என்பதை பத்திரிகையாளர் லசந்த, கார்ட்டூனிஸ்ட்டும் பத்திரிகையாளருமான பிரகீத், ரக்பி விளையாட்டு வீரனான வாசிம் தாஜுதீன் ஆகியோரை படுகொலை செய்த சிங்கள ராணுவக் கூலிப்படையின் கொடூர முகத்தை இந்த நூலில் அப்பட்டமாக தோலுரித்துக் காட்டியிருக் கிறார் அண்ணன் புகழேந்தி தங்கராஜ்.

இவர்கள் மூவர் மட்டுமல்ல, ராஜபக்சேக்களின் அக்கிரம அடாவடியை யார் சுட்டிக் காட்டினாலும் அது சிங்களவனாக இருந்தாலும் அவர்களுக்கு புலிகளின் ஏஜெண்ட் என்ற முத்திரையக் குத்தி கொலை செய்வதை கொள்கையாகவே வைத்திருந்திருந்தார்கள், இருக்கிறார்கள். ராணுவக் கூலிப்படை பெரும்பாலும் கொலை செய்யப் பயன்படுத்தும் கூரிய ஆயுதம் தான் இந்த நூலின் முன் அட்டையில் உள்ளது.

லசந்த, பிரகீத், தாஜுதீன் படுகொலைகளுக்கு நீதி கேட்கும் சிங்கள் அறிவிஜீவிகளில் பலருக்கும், ஒன்றரை லட்சம் தமிழர்கள் கொன்று குவிக்கப்பட்ட 2009 இனப்படுகொலை குறித்து வெளிப்படையாகப் பேசுகிற துணிவு இல்லை என்பதை வேதனையுடன் தனது முன்னுரையில் குறிப்பிட்டுள்ளார் புகழேந்தி தங்கராஜ்.

சிங்களக் கோரமுகத்தை வெளிச்சம் போட்டும் காட்டும் இந்த நூலை வெளியிடுவதில் நக்கீரன் பெருமிதம் கொள்கிறது. உலகத் தமிழர்களின் ஆதரவு வேண்டி இந்த நூலை வெளியிடுகிறோம்.

-என்றென்றும் உங்கள்

நக்கீரன் கோபால்

கருவின் குற்றம்

லசந்த விக்கிரமதுங்க
பிரகீத் எக்னலிகொட
வாசிம் தாஜுதீன்

என்கிற மூவரின் படுகொலைகளையும் அது தொடர்பான புலனாய்வையும் மையப்படுத்தி, உண்மை நிகழ்வுகளின் அடிப்படையில் எழுதியதுதான், இந்த செய்திக்கதை ..

கதையென்று கூட சொல்ல முடியாத அளவுக்கு, பெரும்பாலும் நிஜங்களாலேயே நிரப்பப் பட்டிருக்கிறது ஒவ்வொரு பக்கமும்! சாட்சியங்களின் வாக்குமூலங்கள், நீதிமன்றத்தில் சி.ஐ.டி. சமர்ப்பித்த அறிக்கைகள், நீதிமன்ற உத்தரவுகள், உடற்கூறு ஆய்வு அறிக்கைகள், ஊடகச் செய்திகள், புலனாய்வுக் கட்டுரைகள், அரசியல் கட்சிகளின் அறிக்கைகள் - என்று உண்மைகளைக் கொண்டே பின்னப்பட்டிருக்கிறது.

சொந்த மக்களை விமானத்திலிருந்து குண்டுவீசிக் கொல்கிற ஒரே நாடு என் இலங்கைதான் என்பதை வேதனையோடு ஒப்புக்கொள்கிறேன். இதைச் சொல்வதற் காக தேசத்துரோகி என்று என்னை அழைத்தால், அதை மகிழ்ச்சியுடன் ஏற்பேன் என்று ஒளிவுமறைவின்றிப் பேசிய உன்னதமான பத்திரிகையாளர் லசந்த.

தமிழ் மக்களை அழிக்க ரசாயன ஆயுதங்களை இலங்கை பயன்படுத்தியது என்கிற உண்மையை சர்வதேசத்தின் கவனத்துக்கு எடுத்துச் செல்ல முயன்றவர், எழுத்தாளரும் கார்ட்டூனிஸ்டுமான பிரகீத்.

தன்னுடைய ரக்பி ஆட்டத் திறனால், பல்லாயிரக்கணக்கான தமிழர்களையும் ரசிகர்களாகக் கொண்டிருந்த இளம் விளையாட்டு வீரன் தாஜுதீன்.

ஒன்றரை லட்சம் தமிழர்களின் உயிருக்கு உலைவைத்த அதே ராஜபக்ச குடும்பம்தான் இவர்கள் உயிருக்கும் உலை வைத்தது. அப்பாவித் தமிழர்களை எப்படி சாட்சியமே இல்லாமல் கொன்றார்களோ அதேபோன்று இவர்களை யும் சாட்சியமில்லாமல் தான் கொன்றார்கள்.

2008-2009ல், மிருகங்களைப் போல தமிழர்கள் வேட்டையாடப்பட்டதைக் கண்டித்ததுதான், லசந்த மற்றும் பிரகீத்தின் குற்றம். நேர்படப் பேசிய அவர்களது நேர்மைக்குக் களங்கம் கற்பிக்க, விடுதலைப் புலிகளின் ஏஜென்டுகள் என்று இருவர் மீதும் முத்திரை குத்தினர், ராஜபக்சக்கள்.

'புலி' என்று பச்சை குத்திய பிறகு, ஒருவரைக் கொலை செய்வதில், அவர்களுக்கு ஒரு ஆதாயம் இருந்தது. மகாவம்ச மனநிலையிலேயே ஊறியிருக்கும் பௌத்த சிங்களச் சமூகம், அத்தகைய கொலைகளைக் கண்டிப்பதில்லை. மாறாக, கொலைகாரர்களைக் கொண்டாடத் தொடங்கிவிடுகிறது. பல்லாயிரக் கணக்கான தமிழ்க் குழந்தைகள் பட்டினி போட்டுக் கொல்லப்பட்டபோது, பால்சாதம் வைத்துக் கொண்டாடிய சமூகம் அது.

விரட்டி விரட்டிக் கொல்லப்பட்ட ஒன்றரை லட்சம் அப்பாவிகளுக்குப் புலி முத்திரை குத்தி, அவர்களின் ரத்தம் பார்த்து புல்லரித்த இலங்கையில், செல்லரித்துப் போனது பௌத்தம் மட்டும்தான்!

லசந்த, பிரகீத், தாஜுதீன் கொலைவழக்குகளில் மட்டுமின்றி, கடற்படையால் கடத்திக் கொல்லப்பட்ட 11 இளைஞர்கள்-மாணவர்களின் கொலைவழக்கிலும், சாட்சியங்கள், தடயங்கள் அனைத்தும் அழிக்கப்பட்டு விட்டன. ஆழக் குழிதோண்டிப் புதைக்கப்பட்டுவிட்டன. அந்த மர்மங்களைத் தோண்டியெடுத்து வெளிக்கொண்டு வர ஒரு சி.ஐ.டி. அதிகாரியால் முடியுமென்று, குற்றவாளிகள்

கனவிலும் நினைக்கவில்லை.

நிஷாந்த சில்வா என்கிற சி.ஐ.டி. அதிகாரி, அதைச் செய்துகாட்டினார். புதைக்கப்பட்ட உண்மைகளை, ஒவ்வொன்றாக வெளிக்கொண்டு வந்தார். நிஜமான குற்றவாளிகளை நெருங்கினார். உடனடியாக அவர் மீதும் பாய்ந்தது, ராஜபக்சக்களின் பரிவாரம். விடுதலைப் புலிகளின் ஏஜென்ட் என்று அவர் மீதும் பழி சுமத்தப்பட்டது.

இப்படியெல்லாம் பொய்களைக் கடைவிரிப்பது இலங்கைக்குக் கைவந்த கலை. மகாவம்சப் புளுகுமூட்டையைத் தூக்கிச் சுமக்கிற ஒரு சமூகத்துக்கு, பொய்-பித்தலாட்டம் எல்லாம் பிதுரார்ஜித சொத்து. இதை அவர்களின் அரசியல் பிழை என்று சொல்லிவிட முடியாது. இது, அவர்களது கருவின் குற்றம்.

இனத்துவேஷத்துடன் இதைச் சொல்லவில்லை. வரலாற்று உண்மைகள் முன்மொழிவதை வழி மொழிகிறேன். அவ்வளவே! புலிகள் எதிர்ப்பு - என்பது அவர்களின் பொய்முகம். தமிழர் எதிர்ப்பு என்பதே மெய் முகம்.

முதலில், தமிழ்மக்களின் உரிமைகளுக்காகப் போராடிய விடுதலைப் புலிகளை 'பயங்கரவாதிகள்' என்றார்கள். பிறகு, விரட்டி விரட்டிக் கொல்லப்பட்ட அப்பாவித் தமிழ் மக்களை விடுதலைப் புலிகள் என்றார்கள். அதைத் தொடர்ந்து, தமிழ்மக்களுக்குப் பரிந்து பேசிய சிங்களப் பத்திரிகையாளர்களை விடுதலைப் புலிகள் என்றார்கள்.

இப்போது, அந்தப் பத்திரிகையாளர்களைக் கொன்ற கொலையாளிகளை நெருங்கிவிட்ட சி.ஐ.டி. அதிகாரி சில்வாவை விடுதலைப் புலி என்கிறார்கள். பௌத்த சிங்கள இலங்கை ஒருபோதும் உண்மை பேசப் போவதில்லை.

எந்த சமூகத்திலும், அறிவுஜீவிகள் என்பவர்கள் மன சாட்சியுடன் பேசுபவர்கள். அப்படித்தான் பேசினார்கள்

லசந்தவும் பிரகீத்தும்! பௌத்த சிங்கள சமூகத்துக்குள்ளிருந்து உண்மையைப் பேசினார்கள். விமானத் தாக்குதல் மூலமும் ரசாயன ஆயுதங்கள் மூலமும் அப்பாவித் தமிழர்கள் கொன்று குவிக்கப்படுவதை அம்பலப் படுத்தினார்கள். அதன்மூலம், நடப்பது இனப்படுகொலை என்கிற உண்மையை உணர்த்தினார்கள்.

இன்று, சிங்கள அறிவுஜீவிகளில் பலரும், லசந்த - பிரகீத் - தாஜுதீன் கொலைகளுக்கு நீதி கேட்கின்றனர்.. அவர்களுக்கு நீதி கேட்கும் நிகழ்வுகளில் பங்கேற்கின்றனர்.. கொழும்பு பத்திரிகைகள் வாயிலாக இதை அறிய முடிகிறது. ஆனால், ஒன்றரை லட்சம் தமிழர்கள் கொன்று குவிக்கப்பட்ட 2009 இனப்படுகொலை குறித்து வெளிப் படையாகப் பேசுகிற துணிவு, அவர்களில் பலருக்கு இல்லை.

லசந்தவும் பிரகீத்தும் அம்பலப்படுத்திய தமிழினப் படுகொலைக்கு நீதிகேட்கிற துணிவும் நேர்மையும் அறிவுஜீவிகளுக்கு ஏன் இல்லை என்கிற கேள்விக்கு இன்றுவரை பதில் இல்லை.

ராஜபக்சக்கள் நடத்தியது போர் கிடையாது. அது திட்டமிட்ட இனப்படுகொலை - என்கிற உண்மையைச் சொல்பவர்களை, பௌத்த சிங்கள சமூகம் தேசத் துரோகி என்றுதான் அழைக்கும். அதில் சந்தேகமேயில்லை. லசந்தவையும் பிரகீத்தையும் அப்படித்தான் அழைத்தது. அதற்காக அவர்கள் உண்மை பேச மறுத்தார்களா?

லசந்தவைப் போல், பிரகீத்தைப் போல், தமிழினப் படுகொலையைக் கண்டிக்கும் பேராண்மை சிங்கள அறிவுஜீவிகளுக்கு அவசியம் தேவை. உண்மையை மூடிமறைத்தால்தான் இலங்கையைக் காப்பாற்ற முடியும் - என்கிற பிழையான வாதத்தை ஏற்றுக்கொள்பவர்களைப் போல் கள்ள மௌனம் சாதிப்பது, அறிவுஜீவிகளுக்கு அழகல்ல!

இரண்டு வழிதான் இருக்கிறது இலங்கைக்கு! ஒன்று -

குற்றவாளிகளைக் காப்பாற்றுவது. இன்னொன்று - இலங்கையைக் காப்பாற்றுவது! இரண்டில் ஒன்றுதான் சாத்தியம். குற்றவாளிகளைக் காப்பாற்றினால் இலங்கை யைக் காப்பாற்றமுடியாது. இலங்கையைக் காப்பாற்றினால், குற்றவாளிகளைக் காப்பாற்ற முடியாது. இந்த யதார்த் தத்தை, சிங்கள மக்களுக்கு எடுத்துச் சொல்ல அறிவுஜீவிகள் முன்வரவேண்டும்.

தமிழர்களைக் கொன்றுகுவித்தவர்களும், தமிழ்ச் சகோதரிகளைச் சீரழித்தவர்களும் தண்டிக்கப்படும்போது தான், இலங்கையின் இறைமாட்சி தொடர்பில் தமிழர் களுக்கு இருக்கிற ஐயம் அகலும். அதுதான் ஒருமைப் பாட்டை வலுப்படுத்தும். இதையும், சிங்கள அறிவுஜீவிகள்தான் எடுத்துச் சொல்ல வேண்டும்.

பாம்பும் மனிதனும் ஒரே பானைக்குள் ஒற்றுமையாக வாழப் பழகிக்கொள்ள வேண்டுமென்று போதிப்பது அறமல்ல... அறிவுமல்ல! அப்படிப் போதிப்பவர்கள் அறிவுஜீவிகளும் அல்ல!

நம்மைப் பொருத்தவரை, ஒன்றரை லட்சம் தமிழர் உயிர்களுக்கு நிகராக, லசந்த - பிரகீத் - தாஜுதீன் உயிர்களை மதிக்கிறோம். தமிழர் உயிர்களைப் போலவே, இவர்களின் உயிர்களும் விலைமதிக்க இயலாதவை. ஒன்றரை லட்சம் - மூன்று என்கிற எண்ணிக்கைகளின் அடிப்படையில் நம்முடைய மதிப்பீடு இருந்துவிடப் போவதில்லை. அந்த மூன்று உயிர்களும் முக்கியம் நமக்கு! அதிலும் குறிப்பாக, லசந்தவும் பிரகீத்தும் மனசாட்சியுடன் பேசியவர்கள் . மனித நேயத்துடன் பேசியவர்கள்.!

3 பேர் கொலையை மறைக்கவே இவ்வளவு திட்டமிட்டிருக்கும் இலங்கை, தமிழினப் படுகொலையை மூடிமறைக்க எப்படியெல்லாம் திட்டமிட்டிருக்கும்... அதை உணர்த்தவே, இப்படியொரு செய்திக் கதை அவசியமென்று

நினைத்தேன்.

2009 ஜனவரி 8ம் தேதி இரவுதான், லசந்த சுட்டுக்கொல்லப்பட்ட செய்தியை அறிந்தோம். ஓரிரு நாள் கழித்து, அவரது மரணவாக்குமூலம் சன்டே லீடரில் வெளியானது. அதைப் படித்தவுடன் நானும் நண்பர்களும் அதிர்ந்துபோனோம். அவசர அவசரமாக, சென்னையில் அஞ்சலி நிகழ்ச்சிக்கு ஏற்பாடு செய்தோம்.

அஞ்சலி நிகழ்வில், அண்ணன் நக்கீரன் கோபால் உட்பட சென்னைப் பத்திரிகையாளர்கள் பலரும் பங்கேற்றனர். மலரஞ்சலிக்குப் பின், லசந்தவின் மரணசாசனத்தை வாசிப்பது மட்டுமே நிகழ்ச்சிநிரல். வழக்கறிஞர் சுந்தரராஜன், அதைத் தமிழில் மொழிபெயர்த்திருந்தார். உணர்ச்சி பொங்க, அதை வாசித்தவர், ஈழ மக்களை மனதார நேசிக்கிற மூத்த கலைஞர் சத்யராஜ்.

இனப்படுகொலைக்கு எதிராகக் கடுமையாகப் போராடிக் கொண்டிருந்த ஒரு காலகட்டத்தில், லசந்தவுக்கு அஞ்சலி செலுத்துவதன் அவசியத்தை உணர்ந்தே அந்த நிகழ்ச்சிக்கு ஏற்பாடு செய்தோம்.

இப்போது, இனப்படுகொலைக்கு நீதிகேட்டுப் போராடுகிற காலகட்டம். இந்தச் சூழலில், லசந்த முதலானோருக்கும் நீதி கேட்பது முக்கியம் என்பதை உணர்ந்தே, இந்த செய்திக் கதைக்குள் நுழைந்தேன்.

இதை எழுதுவதில் எனக்குத் துணைநின்றவர், என் கல்லூரித் தோழர் கவிஞர் வே.எழிலரசு. தந்தை வேணு கோபாலிடமிருந்து தமிழைத் தத்தெடுத்துக் கொண்ட அவர்தான், இந்த நூலில் பிழைகளைச் சுட்டிக்காட்டியவர். கதை செல்லும் திசைகளைத் தீர்மானித்தவர்.!! எழிலுக்கு நன்றி.

என்றும் அன்புடன்,
புகழேந்தி தங்கராஜ்

ஜாதகம்-1

லசந்த விக்கிரமதுங்க

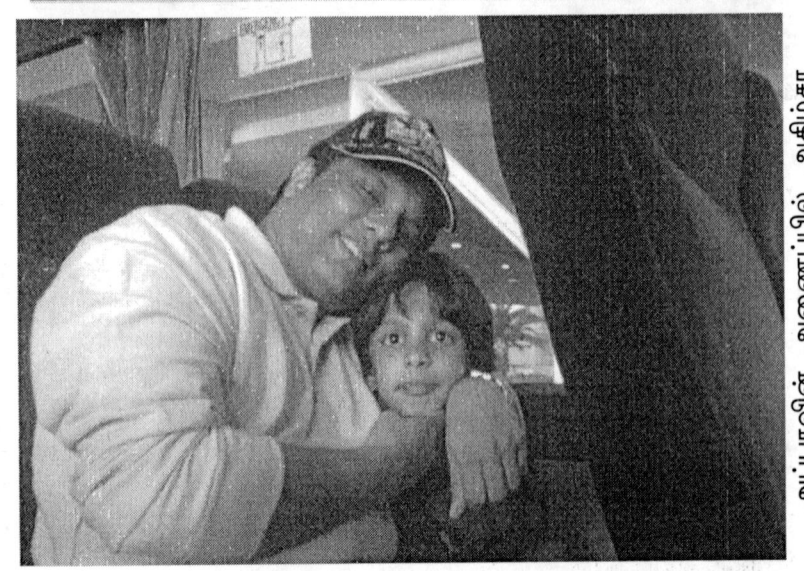

அப்பாவின் அணைப்பில் அகிம்சா

தந்தை லசந்தவுடன் குழந்தை அகிம்சா

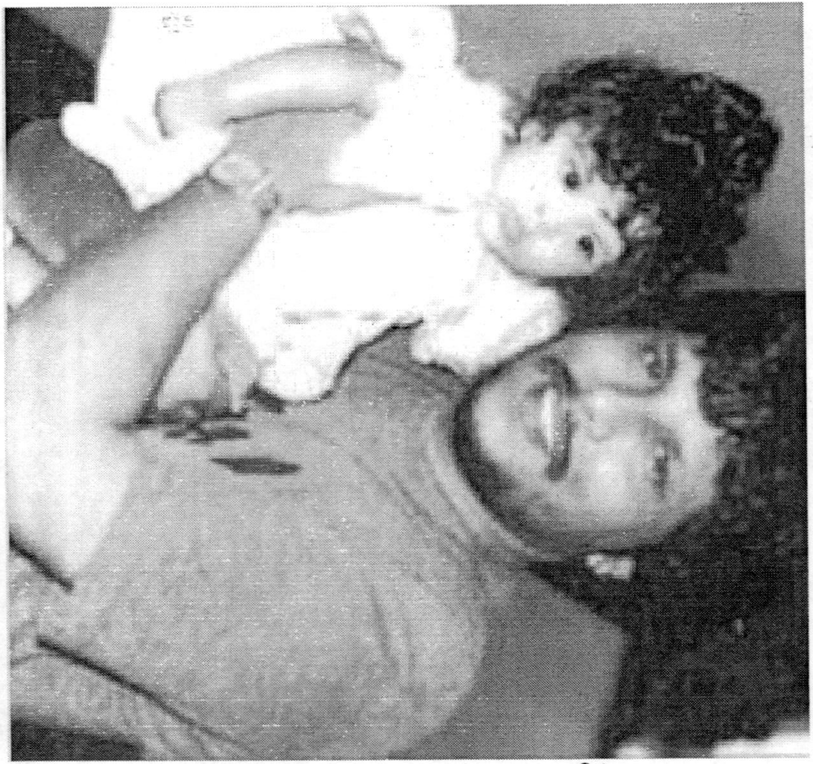

லசந்த தாக்கப்பட்ட காரின் உட்புறம்

கோதபாய ராஜபக்ச

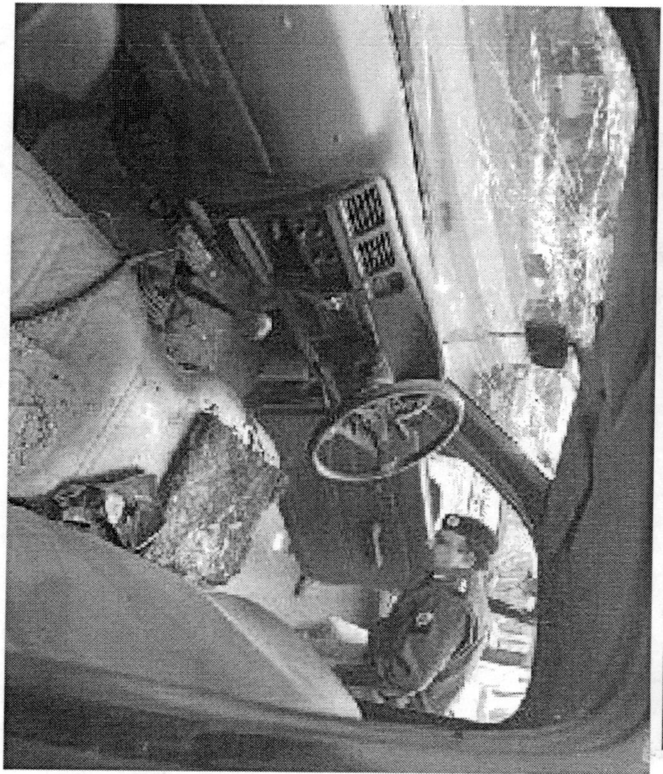

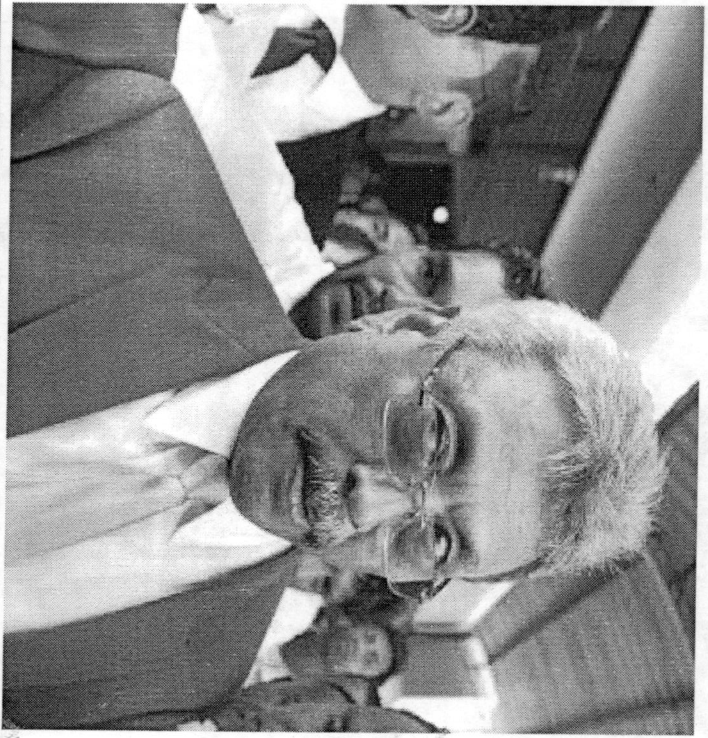

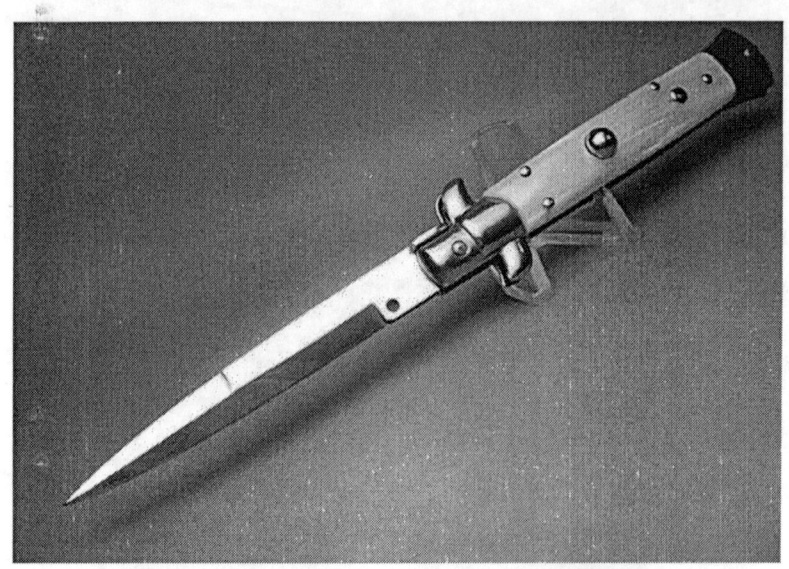

இத்தாலிய கொலைக்கருவி ஸ்டிலட்டோ

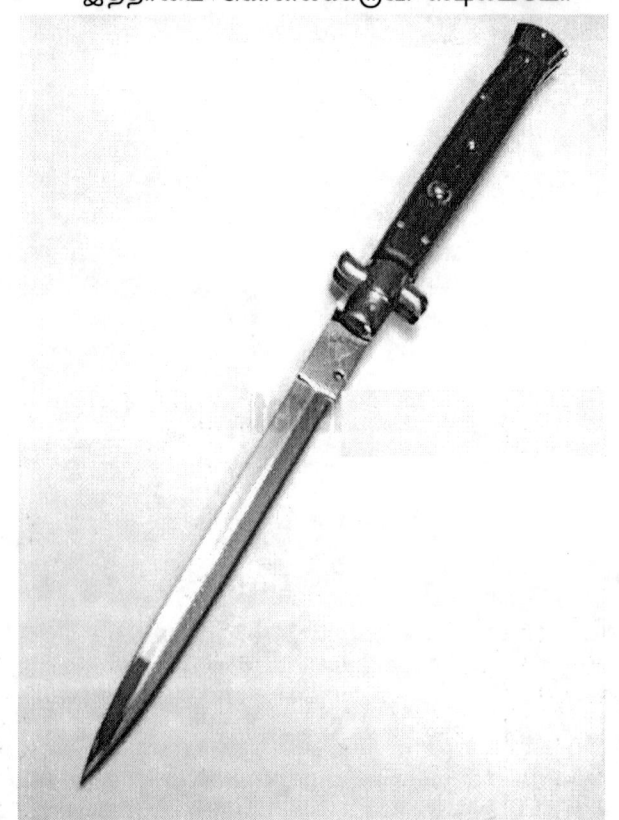

ரத்த ஜாதகக் கதைகள்

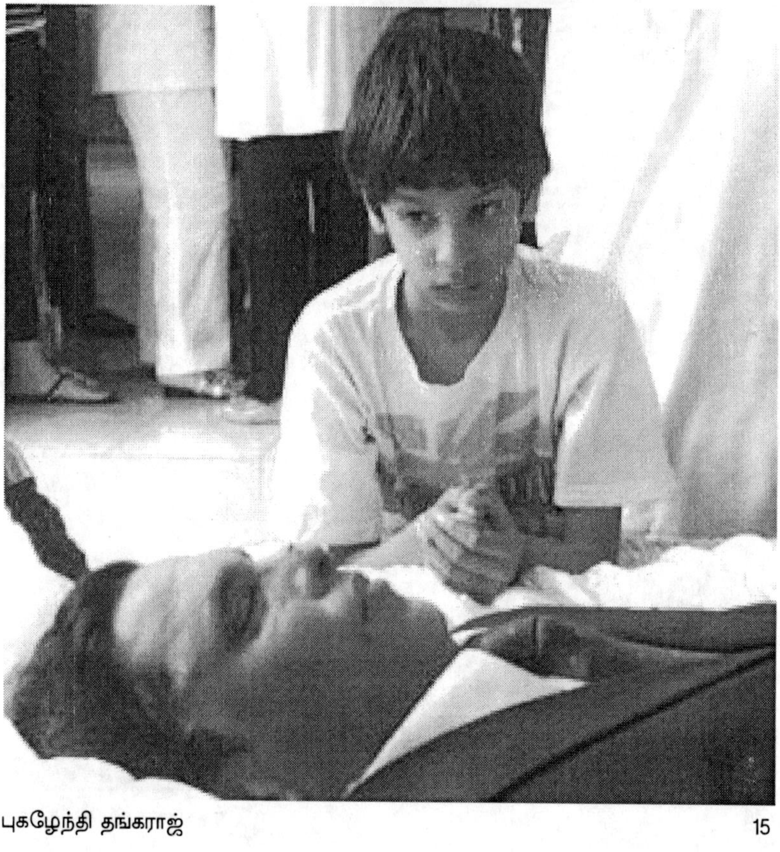

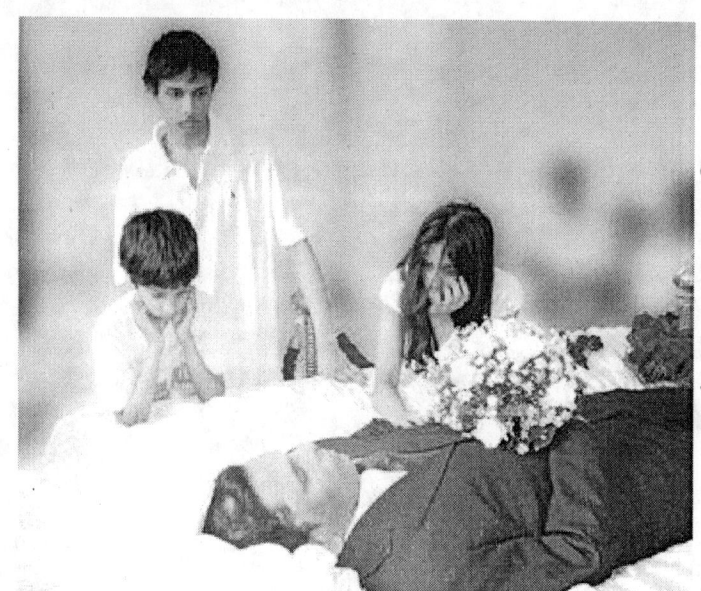

அப்பா உடல் அருகே மகன் ஆதேஷ்

அப்பா உடல் அருகே
சகோதரர்களுடன் அகிம்சா

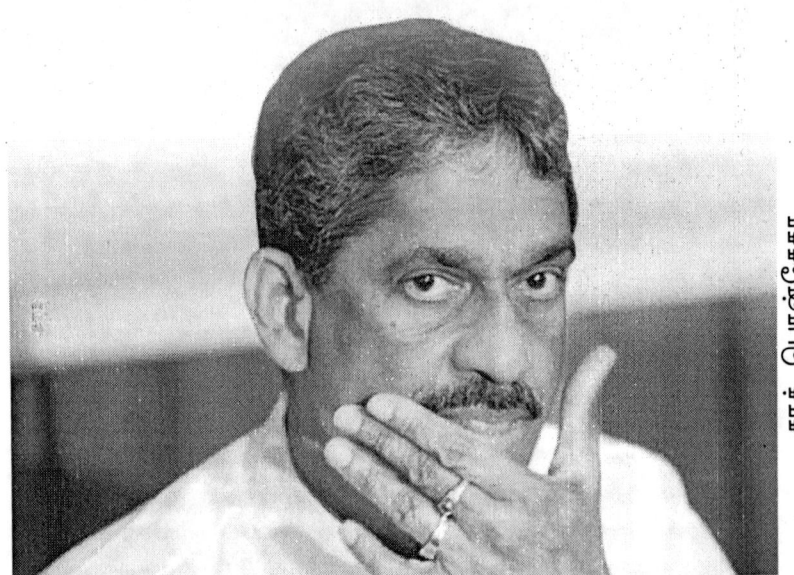

சரத் பொன்சேகா

ரணில் விக்ரமதுங்க

16 ரத்த ஜாதகக் கதைகள்

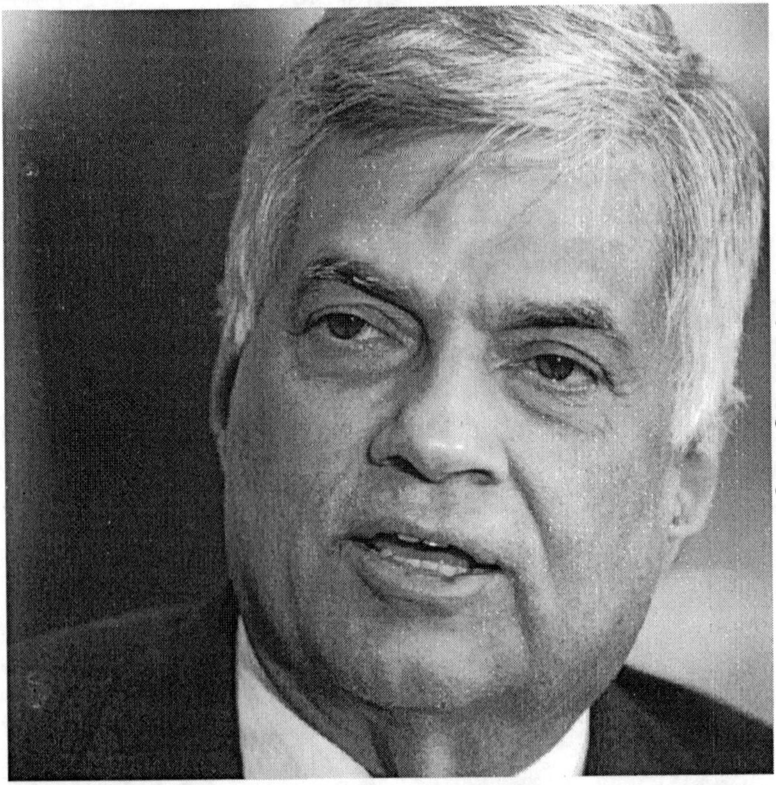

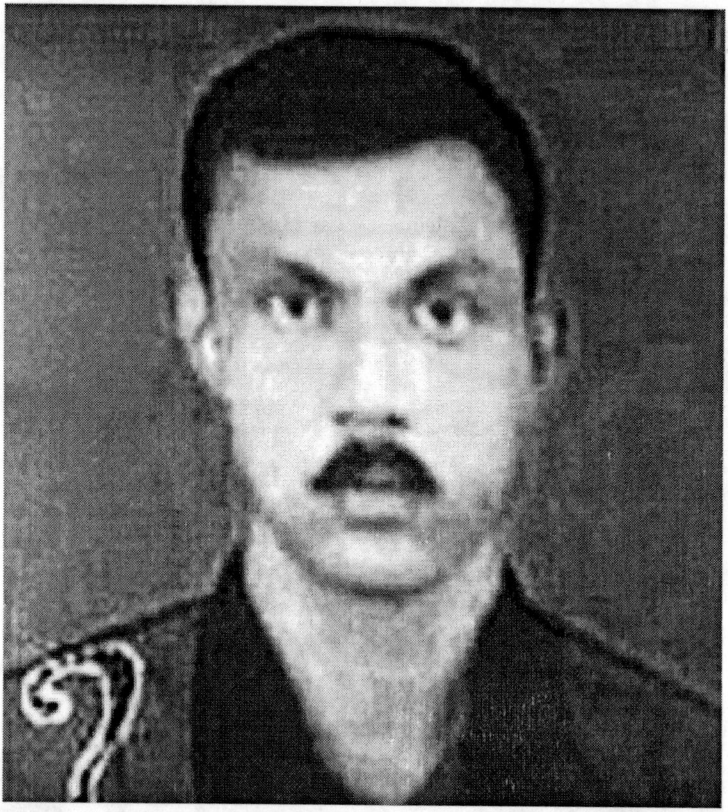

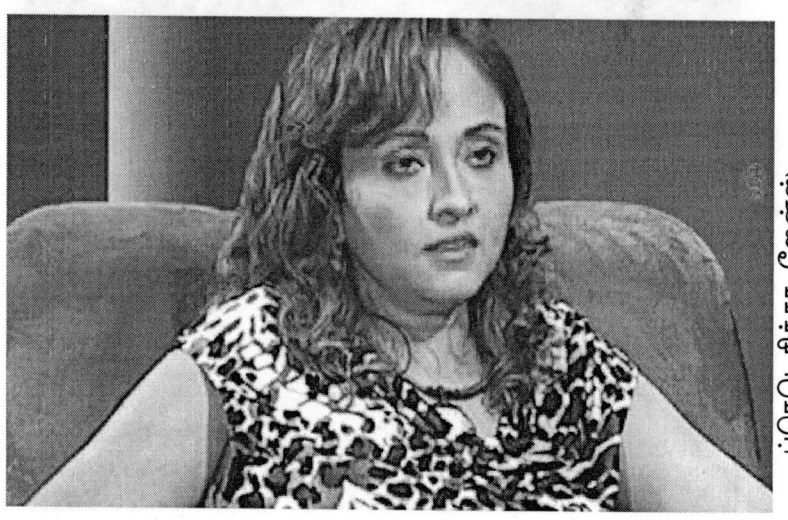

ஜெயமானே

ப்ரெடெரிக்கா ஜேன்ஸ்

மகிந்த ராஜபக்ச

லசந்தாவின் கல்லறை வாசகம்

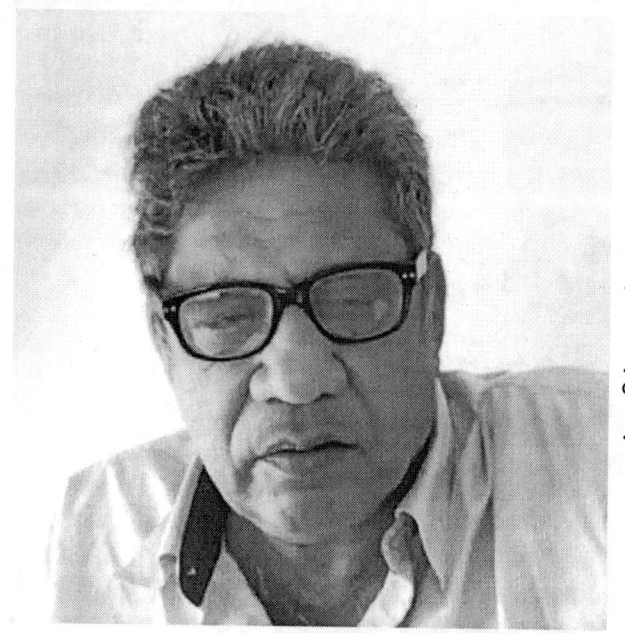

லால் விக்ரமதுங்க

விஜய குணரத்னவுடன் மைத்ரி பாலா

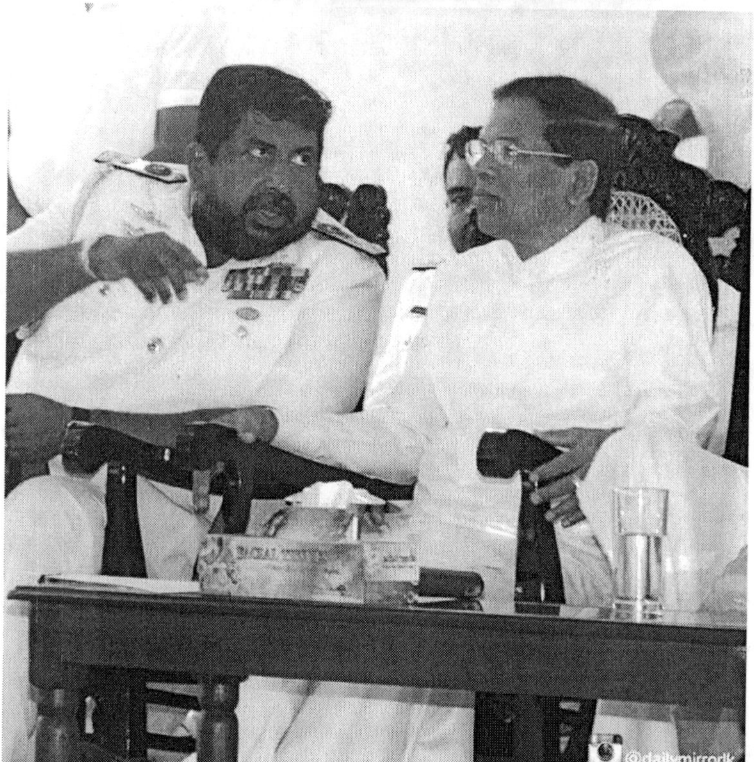

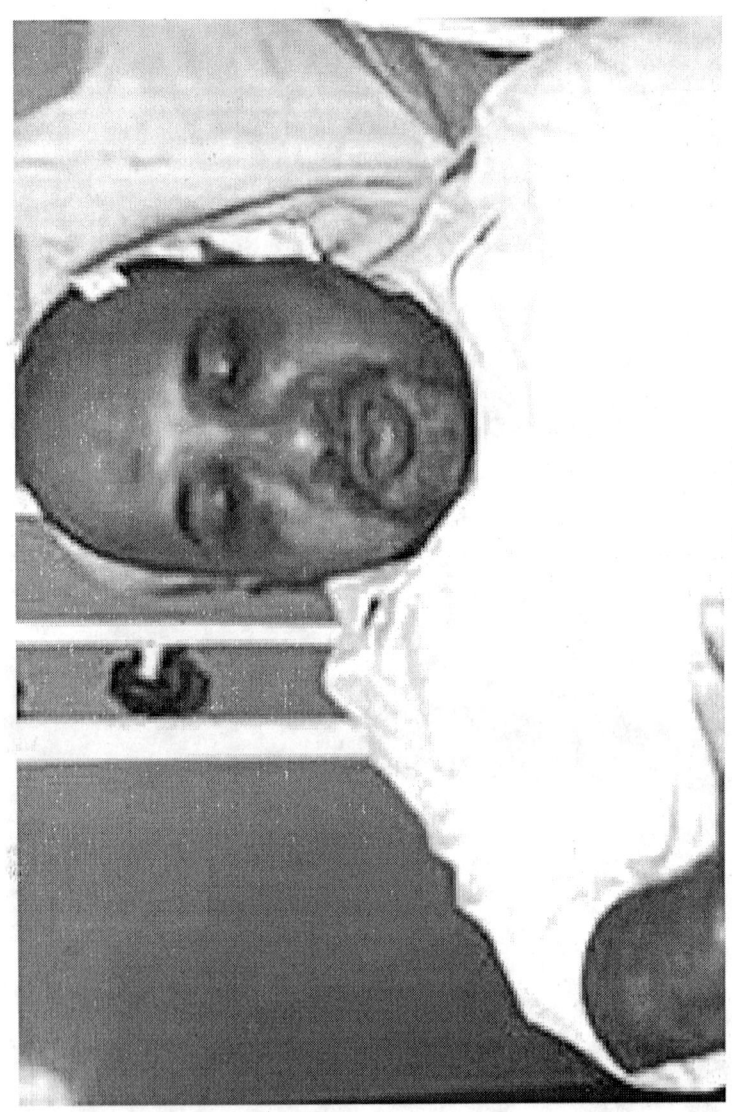

கீத் நோய்கர்

நிஷாந்த சில்வா

புகழேந்தி தங்கராஜ்

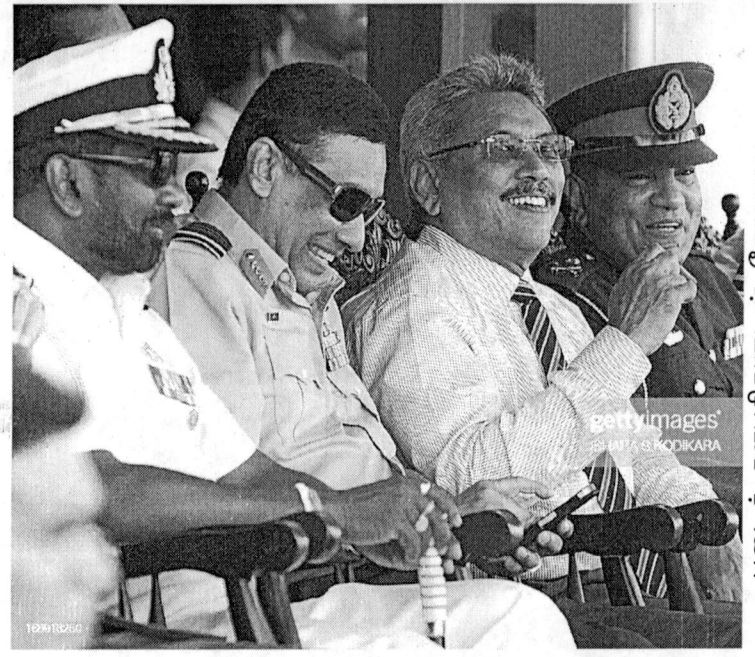

படைத் தளபதிகளுடன் கோதபாய

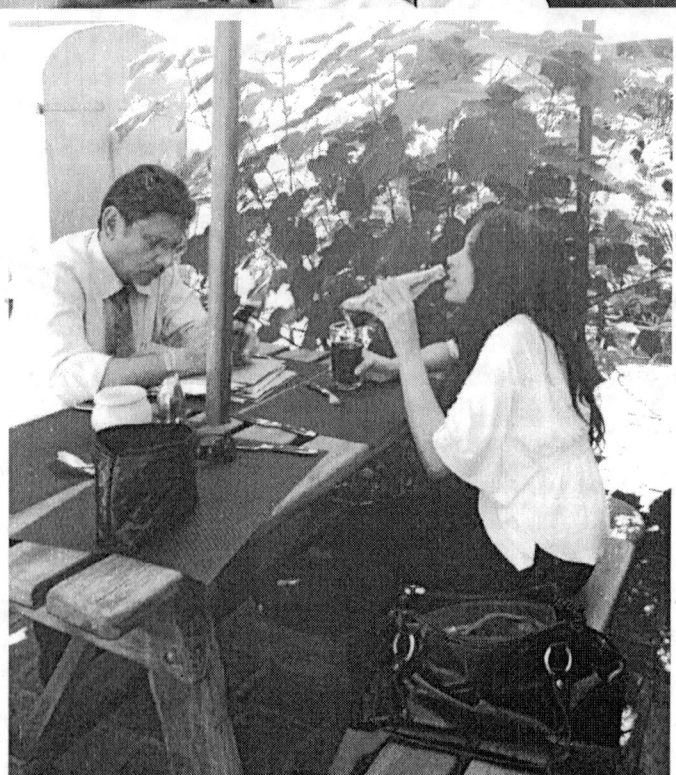

பெரியப்பா லால் உடன் அகிம்சா

22 ரத்த ஜாதகக் கதைகள்

2009 ஜனவரி 8

ஒவ்வொரு விடியலிலும், புதிதாகப் பிறப்பதைப் போலவே உணர்பவர் லசந்த. இன்றும் அப்படித்தான்! கண்விழிக்கும் போதே, விவரிக்க இயலாத புத்துணர்வு. இன்றைக்கு உனக்கு ஒரு புது அனுபவம் நிச்சயம் - என்று காதோடு உரசி சேதி சொல்வதைப் போல் அரவணைத்துக் கொண்டது அதிகாலைக் குளிர். மற்ற மாதங்களில் எப்படியோ, ஜனவரியில் கொழும்பு அதீத அழகு.

இரவில் உறக்கத்தைத் தவற விட்டுவிடுகிறவர்களுக்கு, அதிகாலை இப்படியெல்லாம் இனிமையாக விடிவதில்லை. நேற்று இரவு, ஆழ்ந்த உறக்கம். பக்கத்துவீட்டுப் பூனை செய்கிற சேட்டைகள் பற்றி அகிம்சா சொல்லிக் கொண்டிருக்க, அதைக் கேட்டபடியே உறங்கிவிட்டார்.

கனவு முழுக்க பூனைகள். ஒன்று, அவரது போர்வையை விலக்கி, உள்ளே நுழைந்து அணைத்தபடி படுத்துக் கொண்டது. அது இந்த அகிம்சாவாக இருக்க வாய்ப்பில்லை. குட்டி அகிம்சாவாக இருக்க வேண்டும்.

கதவைத் திறந்தவுடன், வாசலிலேயே காத்திருக்கிற பதின் பருவத்துக் காதலிமாதிரி உள்ளே நுழைந்து முகத்தை வருடியது காற்று. அந்த சிலிர்ப்புக்கிடையில், கண்ணில் பட்டது கீழேகிடந்த டெய்லி மிர்ரர் நாளிதழ். வீட்டுக்குள் நுழைகிற முதல் விருந்தினர் காற்று எனில், அடுத்தது டெய்லி மிர்ரர் தான்! கதவு எப்போது திறக்கும் என்று, காற்றோடு சேர்ந்து காத்திருக்கிறது ஒவ்வொரு நாளும்!

டெய்லி மிர்ரரின் முதல்பக்கத்திலேயே கோதபாய ராஜபக்ச குறித்து ஏதோ செய்தி. அருகிலேயே, சிரித்தபடி போஸ் கொடுக்கிற கோதபாயவின் புகைப்படம். நிச்சயமாக, இது பழைய படமாக இருக்க வேண்டும். மிக் விமான பேர ஊழல் தொடர்பாக, லசந்த வாக்குமூலம் கொடுக்க இன்னும் ஒரு வாரமே இருக்கிற நிலையில், கோதபாய இப்படியெல்லாம் சிரிக்க வாய்ப்பேயில்லை.

லசந்த மேல் எந்தப் பிழையும் இல்லை. நடந்த ஊழலை அம்பலப்படுத்த வேண்டியது, ஒரு பத்திரிகையாளனின் கடமை. அதைத்தான் அவர் செய்தார். ஒரு துரும்பளவுக்குக் கூட, தனிநபர் தாக்குதல் கிடையாது அவர் எழுத்தில்!

பாதுகாப்புத் துறைச் செயலாளராக இருக்கும் கோதபாய ராஜபக்ச, வகிக்கிற பதவிக்குத் தகுந்த விதத்தில் அதை மறுத்திருக்க வேண்டும். மிக் போர் விமான பேரத்தில் முறைகேடு எதுவும் நடக்கவில்லை என்று மறுத்ததுடன் நிறுத்திக் கொண்டிருக்கலாம். அந்த பேரத்தில் மூன்றாம் நபர் யாருக்கும் தொடர்பில்லை என்று சொன்னது கூட தவறில்லை. கடைசி வரிதான் கோதபாயவின் ஆகப் பெரிய பிழை.

மிக் பேரத்தில் ஊழலென்று குற்றம்சாட்டும் பத்திரிகைகள் விடுதலைப் புலிகளுக்கு ஆதரவானவை. அப்படி எழுதும் பத்திரிகையாளர்கள் விடுதலைப் புலிகளோடு தொடர்புடையவர்கள் என்றெல்லாம் கோபத்தின் உச்சத்தில் கோதபாய ஏறிமிதித்தது, சந்தேகத்துக்கு இடமில்லாமல் அதிகார அராஜகம்.

இப்படியெல்லாம் அபாண்டமாக பழி சுமத்தப்படுவதை எப்படி வேடிக்கை பார்க்க முடியும்? உடனடியாக பதிலடி கொடுத்தது லசந்தவின் சன்டே லீடர் வார இதழ். மிக் பேரத்தில் முக்கியப் பங்கு வகித்த மூன்றாம் நபர் யார் என்கிற ரகசியத்தை அம்பலப்படுத்தியது. அந்த மூன்றாம் நபர் வேறு யாருமில்லை. கோதபாய ராஜபக்சவின் மிக நெருங்கிய உறவினனான உதயங்க

வீரதுங்கா. அது, ராஜபக்ச குடும்ப விழுதுகளில் ஒன்று.

மிக் பேரத்தில் உதயங்கவுக்கு இருந்த தொடர்பு அம்பலமான பிறகு, கோதபாயவால் தூங்கக்கூட முடிந்திருக்காது. யானை தன் மீது தானே மண்ணள்ளிப் போட்டுக்கொண்டால், அதற்கு லசந்த என்ன செய்யமுடியும்?

இத்தனைக்கும், லசந்தவைப் பற்றி மற்ற எவரையும் காட்டிலும் கோதபாயவுக்கு நன்றாகத் தெரியும். அவர் மகிந்த ராஜபக்சவின் மாஜி நண்பர். 2004ல் லட்சுமண் கதிர்காமரைப் பிரதமராக்க சந்திரிகா தலைகீழாக நின்றபோது, மகிந்தனைப் பிரதமராக்கத் தீவிரமாக முயன்று அதில் வெற்றி பெற்றவர்கள் இருவர். ஒருவர் மைத்திரிபாலா. இன்னொருவர் லசந்த. இதெல்லாம் கோதபாயவுக்குத் தெரியாததல்ல!

மற்ற பத்திரிகையாளர்களுக்கும் லசந்தவுக்கும் என்ன வித்தியாசம் என்பதும் கோதாவுக்குத் தெரியும்.

ஜாக் சகலகலா வல்லவன். அவனுக்குத் தெரியாதது எதுவுமேயில்லை ஆனால் எதுவுமே அவனுக்கு முழுமையாகத் தெரியாது என்கிற ஆங்கிலப் பழமொழி, அச்சுஅசலாக பத்திரிகையாளர்களுக்குத்தான் பொருந்தும்.

பத்திரிகையாளன் என்பவன், ஜாக் மாதிரி இருந்தாலே போதும். எல்லாவற்றையும் அரைகுறையாகத் தெரிந்து வைத்திருப்பதே போதுமானது. பத்திரிகைகளில் குப்பை கொட்ட அதற்கு மேல் வேறென்ன வேண்டும்? எதை யாவது முழுமையாகத் தெரிந்துகொண்டு, அதை முழுமையாகக் கற்றுத் தேர்ந்து நிபுணனாகிவிடுகிற ஒருவன், அதற்குப் பிறகும் பத்திரிகையிலேயே குப்பை கொட்டிக்கொண்டிருப்பானா என்ன!

குறள் மாதிரி சிக்கனமாகச் சொல்லவேண்டுமென்றால், பத்திரிகையாளன் என்பவன், ஒரு அரைகுறை. அவன் பாமரனாக இருந்துவிடமாட்டான். அதேசமயம், நிபுணனாகவும் இருக்கத் தேவையில்லை.

புகழேந்தி தங்கராஜ்

லசந்த இதற்கு நேர்மாறானவர். எந்த விஷயத்திலும் நுனிப்புல் மேய்கிறவரில்லை. எதைப்பற்றி எழுதுகிறாரோ, அதைப்பற்றிக் கரைத்துக் குடித்துவிட்டுத்தான் பேனாவைக் கையில் எடுப்பார். படிப்பார்வம் மட்டுமில்லாமல், வழக்கறிஞரான அவரது சட்ட அறிவும் இதற்குத் துணை நின்றது.

செகண்ட் ஹான்ட் - என்று சொல்லப்படுகிற, பயன்படுத்தப்பட்ட மிக் போர் விமானங்களை விமானப்படைக்கு வாங்குவதற்கான ஒப்பந்தம் திடுதிப்பென செய்துகொள்ளப்பட்டது. அது ஒரு திடீர் ஒப்பந்தம் என்பதுதான், லசந்தவின் கவனம் அதன்பக்கம் திரும்ப காரணமாக இருந்தது.

அந்த ஒப்பந்தம், அரசின் விதிமுறைகளையும் நடைமுறைகளையும் எப்படியெல்லாம் மீறியிருக்கிறது என்பதில் ஆரம்பித்து, போலி நிறுவனங்களுக்கு விமானப்படை நிதி கைமாறியது வரை அத்தனை விவரங்களையும் விரல்நுனியில் வைத்திருக்கிறார் லசந்த. அத்தனை விவரங்களும், நீதிமன்றப் பதிவேட்டில் ஏறுவது உதயங்கவுக்கு மட்டுமல்ல, கோதபாயவுக்கும் நல்லதல்ல!

வீட்டுக்கு வெளியே, மரங்கள் அடர்ந்திருக்கிற சாலையில் மூடுபனியைக் கிழித்தபடி விரைந்துவந்த கருப்புநிற மோட்டார் சைக்கிள் ஒன்று, வீட்டைக் கடக்கும்போது வேகம் குறைத்துச் சென்றதை லசந்த கவனிக்கவில்லை. அவரது காரைத் துடைத்துக் கொண்டிருந்த டிரைவர் டயஸூம் அதைக் கவனிக்கவில்லை.

காலை அமைதியைக் குலைக்கிற மோட்டார் சைக்கிள் சத்தம் அகிம்சாவுக்குப் பிடிக்கவில்லை. முகத்தைச் சுளித்தபடி வெளியே வந்தவள், கையிலிருந்த தேநீர்க் கோப்பையை லசந்தவிடம் கொடுத்தாள். டெய்லி மிர்ரரிலிருந்த கோதபாயவின் புகைப்படத்தைப் பார்த்தவள், யுவர் பிரெண்ட் என்றாள் சிரித்தபடியே! கங்கராமய விகாரையின் சின்னஞ் சிறிய மணிகள் காற்றில்

ஒன்றோடொன்று உராய்வதைப் போலிருந்தது.

எத்தனை மணிக்குப் புறப்பட வேண்டும் என்று அகிம்சா கேட்க, அப்போதுதான், காலை நேர இனிமையில் நேரம் நழுவிக்கொண்டே இருப்பதை உணர்ந்தார் லசந்த. இன்னும் கால் மணி நேரம் தாமதமானாலும், கொழும்பு சாலைகளின் நெரிசலில் நசுங்க வேண்டியிருக்கும். ஒவ்வொரு சிக்னலிலும் செத்துப் பிழைக்க நேரும்.

அவசர அவசரமாகப் புறப்பட்டு, சிற்றுண்டிக்காக அமர்ந்தபோது அகிம்சாவும் அருகில் வந்து அமர்ந்துகொண்டாள். அவள் ஆஸ்திரேலியாவில் தாயுடன் இருக்கிற நாட்களில், சிற்றுண்டிக்குக் கூட நேரம் ஒதுக்கமாட்டார் அவர். அலுவலகம் போனபிறகு, எதையாவது வரவழைத்து சமாளித்துக் கொள்வார். மகள் வந்திருக்கும்போது, சிற்றுண்டிக்காக உட்கார வேண்டியிருக்கிறது அவளுடன்!

அவசரத்தில் பசியும் தெரியவில்லை, ருசியும் தெரியவில்லை. அலுவலகத்தில் எப்போது வேலை முடியும் என்று அகிம்சா கேட்க, என்ன பதில் சொல்வதென்று தெரியாமல், வழக்கம்போல உதட்டைப் பிதுக்கிக் காட்டினார். பதிலுக்கு அகிம்சாவும் உதட்டைப் பிதுக்க, ஒரு தேவதையின் தந்தை என்கிற பெருமிதத்துடன் எழுந்தார்.

லசந்த புறப்படுவதற்கு வசதியாக, டிரைவர் டயஸ் காரை எடுத்துத் திருப்பி விட்டிருந்தான். அகிம்சாவை எங்கேயாவது கூட்டிச் செல்வதற்கு மட்டும்தான் அவன் டிரைவர். லசந்தவுக்கு, சகலமும் அவரே!

காரை நோக்கி வேகவேகமாக நடந்த லசந்தவை நெருங்க, அகிம்சா ஓடி வரவேண்டியிருந்தது. கார் கதவைத் திறந்து லசந்த ஏறுவதற்குள் அகிம்சா அவரைப் பிடித்துவிட்டாள். எதையோ மறைப்பவள் போன்று கைகளைப் பின்னால் கட்டியிருந்தவள், பின்னால் மறைத்திருந்த பொருளை எடுத்து லசந்தவிடம் நீட்டினாள்.

புகழேந்தி தங்கராஜ்

அது, எந்த நொடியிலும் அவர் கையிலேயே இருக்கிற குறிப்பு நோட்டுப்புத்தகம்.

எப்படி மறந்தீர்கள் என்று கேட்டபடியே சிரித்தாள். அது, மாசுமருவற்ற அழகின் சிரிப்பு. எப்படி வளர்ந்துவிட்டாள் என்று நினைக்கையில், லசந்தவுக்கு வியப்பாக இருந்தது. சிறுமியாக இருந்த நாட்களில், அப்பாவுடன் சேர்ந்து நானும் அலுவலகத்துக்குப் போவேன் என்று அடம்பிடித்து அழுத குழந்தை. இப்போது, சிரிக்கிறாள். அகிம்சாவின் உச்சி முகர்ந்து முத்தமிட்டார் லசந்த.

அதுதான் அப்பா கொடுக்கிற கடைசி முத்தம் என்பதை அறியாத அகிம்சா, லசந்தவின் கார் வெளி வாயிலைக் கடந்து சாலையில் இறங்குகிற வரை பார்த்துக் கொண்டிருந்தாள்.

கறுப்பு உடை அணிந்திருந்த அவர்கள் நால்வரும், அட்டிடியா - இரத்மலானை சாலையில், இரத்மலானை விமானப்படை தளத்துக்குத் திரும்புகிற வளைவுக்கு முன்பாக சாலை ஓரம் நின்று கொண்டிருந்தார்கள். சற்று தள்ளி 2 கருப்பு நிற மோட்டார் சைக்கிள்கள். கண்ணில் படுகிற தூரத்தில், அட்டிடியா பக்கமிருந்து கார் வருவதைப் பார்த்த பிறகு, மோட்டார் சைக்கிளில் தொடர்ந்தால் போதும் இரத்மலானைக்குள் காரை மறித்துவிட முடியும்.

அவர் வீட்டிலிருந்து புறப்பட்டு விட்டார் என்று, அவர்களில் ஒருவனது மொபைல் போனுக்குத் தகவல் வர, இன்னும் 15 நிமிடம் ஆகும் என்றான், மற்ற மூவரிடமும்!

"அவர்கள் என்னுடைய படத்தை விளம்பரத்துக்காகப் பயன்படுத்திக் கொண்டே, என்னைப் பற்றி அவதூறாக எழுதுவது என்ன நியாயம்? நான் பயங்கரவாதத்தை எதிர்த்துப் போரிட்டுக் கொண்டிருக்கிறேன். இதுபோன்ற பொய்ப் பிரச்சாரங்கள் தேசத்தைக் காப்பாற்ற நடத்தப்படுகிற அந்தப் போரைக் கடுமையாகப் பாதிக்கும் என்பது அவர்களுக்குத் தெரியாதா" என்று, தன்னைப்

பேட்டி எடுத்துக் கொண்டிருந்த தொலைக்காட்சி நிருபரிடம் கோபத்துடன் கேட்டான் கோதபாய ராஜபக்ச. அடுத்த கணமே அந்தக் கோபம் பொய்க் கோபம் என்பதைப் போல காட்ட, முகத்தில் ஒரு புன்னகையை வலிய வரவழைத்துக் கொண்டான்.

'இப்படியெல்லாம் எழுதிய கையோடு, தங்கள் காரில் ஏறி கொழும்பு வீதிகளில் புயல்வேகத்தில் பறக்கிற பத்திரிகையாளர்களுக்கு என்ன ஆகிவிட்டது. அவர்கள் பாதுகாப்பாகத்தானே போய் வருகிறார்கள்' என்று கேட்ட கோதபாய, அப்படிக் கேட்டதுடன் நிற்கவில்லை. காரை வேகமாக ஓட்டும் போது எப்படியெல்லாம் ஸ்டியரிங்கை வளைக்கிறார்கள் என்பதை உணர்த்த, தனது கைகளை மேலும் கீழுமாக நீட்டி ஆட்டி வளைத்து நடித்துக் காட்டினான். தொலைக்காட்சிக் குழுவினரில் ஒருவரும் அதை ரசிக்கவில்லை.

ஒரு படத்தில் சார்லி சாப்ளின் இப்படி நடித்ததைப் பார்த்து விழுந்து விழுந்து சிரித்தவர்களில் ஒருவராவது அந்தக் குழுவில் நிச்சயம் இருக்கக் கூடும். ஆனால், கோதாவின் நடிப்பைப் பார்த்துச் சிரிப்பதை, அவன் வேறு மாதிரி புரிந்துகொள்கிற அபாயம் இருக்கிறது. அவர்களில் எவரும் சிரிக்கவுமில்லை.

பத்திரிகையாளர்களுக்கு நாங்கள் கொடுக்கிற சுதந்திரத்துக்கு வேறென்ன சான்று வேண்டும் என்று கோதபய கேட்க, எந்தச் சலனமுமின்றி, கோதபய சொல்வது நியாயம்தான் என்பதைப் போல தலையாட்டினான் பேட்டி எடுக்கிற நிருபர்.

மிக் பேர ஊழலை விலாவாரியாக எழுதும் சன்டே லீடர் வார இதழின் அச்சகம் தீக்கிரையாக்கப் பட்டதும், லசந்த போலவே பாதுகாப்புத் துறையை விமர்சித்த THE NATION துணை ஆசிரியர் கீத் நோயஹர் கடத்தப்பட்டு சித்திரவதை செய்யப்பட்டதும் பேட்டி எடுப்பவருக்குத் தெரியாததல்ல! ஆனால், அதைப்பற்றியெல்லாம்

கோதபாயவிடம் கேட்க முடியுமா என்ன?

அவ்வளவு சுலபத்தில் சோர்ந்து விடுபவரில்லை லசந்த. என்றாலும், காலையிலேயே கடுமையான போக்குவரத்து நெரிசலில் சிக்கிக்கொண்டிருப்பது எரிச்சலை ஏற்படுத்தியது. அரை மணி நேரத்தில், வீட்டிலிருந்து ஏழெட்டு கிலோமீட்டர்தான் வந்திருக்கிறார். இப்போது தான் ஓரளவு வேகம் எடுக்க முடிந்திருக்கிறது.

அட்டிடியா சாலையில் நுழைந்து, இரத்மலானை விமானப்படை தளத்தை நெருங்கிவிட்டால், போக்குவரத்து நெரிசல் கொஞ்சம் குறையும். இன்னும் கொஞ்சம் வேகமெடுக்க முடியும். என்றாலும், தான் நினைத்த நேரத்தில் அலுவலகததைப் போய்ச் சேர வாய்ப்பில்லை என்று தோன்றியது. அரைமணி நேரமாவது தாமதமாகலாம்.

தாமதமாகப் போவதோ, போக முடியாது போவதோ கூட சமயத்தில் பாதுகாப்பானதாக ஆகிவிடுகிறது. 2 நாளுக்கு முன், மகாராஜா தொலைக்காட்சியின் படப்பிடிப்புத் தளத்துக்குள் வெறிபிடித்தமாதிரி நுழைந்த கும்பல் ஒன்று, கேமரா முதலான விலை உயர்ந்த கருவிகளைச் சூறையாடியிருக்கிறது.

அது, அவரது விவாத நிகழ்ச்சி இடம்பெறுகிற தொலைக்காட்சி. நல்ல வேளையாக, தாக்குதல் நடந்த சமயத்தில் அவர் அங்கே இல்லை. அவரைக் குறிவைத்துத்தான் அந்தக் கும்பல் அங்கே சென்றிருக்கிறது என்பதில் சந்தேகமேயில்லை.

லசந்த எதிர்பார்த்ததைப் போலவே, இரத்மலானை தளத்துக்கு முன்பாகவே, போக்குவரத்து நெரிசல் பாதியாகக் குறைந்திருந்தது. என்றாலும், உயர்பாதுகாப்பு வளையம் என்பதால், வேகத்தை ஒரேயடியாக அதிகரித்துவிட முடியவில்லை.

இரத்மலானையை நெருங்கும்போதுதான் லசந்த அதைக் கவனித்தார். காருக்குப் பின்னால் 2 கறுப்பு நிற மோட்டார் சைக்கிள்கள் பின்தொடர்ந்து வந்துகொண்டி

ருப்பது ரியர் மிர்ரரில் தெரிந்தது. பார்ப்பதற்கு, ராணுவத்தினர் பயன்படுத்தும் மோட்டார் சைக்கிள்களைப் போலவே இருந்தது. இரண்டிலும், ஓட்டுபவர் ஒருவர் பின்னால் ஒருவர். நால்வருமே கறுப்பு உடையில் இருந்தனர். ஹெல்மட் அணிந்திருந்தனர். எதனாலோ உடலெங்கும் அச்சம் படர்ந்தது. திடீரென இதயத் துடிப்பு அதிகரித்தது.

ஒருவேளை, நாம் தான் தேவையில்லாமல் தவறாக நினைக்கிறோமோ என்று தோன்ற, காரின் வேகத்தைக் கொஞ்சம் குறைத்துக் கொண்டு, ரியர் மிர்ரரைப் பார்த்தார் லசந்த. மோட்டார் சைக்கிள்களின் வேகமும் குறைந்து விட்டதைப் போலிருந்தது. பின்னால் வந்த வாகனங்கள், மோட்டார் சைக்கிள்களையும் லசந்தவின் காரையும் வேகமாகக் கடக்க, தனது சந்தேகம் சரியானதுதான் என்று தோன்றியது அவருக்கு!

ஒரு கையால் காரை ஓட்டியபடியே, மறுகையால் அலைபேசியில் அலுவலக எண்ணை அழுத்திய லசந்த, 'அவர்கள் என்னைப் பின்தொடர்கிறார்கள் என்று நினைக்கிறேன்' என்றார். அதற்குமேல் அவரால் பேச முடியாத அளவுக்கு, மோட்டார் சைக்கிள்கள் காரை நெருங்கி விட்டன. கழுத்தை வளைத்து ஓரளவு திரும்பிப் பார்த்த போது, ஒரு மோட்டார் சைக்கிளின் எண் கண்ணில்பட்டது.

காரின் வேகத்தை ஓரளவு அதிகரித்த லசந்த, அருகிலிருந்த குறிப்பு நோட்டுப் புத்தகத்தின் மேலேயே அந்த மோட்டார் சைக்கிள் எண்ணை எழுதினார். மோட்டார் சைக்கிள்களின் வேகமும் இப்போது அதிகரித்திருக்க, இன்னொரு மோட்டார் சைக்கிளின் எண்ணும் கண்ணில் பட்டது. நோட்டுப் புத்தகத்தின் மேல், அந்த எண்ணையும் எழுதினார்.

மங்களா பள்ளிக்கு சற்றுமுன்பாக, மோட்டார் சைக்கிள்களில் வந்தவர்கள், அவரது காரைக் கடந்தனர். காரை மறிப்பது போல மோட்டார் சைக்கிள்களை திடீரென சாலையின் குறுக்காக நிறுத்தினர். லசந்தவும்

காரை நிறுத்த வேண்டியிருந்தது. கண்ணிமைக்கும் நேரத்தில், காரை நெருங்கியவர்கள், கார்க்கதவை அடித்து உடைத்தார்கள்.

லசந்தவால் காரிலிருந்து கீழே இறங்க முடியவில்லை, ஆயுதபாணிகளான அவர்களை வெறுங்கையால் தடுக்க முயன்றார். அவர்களில் ஒருவன் அவரது கைகளை உடைப்பவன் போன்று ஓங்கி அடிக்க, அவன் பின்னாலிருந்த இன்னொருவன் கையை ஓங்க, அவரது விழித் திரையைக் கிழித்தபடி தலைக்குள் எதுவோ பாய்ந்ததைப் போலிருந்தது. ரத்தம் பீறிட்டுத் தெறிக்க, நினைவிழந்தார் லசந்த.

லசந்தவுக்கு அவரது நண்பர்கள் கிண்டலாக வைத்த பட்டப்பெயர்கள் பல! அந்தப் பெயர்களில், IRON MAN, BULLETTE PROOF என்கிற இரண்டும் பிரபலமானவை. இருபது இருபத்தைந்து ஆண்டுகளாக யாரைக் கண்டும், எதைக்கண்டும் அஞ்சாமல், ஊழல்களையும் முறைகேடுகளையும் அம்பலப்படுத்திக் கொண்டே இருக்கிறார். அரியணையில் இருப்பது சந்திரிகாவாக இருந்தாலும் சரி, ரணிலாக இருந்தாலும் சரி, ராஜபக்சவாக இருந்தாலும் சரி. அத்தனை பேரையும் துணிவுடன் தோலுரிப்பவர் அவர் மட்டும் தான்.

அழுத்தம் வரும், மிரட்டல் வரும், தாக்குதல் கூட நடக்கும் அதற்கெல்லாம் பயந்து லசந்த பின்வாங்கியதே யில்லை. இந்த சமரசமற்ற நிலைப்பாடுகளால்தான், பத்திரிகை நண்பர்களுக்கு அவர்மீது அளவுகடந்த மரியாதை. உன்னை யாரால் என்னதான் செய்யமுடியும் என்று அவர்கள் கொடுத்த பட்டங்கள் தான் எல்லாமே!

பத்தாண்டுகளுக்கு முன், காரில் மனைவியோடும் குழந்தைகளோடும் போய்க்கொண்டிருந்தபோது, காரை வழிமறித்து, ஒரு கும்பல் லசந்தவைத் தாக்கியது. அந்தத் தாக்குதலில் குடும்பம் தப்பித்ததெல்லாம், உண்மையிலேயே தெய்வச் செயல்.

தப்பித்துவிட்டார்கள் என்றாலும், அந்தத் தாக்குதல்,

லசந்தவையும் அவரது மனைவியையும் பிரித்துவிட்டது. உன்னுடைய தொழில் நேர்மைக்கு, என் குழந்தைகள் பலியாகிவிடக் கூடாது என்று சொல்லிவிட்டு, குழந்தைகளோடு இலங்கையிலிருந்து வெளியேறிவிட்டாள், அகிம்சாவின் தாய். அதற்குப் பிறகு, அவ்வப்போது கொழும்பு வந்து அப்பாவுடன் மாதக்கணக்கில் தங்குவது, அகிம்சா மட்டும்தான்!

லசந்த ஆபத்தை எதிர்நோக்குகிற தருணத்திலெல்லாம், அவரது பல்வேறு துறை நண்பர்கள் வெவ்வேறு யோசனைகளைத் தெரிவித்ததுண்டு.

நாடு எக்கேடு கெட்டால் உனக்கென்ன பத்திரிகைத் தொழிலுக்குத் தலைமுழுகிவிட்டு பழையபடி கோர்ட்டுக்கு வந்துவிடு என்று சொன்னார்கள் மூத்த வழக்கறிஞர்கள். உன் அருமையை இலங்கை உணரப் போவதில்லை பேசாமல் எங்கள் நாட்டுக்கு வந்துவிடு என்று அழைத்தார்கள் வெளிநாட்டுத் தூதுவர்கள். அவர்களுக்கு லசந்தவின் பதில், விலைமதிக்க முடியாத அவரது டிரேட்மார்க் புன்னகை மட்டுமே!

வம்பை எதற்காக விலை கொடுத்து வாங்க வேண்டும் என்கிற நண்பர்களின் வாதம், அவர்களது பார்வையில் நியாயமானதுதான். அதை உணர முடிந்ததால், தன்னுடைய நலனில் உண்மையிலேயே அக்கறை கொண்ட அவர்களிடம் எதிர்வாதம் செய்துகொண்டிருக்கவில்லை லசந்த. அதே சமயம், தான் மனமார நேசிக்கும் பத்திரிகைப் பணியிலிருந்து வெளியேறவுமில்லை.

பத்திரிகைத் தொழில் ஆபத்தானது என்பது உண்மைதான். இதே நாணயத்தில் இன்னொரு பக்கம் இருக்கிறது. அது, பாதுகாப்பான பத்திரிகையாளராக மாறிவிடுவது. லசந்த அதை ஒருபோதும் விரும்பவில்லை.

மற்றவர்கள் செய்யத் துணியாததை அல்லது செய்யத் தவறுவதை தான் செய்தாகவேண்டும் என்கிற ஓர்மம்தான் லசந்தவின் பலமாக இருந்தது. அந்த ஓர்மத்தை அவர்

புகழேந்தி தங்கராஜ்

ஒருபோதும் கைவிடவில்லை.

கரையில் நிற்கிறபோது கப்பல் பாதுகாப்பாகத்தான் இருக்கும் ..! ஆனால் அதற்காகவா அது கட்டப்பட்டது? என்பது கல்லூரி நாட்களில் அவரை மிகவும் பாதித்த கேள்வி. அந்தக் கேள்விக்கான பதிலை, வரலாறு அவரது ரத்தத்தாலேயே எழுதும் என்பதை அப்போது அவர் அறிந்திருக்கவில்லை.

லசந்தவின் காரை நெருக்கத்தில் போய்ப் பார்க்க, நிர்மலா கன்னங்கராவை போலீஸ் அனுமதிக்கவில்லை. கிரைம் சீன் அருகே போனால், தடயம் கலைந்துவிடக் கூடும் என்றார்கள். தான் சன்டே லீடர் நிருபர் என்பதை அங்கிருந்த உயர் அதிகாரி ஒருவரிடம் நிர்மலா எடுத்துச் சொன்ன பிறகே, அருகே போய்ப் பார்க்க அவளை அனுமதித்தார்கள்.

காரை நெருங்கும் போதே, ரத்த வாடையை உணர முடிந்தது நிர்மலாவால்! டிரைவர் உட்காரும் பகுதியின் கதவு எதனாலோ தாக்கப்பட்டதைப் போல நசுங்கி யிருந்தது. அந்தக் கதவு திறந்தே கிடக்க, முன்புறக் கதவுகளின் கண்ணாடிகள் அடித்து உடைக்கப்பட்டிருந்தன.

ஸ்டியரிங் உள்பட காரின் முன்பகுதி முழுக்க ரத்தம் தெறித்திருந்தது. காரின் முன்புறச் சக்கரத்துக்கு அருகில் திட்டுதிட்டாக ரத்தம் உறைந்திருந்தது. அது, லசந்தவை ஆம்புலன்ஸில் ஏற்றும்போது ஏற்பட்ட அடையாளமாக இருக்க வேண்டும்.

நிர்மலா இன்னும் கொஞ்சம் நெருங்க முயல, அதற்கு மேல் போகாதீர்கள் பிளீஸ் என்றார், அவளை அனுமதித்த அதிகாரி. கிரைம் சீன்... கலைத்துவிடாதீர்கள் என்று அவர் சொல்ல, நிர்மலா அப்படியே நின்றுவிட்டாள். காரின் ஓட்டுநர் இருக்கையில், ரத்தம் குட்டை மாதிரி தேங்கியிருப்பது, நின்ற இடத்திலிருந்தே தெரிந்தது. பக்கத்து இருக்கையில், லசந்தவின் கையில் சதா சர்வகாலமும் காணப்படுகிற குறிப்பு நோட்டுப் புத்தகம் கிடந்தது.

வியர்த்து விறுவிறுத்து விட்டது நிர்மலாவுக்கு! சன்டே லீடர் செய்தியாளர்கள் அனைவரும் மருத்துவமனையில் இருக்க, அவள் மட்டும்தான் இங்கே வந்திருந்தாள். மனசாட்சியுடன் பேசிய குற்றத்துக்காக லசந்த ரத்தம் சிந்திய மண்ணைப் பார்த்தே ஆக வேண்டும் என்று உள்ளுணர்வு சொல்ல ஓடிவந்தவள், ஆணி அடித்ததைப் போல் அங்கேயே நின்றாள்.

எப்படியொரு முகம் அந்த மனிதருக்கு.... நினைக்கும்போதே, லசந்தவின் முகம் நிர்மலாவின் இதயமெங்கும் வியாபித்தது. அவரைப் போன்ற ஒரு நிஜமான பத்திரிகையாளரின் கீழ் பணியாற்ற வேண்டும் என்பதற்காகவே சன்டே லீடரில் சேர்ந்தவள் அவள்.

விழிகளில் ஒழுகுகிற கபடத்தை மறைத்தபடி, உதடுகளில் புன்னகையை வழியவிடுபவர்கள் தான், ஆழிசூழ் பூவுலகில் நீக்கமற நிறைந்திருக்கிறார்கள். லசந்த, இதற்கு விதிவிலக்கு. புன்னகை என்று எழுதி முகத்தில் ஒட்டிக்கொள்ளும் செயற்கைப் பூச்சை, மருந்துக்குக் கூட பார்க்க முடியாது அவர் முகத்தில்! உதடு சிரிக்க, விழிகளும் சிரிக்க, அவரது புன்னகை - முகம் முழுவதையும் பற்றிப் படர்ந்திருக்கும்.

அதிகார பீடத்தின் அராஜகங்களைத் தோலுரித்து, அரசியல் அயோக்கியர்களைக் கூர்மையான ஆங்கிலத்தால் குத்திக் கிழித்துக் கொண்டே இருந்தவர் லசந்த. அப்படியொரு மனிதரின் முகத்தில் எப்படி இப்படியொரு புன்னகை - என்கிற வியப்பு, அவரைப் பார்க்கிற போதெல்லாம் நிர்மலாவுக்கு ஏற்படும்.

சில சந்தர்ப்பங்களில், புன்னகைக்குள்ளேயே புதைந்துகிடக்கிற லசந்தவின் முகத்தைக் கூர்ந்து கவனித்திருக்கிறாள். ஒரு பச்சைக் குழந்தையின் முகம் மாதிரியே, அது இருக்கும். களங்கமற்ற அந்த முகம் கண்முன் விரிய விரிய, விழிகளிலிருந்து பெருக்கெடுத்த கண்ணீரைக் கட்டுப்படுத்த முடியவில்லை நிர்மலாவால்!

புகழேந்தி தங்கராஜ்

களுபோவில மருத்துவமனை முன் திரண்டிருந்த கொழும்பு பத்திரிகையாளர்களிடையே பதற்றம் அதிகரித்தபடியே இருந்தது. சுமார் மூன்று மணி நேரமாகிறது, லசந்தவை உள்ளே எடுத்துச் சென்று! என்ன ஆனது என்பதைச் சொல்ல மாட்டேனென்கிறது மருத்துவமனை நிர்வாகம்.

பேராசிரியர் டாக்டர் மோகன் சில்வா தலைமையில் 20 மருத்துவர்களைக் கொண்ட குழு, லசந்தவைக் காப்பாற்ற தீவிரமாக முயன்று வருகிறது என்று 12 மணிக்குச் சொன்னவர்கள், இப்போதும் அதையேதான் சொல்கிறார்கள். மணி இரண்டாகப் போகிறது.

லசந்தவின் டிரைவர் டயஸ் அழுதபடியே கீழே உட்கார்ந்திருந்தான். பாப்பா என்னைக் கடைக்கு அனுப்பிச்சிது .. செய்தி கேள்விப்பட்ட உடனே நான் இங்கே வந்துட்டேன் . போன் பண்ணி எங்கே இருக்கன்னு கேட்டது . ஹாஸ்பிட்டல்ல இருக்கேன்னு சொன்னேன் .. உனக்கு உடம்பு முடியலைன்னா என்கிட்ட சொல்லி யிருக்கலாம் இல்லையா என்று அக்கறையோட சொல்லிச்சி என்று அழுதபடியே விவரித்துக் கொண்டிருந்தான்.

மூன்று மணி நேரம் போராடியும் லசந்தவைக் காப்பாற்ற முடியவில்லை என்று, மருத்துவமனை நிர்வாகம் தெரிவித்தபோது, மூத்த பத்திரிகையாளர்கள் கூட வாய்விட்டுக் கதறி அழுததைப் பார்க்க முடிந்தது. களுபோவில மருத்துவமனை வளாகம், அவர்களது கண்ணீரால் நனைந்தது.

அப்பாவின் உடல் வீட்டுக்குள் எடுத்துவரப்பட்ட போது, தன்னுள் இருந்த மொத்த சக்தியும் வெளியேறி விட்டதைப் போல உணர்ந்தாள் அகிம்சா. வைத்த கண்ணை எடுக்காமல், அன்பான அழகான அறிவான அந்த மனிதரையே உற்றுப் பார்த்தாள். தலையில் நிறைய காயங்கள். எந்த அளவுக்கு வலித்திருக்கும் என்பதையும்,

எப்படியெல்லாம் துடித்திருப்பார் என்பதையும் உணர முடிந்தது. தன்னைப் பிடித்துக் கொண்டிருந்த ரைசாவின் மீது மயங்கிச் சாய்ந்தாள்.

மயக்கத்தில், அப்பா குனிந்து முத்தமிடுவதைப் போலிருந்தது. உடல் சிலிர்க்க எழுந்து உட்கார்ந்தாள். முன் நெற்றியைத் தொட்டுப் பார்த்தாள். காலையில் அப்பா கொடுத்த முத்தம் அங்கேயே இருந்தது. தலை வலிக்கிறதா என்று கேட்ட ரைசா, நெற்றியில் கைவைத்துப் பார்க்க முயல, தலையை வேறுபுறம் திருப்பிக்கொண்டு, அதைத் தவிர்த்தாள். யார் கைபட்டும் அந்த முத்தம் அழிந்துவிடக் கூடாது.

You see... என்று தன் காதருகில் வந்து அப்பா அழைப்பதைப் போலிருந்தது. அப்படி அழைத்து, கோதபாய விவகாரம் குறித்து அவர் தன்னுடன் பேசியது நினைவுக்கு வந்தது.

மிக் விமான பேர ஊழல் தொடர்பாக, தன்மீது கோதபாய அவதூறு வழக்கு தொடர்ந்திருப்பதைக் கேள்விப்பட்டதும், முன்னெப்போதுமில்லாத மகிழ்ச்சி யோடும் உற்சாகத்தோடும் காணப்பட்டார். இத்தனைக்கும், கோதபாய கேட்கிற மான நஷ்ட ஈடு கொஞ்சம் நஞ்சமல்ல. ஒரு பில்லியன். அதாவது, நூறு கோடி.

மற்றவர்களெல்லாம் அந்தத் தொகையைப் பார்த்து மிரள, லசந்த மட்டும்தான் ஆகாயத்தில் பறந்தார்.

You see... அவதூறு வழக்கு என்பது மற்ற வழக்குகளைப் போன்றதல்ல. அவதூறு வழக்கில், வழக்கு தொடுக்கிறவர் மதிப்பு மிக்கவரா இல்லையா என்பது மிகமிக முக்கியமானது. அவரது மதிப்பின் லட்சணம் குறித்து ஓப்பன் கோர்ட்டில் வெளிப்படையாகக் கேட்க முடியும் அவரது தனிப்பட்ட விவகாரங்கள் குறித்தெல்லாம் விவாதிக்க முடியும் மற்ற வழக்குகள் போல், அந்த வழக்கு தொடர்பாக மட்டுமே பேச வேண்டுமென்று யாரும் கட்டாயப்படுத்த முடியாது என்றார்.

புகழேந்தி தங்கராஜ்

டியர், இந்த வழக்கை ஆவலுடன் எதிர்பார்க்கிறேன். இந்த வழக்கு மூலம் கோதபாயவின் மதிப்பு பத்து நயாபைசா கூட பெறாது என்பதை ஒப்பன் கோர்ட்டில் நிரூபிக்க முடியும் என்று சொல்லிவிட்டு அவர் சிரிக்க, விழிகள் விரிய அவரது வியூகம் குறித்துக் கேட்டுக் கொண்டிருந்தாள் அகிம்சா. அப்பா வைத்த பொறியில், கோதபாய சிக்கிக் கொண்டு விட்டதைப் போலவே தோன்றியது, அப்போது!

இந்த மகிழ்ச்சி சில மாதங்கள் தான் நீடித்தது. 2008ல் கீத் நோயஹர் கடத்தலுக்குப் பிறகு அப்பா தலைகீழாக மாறிவிட்டதைப் போலிருந்தது அகிம்சாவுக்கு!

வழக்கமாக நண்பர்களிடம் வெடிச்சிரிப்போடு பேசுபவர், அதற்கு நேர்மாறாக, குரலைத் தாழ்த்திக் கொண்டு, 'ஐரோப்பாவுக்கோ ஆஸ்திரேலியாவுக்கோ கனடாவுக்கோ போய்விடுங்கள்.. அதுதான் பாதுகாப்பு.. அதுதான் புத்திசாலித்தனம்' என்று ஆலோசனை சொல்வதைக் கேட்க முடிந்தது. ஆனால், தானும் அப்படிப் போய் விட வேண்டும் என்று அவர் நினைத்ததாகத் தெரியவில்லை.

கோதபாய வழக்கில் அப்பா கண்டிப்பாக வெற்றிபெற்று விடுவார் என்று நம்பினாள் அகிம்சா. அதில் வெற்றி பெற்றவுடன் மீண்டும் பழைய உற்சாக நிலையை எட்டிவிடுவார் என்று நினைத்தாள். கோதபாய வழக்கு எப்போது வருகிறது என்று ஒருநாள் அவரிடம் கேட்கப்போய், அவர் சொன்ன பதில் அதிர்ச்சி அளித்தது. 'அதுவரை என்னை விட்டு வைப்பார்களா என்று தெரியவில்லை' என்றார் கவலையுடன்!

அகிம்சா பதில் பேசவில்லை. அதிர்ச்சி அவளை மௌனம் சாதிக்க வைத்தது.

நீ தேவையில்லாமல் கவலைப்படாதே என்றார் அவள் தோளில் கைவைத்தபடி! தவறாக ஏதாவது நடந்துவிட்டால், நீ என்ன செய்ய வேண்டும், எங்கே போகவேண்டும், யார் யாரைச் சந்திக்க வேண்டும், உனக்குத் தேவைப்படுகிற தொகை உன் கைக்கு எப்படி வந்து சேரும்

என்பதையெல்லாம் எழுதி வைத்திருப்பேன் அதன்படி செயல்பட்டால் போதும் என்று அவர் தொடர, அந்தப் பேச்சுவார்த்தை வளர்ந்துகொண்டே போவது பிடிக்காமல், வெளியே போய்விட்டாள் அகிம்சா.

இப்போது, வேறு மாதிரி சூழல். இது, அவரைத் தனியே விட்டுவிட்டுப் போகிற நேரமல்ல! வீட்டுக்கு நடுவில் உறங்குபவரைப் போல படுத்திருக்கிறார். பதறித் துடித்தபடி வருகிறார்கள், பார்க்க வருகிறவர்கள். கண் கலங்க அவர் அருகே போகிறார்கள். அவரையே பார்த்தபடி நிற்கிறார்கள். பின், தன்னருகே வந்து மிக மெலிவான குரலில், அவர்களுக்கே கேட்காத குரலில் ஆறுதல் சொல்கிறார்கள். எப்படிப் போக முடியும்!

சம்பவம் நடந்த இடம், மவுண்ட் லெவினியா காவல் நிலைய வரம்புக்குள் வருகிறது. மூத்த காவல்துறை கண்காணிப்பாளரான ஹேமலதா அதிகாரி தான், அந்தக் காவல்நிலையத்தின் பொறுப்பதிகாரி. அதன், குற்றவியல் பிரிவு பொறுப்பதிகாரி, சுகதபாலா.

ஹேமலதா அதிகாரியிடம், லசந்தவின் நோட்டுப் புத்தகத்தைக் காட்டினான் சுகதபாலா. சம்பவ இடத்தில் லசந்தவின் காரிலிருந்து எடுக்கப்பட்டது என்றான்.

ஹேமலதா அதிகாரி அந்த நோட்டுப் புத்தகத்தின் மேலிருந்த 2 எண்களையும் பார்த்தார். அவசர அவசரமாக எழுதப்பட்டிருந்த மாதிரி இருந்தது.

இப்படியொரு நோட்டுப் புத்தகம் காரில் கிடைத்திருப்பதையும், இதிலுள்ள விவரங்களையும் GCIB-யில் (GRAVE CRIME INFORMATION BOOK) பதிவு செய்திருக்கிறேன். இது ஒரு முக்கியமான தடயம் என்று நினைக்கிறேன் அவசர அவசரமாக எழுதப்பட்டிருப்பதைப் பார்க்கும்போது, கொலை செய்யப்பட்டவர், காரை ஓட்டியபடியே இதை எழுதியிருப்பாரோ என்று தோன்றுகிறது. கொலையாளிகள் மோட்டார் சைக்கிளில் வந்தார்களென்று சொல்லப்படுவது உண்மையாக இருந்

தால், இது அந்த மோட்டார் சைக்கிள்களின் எண்களாகக் கூட இருக்கலாம் என்றான் சுகதபாலா.

ஹேமலதா அதிகாரிக்கு சுகதபாலாவின் புலனாய்வுப் பார்வை பிடித்திருந்தது. இதெல்லாம் சந்தேகங்கள் தான். என்றாலும், எந்தப் புலனாய்விலும் சந்தேகங்கள் முக்கியமானவை சந்தேகங்கள் தீக்குச்சி மாதிரி பல வழக்குகளில் இருளிலிருந்து வெளிவர உதவியிருக்கின்றன..! எந்த சந்தேகத்தையும் அலட்சியப்படுத்த முடியாது. படுத்தக்கூடாது.

லசந்த வழக்கில் மையப்புள்ளியை எட்டிப்பிடித்து விட்டதாகவே தோன்ற, உற்சாகமானார் ஹேமலதா அதிகாரி. காவல்துறையில் அரசியல் தலையீடுகள் அதிகரித்து வருவதை ஜீரணிக்க முடியாமல், விருப்ப ஓய்வில் சென்றுவிடலாமா என்று அடிக்கடி நினைப்பவர்தான். என்றாலும், ஓய்வு பெறும் முன் இப்படியொரு முக்கியமான வழக்கை வெற்றிகரமாக முடித்துவிட்டுப் போவது கௌரவமாக இருக்கும் என்று தோன்றியது.

சுகதபாலா பற்றி அதிகாரிக்கு நன்றாகத் தெரியும். வேக வேகமாக இயங்குபவன். அதே சமயம் எதிலும் முன்னெச்சரிக்கையுடன் இருப்பவன்! பல வழக்குகளில் அதைப் பார்த்திருக்கிறார்.

'நீ சொல்வதுதான் உண்மையாக இருக்க வேண்டும் சுகதபாலா. கொலையாளிகள் வந்த மோட்டார் சைக்கிள் எண்களாகத்தான் இருக்குமென்று எனக்கும் தோன்று கிறது...! இந்தப் பதிவெண்களை வைத்து அந்த மோட்டார் சைக்கிள்களின் ஜாதகத்தைத் தேடிப்பிடி' என்றார், உற்சாகத்துடன்!

சுகதபாலா தயங்குவதைப் போல் தெரிந்தது.

'என்ன யோசிக்கிறாய்' என்றார் ஹேமலதா அதிகாரி.

'இந்த எண்கள் கிடைத்தவுடனேயே, ஒரு ஆர்வத்தில், அந்த மோட்டார் சைக்கிள்களின் விவரங்களைச் சேகரித்துவிட்டேன்' என்றான் சுகதபாலா.

ஹேமலதா அதிகாரி மேலதிக உற்சாகத்தில் எழுந்து நின்றுவிட்டார்.

மோட்டார் சைக்கிள்கள் யாருடையவை?

'ராணுவப் புலனாய்வுப் பிரிவைச் சேர்ந்தவை' என்று குரலைத் தாழ்த்தியபடி சொன்னான் சுகதபாலா.

"லசந்தவைக் கொன்றவர்கள் யார் என்பதில் எனக்குச் சந்தேகமே இல்லை. கொலையாளிகள் நால்வரும் ராணுவத்தைச் சேர்ந்தவர்கள். என்னால் இதை உறுதியாகச் சொல்ல முடியும்" என்று முன்னாள் பிரதமர் ரணில் விக்கிரமசிங்க கூறியிருப்பதை டெய்லி மிர்ரர் முக்கியச் செய்தியாக ஆக்கியிருந்தது.

டெய்லி மிர்ரரைப் படித்ததும், டி.ஐ.ஜி. பிரசன்ன நாணயக்காரவுக்கு எரிச்சலாக இருந்தது. ஆளாளுக்கு இந்த விஷயத்தில் கருத்துத் தெரிவிப்பது, தேவையற்ற சிக்கல்களை ஏற்படுத்தும் என்று நினைத்தார்.

காவல்துறையின், உயர் நிலையில் டெபுடி இன்ஸ்பெக்டர் ஜெனரல் பதவியில் இருக்கிற நாணயக்கார தான், மவுண்ட் லெவினியா போலீஸ் பிரிவின் தலைவர். அவரது அலுவலகம் இருக்கிற மிரிஹனாவுக்கும் மவுண்ட் லெவினியா காவல் நிலையத்துக்கும் அதிகத் தொலைவு இல்லை. இருபது நிமிடத்தில் போய்விடலாம்.

லசந்த வழக்கைக் கவனமாகக் கையாளும்படியும், வழக்கு தொடர்பான முன்னேற்றங்கள் குறித்து உடனுக்கு டன் தகவல் தரும்படியும், போலீஸ் ஐ.ஜி. அலுவலகத் திலிருந்து அவருக்குத் தெரிவிக்கப்பட்ட பிறகு, அந்தத் தூரம் அதிகரித்துவிட்டதைப் போலிருந்தது.

எதுவாயிருந்தாலும் எனக்குத் தெரிவிக்க வேண்டும் என்று, மவுன்ட் லெவினியா பொறுப்பதிகாரியான ஹேமலதா அதிகாரிக்கு உத்தரவிட்டிருந்தவர், கண் கொத்திப் பாம்பு மாதிரி அந்த வழக்கின் நகர்வுகளையும், அது தொடர்பான செய்திகளையும் கவனித்துக் கொண்டிருந்தார்.

லசந்த விக்கிரமதுங்க கொல்லப்பட்ட மூன்றாவது நாள், அவரது மரணசாசனத்தை சன்டே லீடர் வெளியிட்டது. என் மரணத்தின் பாதையை நான் அறிவேன் என்ற தலைப்பிலான அந்த சாசனம் வாசகர்களை உலுக்கிவிட்டது.

ஏற்கெனவே இருமுறை என் மீது நடந்த கொலை வெறித் தாக்குதல்களுக்கு அரசுதான் காரணம். இப்போது நான் கொல்லப்பட்டேனென்றால், இதற்கும் அரசுதான் காரணமாக இருக்கும் என்று திட்டவட்டமாக அதில் குறிப்பிட்டிருந்தார்.

அந்த சாசனத்தின் ஒரு பகுதி, அதிபர் மகிந்த ராஜபக்சவிடம் லசந்த நேருக்கு நேர் பேசுவதைப் போலவே இருந்தது. அவர் மகிந்தனின் பழைய நண்பர் என்பதால், மிகுந்த உரிமையோடு, என்ன நடக்குமென்று குறிப்பிட்டிருந்தார்.

"மகிந்த! நான் கொல்லப்பட்டதும், குற்றவாளிகளைக் கண்டுபிடிப்பதற்காக தீவிர புலனாய்வு, அதி தீவிர விசாரணை என்றெல்லாம் நீ பரபரப்பாக அறிவிப்பாய்! ஆனால், அவற்றால் எந்தப் பயனும் இருக்கப் போவதில்லை. குற்றவாளி யாரென்பதை என்னைப் போலவே நீயும் அறிந்திருப்பாய். ஆனால் அதை வெளிப்படையாகத் தெரிவிக்கிற துணிச்சல் உனக்கு இருக்காது. மாறாக, குற்றவாளியைக் காப்பாற்ற வேண்டிய நிலையில் இருப்பாய்.! நீ நடத்தப்போகிற விசாரணை, குற்றம் செய்தவர்கள் யாரென்பதை மூடி மறைப்பதற்குத்தான் பயன்படும்" என்று எழுதியிருந்தார்.

மகிந்தனுடன் நெருக்கமாக இருந்தபோதே, கோத பாயவின் மனோபாவத்தை நன்றாகப் புரிந்துகொண்டிருந்தவர் லசந்த. மிக் பேர ஊழல் தொடர்பான புகார்களுக்கு கோதபாயவின் எதிர்வினைகளைக் கவனித்தவர், தான் கொலை செய்யப்படக் கூடும் - என்று யூகித்திருக்க வேண்டும். கொலை நடக்கும் முன்பே, அவர்

எழுதி வைத்திருந்த மரணசாசனம், அதை உறுதி செய்வதாக இருந்தது.

கொலை நடந்த மூன்றாவது நாள், கொலை தொடர்பான எண்ணற்ற கேள்விகளை உயிர்த்தெழ வைத்தது லசந்தவின் மரண சாசனம். இறந்தபிறகும், தன்னுடைய கொலையாளிகள் மீது அவர் நடத்திய துல்லிய தாக்குதலாக அது இருந்தது.

மிரிஹனாவில் உள்ள டி.ஐ.ஜி. அலுவலகத்துக்குள் பெருமிதத்தோடு நுழைந்தார், ஹேமலதா அதிகாரி. கையிலிருந்த கோப்பு சிறியதாக இருந்தாலும், அதற்குள் பெறுமதியான தகவல் இருப்பதால், தலைநிமிர்ந்து நடக்க முடிந்தது.

டி.ஐ.ஜி. நாணயக்காரவிடம் தான் கொண்டுவந்த கோப்பைக் கொடுத்தவர், அதை அவர் பார்ப்பதற்குள், முந்திக்கொண்டு பேசினார். கொலையாளிகள் வந்த மோட்டார் சைக்கிள்கள், ராணுவத்துக்குச் சொந்தமானவை என்பதைக் கண்டுபிடித்திருக்கிறோம் என்றார் உற்சாகத்துடன்.

நாணயக்கார அதிர்ச்சியடைந்தார். அதை கஷ்டப்பட்டு மறைத்தபடி, அதிகாரியை ஏறிட்டுப் பார்த்தார்.

லசந்தவின் நோட்டுப் புத்தகம் குறித்தும், அதிலிருந்த எண்கள் குறித்தும், அவை ராணுவ மோட்டார் சைக்கிள்கள் என்பது உறுதியாகியிருப்பது குறித்தும், இந்த வழக்கில் குற்றவியல் பிரிவின் பொறுப்பதிகாரியான சுகதபாலா காட்டுகிற அக்கறை குறித்தும் ஹேமலதா அதிகாரி விளக்க, நாணயக்காரவுக்குள் பதற்றம் படர்ந்தது. அதை வெளிக்காட்டிக் கொள்ளாமல், அந்தக் கோப்பினைப் புரட்டினார்.

லசந்த கைப்பட எழுதியிருக்கிற எண்கள், ராணுவ மோட்டார் சைக்கிள்களின் எண்கள் என்பதைக் காட்டுகிற ஆதாரங்கள் அந்தக் கோப்பில் இருந்தன.

ஒரு முறைக்கு இருமுறை அந்தக் கோப்பினைப் புரட்டியவர், இதைப் பற்றி வேறு யாரிடமாவது

பேசியிருக்கிறீர்களா என்றார். அதிகாரி தலையசைக்க, இது தேசப் பாதுகாப்புடன் தொடர்புடைய முக்கியமான வழக்கு எதுவாயிருந்தாலும் என்னிடம்தான் தெரிவிக்க வேண்டும். அவசரப்பட்டு யாருக்காவது சொல்வது, அதிலும் குறிப்பாக பத்திரிகையாளர்களுக்குச் சொல்வது கூடாது எச்சரிக்கையாக இருங்கள் என்றார் நாணயக்கார.

டி.ஐ.ஜி. தன்னைப் பாராட்டுவார் என்று எதிர்பார்த்த ஹேமலதா அதிகாரிக்கு, அவர் அப்படிச் செய்யாதது ஏமாற்றமாக இருந்தது. உயர் அதிகாரிகளில் ஓரிருவர் மட்டுமே, மற்றவர்களின் திறமையை மனம் திறந்து பாராட்டுகிற மனோநிலை கொண்டவர்கள் என்பது அவருக்குத் தெரியும். ஏமாற்றத்தை வெளிக்காட்டிக் கொள்ளாமல், டி.ஐ.ஜி.யிடம் விடைபெற்றார்.

லசந்த விக்கிரமதுங்கவை எப்படியாவது காப்பாற்றி விட வேண்டுமென்று 3 மணி நேரம் போராடிய களுபோவில மருத்துவமனை தலைமை மருத்துவர் டாக்டர் மோகன் சில்வா கொடுத்த அறிக்கையும், பிரேதப் பரிசோதனை செய்த டாக்டர் சுனில் குமார அறிக்கையும் ஒன்றோடொன்று முரண்பட்டிருந்தன.

துப்பாக்கிக் குண்டு காயங்களால் லசந்த உயிரிழந்திருக் கிறார் - என்றது சுனிலின் பிரேதப் பரிசோதனை அறிக்கை. மோகன் சில்வாவின் அறிக்கையோ, லசந்த உடலில் துப்பாக்கிக் குண்டு பாய்ந்ததற்கான அடையாளமே இல்லை என்றது.

இரண்டு அறிக்கைகளையும் நிருபர் நிர்மலா கன்னங்கரா காட்ட, லசந்தவைத் தொடர்ந்து சன்டே லீடர் ஆசிரியராகப் பொறுப்பேற்றிருந்த பிரெடெரிகா ஜேன்ஸுக்கு வியப்பாக இருந்தது. இருவருமே அனுபவமுள்ள மருத்துவர்கள். இப்படியொரு மிகப்பெரிய முரண் எப்படி சாத்தியம்?

உண்மையை மூடிமறைக்க யாரோ முயற்சிப்பதாக உணர்ந்தாள், பிரெடெரிகா. அநேகமாக அது கோதபாய

வாகத் தான் இருக்க வேண்டும். அவன் எந்த எல்லைக்கும் போகக் கூடியவன். லசந்தவின் பொறுப்பை தான் ஏற்றபோது, பத்திரிகை நண்பர்களில் சிலர் கூட இதைச் சுட்டிக்காட்டி, தன்னை அதைரியப்படுத்தியது நினைவுக்கு வந்தது.

ஒரு பெண் இதையெல்லாம் சமாளிக்க முடியுமா என்பது அவர்களது கேள்வி. அவர்களுக்கு ஒரு உண்மை புரியவில்லை. சன்டே லீடர், பிரெடெரிக்காவின் பத்திரிகை யல்ல .. லசந்தவின் பத்திரிகை . அவரது வியர்வையால் வளர்ந்து, அவரது ரத்தத்தால் நனைந்திருக்கிறது. எதற்கும் வளைந்து கொடுக்காதே, எவருக்கும் அஞ்சாதே என்பது, லீடருக்கு லசந்த கொடுத்த லட்சிய முழக்கம். அந்தக் கோட்டிலிருந்து லீடர் விலகாது என்பதை, மற்ற பத்திரிகை யாளர்களுக்கு மட்டுமல்ல, கோதபாயவுக்கும் நிரூபித்துக் காட்ட வேண்டும் என்று தோன்றியது பிரெடெரிக்காவுக்கு!

பிரெடெரிக்காவின் மௌனத்தைக் கலைத்தாள் நிர்மலா. ‘டாக்டர் சுனில் குமார, டி.ஐ.ஜி. நாணயக்கார வுக்கு உறவினர் என்று சொல்லப்படுகிறது’ என்றாள்.

அது ஒரு பரபரப்பான தகவல் தான் . என்றாலும், அவசரப்பட்டு பிழையான தகவல்களைப் பின்தொடரக் கூடாது என்று தோன்றியது.

இது வதந்திகள் பரவுகிற நேரம் நிர்மலா . நாம் எச்சரிக்கையாக இருக்க வேண்டும்.... அது எந்த அளவுக்கு உண்மை என்பதை முதலில் விசாரித்துவிடு என்றாள் பிரெடெரிக்கா.

கொலையாளிகள் தப்பவே முடியாதபடி வியூகம் அமைக்க வேண்டும் என்று நினைத்தவள், சின்னச் சின்ன சந்தேகங்களுக்குக் கூட இடம்கொடுத்துவிடாமல், அந்தக் கடமையை முழுமையாக நிறைவேற்ற விரும்பினாள்.

விசாரணை அதிகாரி சுகதபாலாவையும் அழைத்துக் கொண்டு டி.ஐ.ஜி. அலுவலகத்துக்கு உடனடியாக வரும்படி, ஹேமலதா அதிகாரிக்குத் தகவல் வந்தது. வரும்போது,

லசந்த விக்கிரமதுங்கவின் நோட்டுப் புத்தகத்தையும், காவல் நிலைய GCIB பதிவேட்டையும் கையோடு எடுத்துவரச் சொன்னார்கள்.

இப்போதாவது தங்கள் சேவைக்கு மதிப்பளிக்கிறார்களே என்கிற திருப்தியோடு, சுகதபாலாவை அழைத்து மகிழ்ச்சியோடு விஷயத்தைச் சொன்னார் ஹேமலதா அதிகாரி. உடனே புறப்படலாம் என்று அவர் சொல்ல, அவன் ஒரு நொடி யோசித்தான். அரைமணி நேரம் வாய்தா கேட்டான். வேலையை முடித்துவிட்டு வந்துவிடுகிறேன் - என்றான்.

மிரிஹனா அலுவலகத்தில், அவர்களுக்காகக் காத்திருந் தார், டி.ஐ.ஜி. நாணயக்கார. அவர்கள் வந்து சேர்கிற வரை ஒவ்வொரு நொடியும் ஒரு யுகமாகக் கழிந்தது அவருக்கு!

சுகதபாலா கொடுத்த GCIB -யையும், லசந்தவின் ஒரிஜினல் நோட்டுப் புத்தகத்தையும் பார்வையிட்டார். லசந்தவின் நோட்டுப் புத்தகம் தொடர்பான விவரங்கள் GCIBயில் எப்படி பதிவு செய்யப்பட்டிருக்கிறது என்பதை அறிந்துகொள்வதற்காக, அதைப் படித்துக் காட்டச் சொன்னார். சுகதபாலா படித்துக்காட்டினான்.

கிரைம் சீனைப் பார்வையிட்டபோது அந்த நோட்டுப் புத்தகம் கண்ணில் பட்டதையும், அது லசந்தவின் கார் முன் சீட்டில் டிரைவர் இருக்கைக்கு அடுத்த இருக்கையின் வலது மூலையில் இருந்தது என்பதையும் குறிப்பிட்டிருந்தான் சுகதபாலா. அதன் மேலிருக்கும் எண்கள் அவசர அவசரமாக எழுதப்பட்டதைப் போல் தெரிவதையும், அவை மோட்டார் சைக்கிள்களின் எண்கள் போல் இருப்பதையும் சுட்டிக்காட்டியிருந்தான். எதையுமே சுருக்கமாக எழுதாமல் விலாவாரியாக விவரித்திருந்தான்.

GCIBயில் இது எத்தனைப் பக்கம் இருக்கிறது - என்று நாணயக்கார கேட்க, நான்கு பக்கங்கள் என்றான் சுகதபாலா.

நாணயக்காரவுக்கு எரிச்சலாக இருந்தது.

ஒரு வரியில் எழுத வேண்டிய விஷயம் இதற்கு எதற்கு நான்கு பக்கம். என்றார், அந்த எரிச்சலை மறைத்துக் கொள்ள முடியாதவராய்!

சுகதபாலா பதில் சொல்லவில்லை.

மீண்டும், அந்தப் பதிவேட்டில் எதையோ தேடுபவரைப் போல், அதைப் புரட்டிக் கொண்டேயிருந்தார் நாணயக்கார. சுகதபாலாவும் ஹேமலதா அதிகாரியும் நின்று கொண்டேயிருந்தனர்.

நிமிர்ந்து அவர்களைப் பார்த்த நாணயக்கார, உட்காருங்கள் என்றார்.

அவர்கள் உட்கார்ந்ததும், சுகதபாலாவைப் பார்த்து, அந்த நான்கு பக்கங்களையும் அதிலிருந்து நீக்கிவிடு என்றார் நாணயக்கார. சுகதபாலா முகத்தில் அதிர்ச்சி படர்ந்தது. அவனைக் காட்டிலும் அதிகமாக அதிர்ந்து போனது ஹேமலதா அதிகாரிதான்! இப்படிச் சொல்வார் என்று அவன் எதிர்பார்க்கவே இல்லை. 'எல்லாவற்றையும் காவல்நிலையப் பதிவேட்டில்...' என்று அவன் ஏதோ சொல்ல வர, அவனைப் பேசவே விடவில்லை அவர். நான்கு பக்கம்தானே கிழித்து எடுத்துவிடுங்கள் என்றார் மீண்டும்!

சுகதபாலா முகத்தில் தர்மசங்கடமும் தயக்கமும் தெரிந்தது. அவனால் அதை மறைக்க முடியவில்லை. 'எதற்காகத் தயங்குகிறாய் 4 புதிய தாள்களைச் சேர்த்து புதிதாக பைண்ட் செய்துவிட்டால் வித்தியாசமே தெரியாது' என்றார் நாணயக்கார.

சேர், இதுதொடர்பான விசாரணையை ஆரம்பித்துவிட்டோம் என்றான் சுகதபாலா. ஆரம்பித்து விட்டால் அதற்கென்ன. நிறுத்தி விடு என்றார் டி.ஐ.ஜி.

மிகுந்த ஏமாற்றத்துடன் சுகதபாலா அவரைப் பார்க்க, இது என்னுடைய உத்தரவு இல்லை சுகதபாலா என்று, அவனது பெயரைக் குறிப்பிட்டே சொன்னார் நாணயக்கார.

இந்தத் தடயங்களை அழிக்க வேண்டுமென்று போலீஸ் ஐ.ஜி. வலியுறுத்துகிறார் அவரே அப்படிச் சொல்லும்போது, நானோ நீயோ வேறென்ன செய்ய முடியும்.. என்று நிறுத்தியவர், 'ஐ.ஜி. சொல்வதை நிறைவேற்ற மறுப்பது, நம் உயிருக்கே ஆபத்தாகிவிடலாம். நிலைமை அப்படி இருக்கிறது' என்றார், குரலைத் தாழ்த்தியபடி! அது ஒரு நேரடி மிரட்டல் என்பதை சுகதபாலாவால் உணரமுடிந்தது.

'நானும் உங்களைப் போலவே தான் தயங்கினேன். தேச நலன் கருதி இந்த விவரங்களை மறைக்க வேண்டியிருக்கிறது என்கிறார் ஐ.ஜி.! அவரே அப்படிச் சொல்லும்போது, நான் அவரை எதிர்த்துப் பேச முடியுமா' என்று நாணயக்கார கேட்க, இவர்களால் பதில் சொல்ல முடியவில்லை.

அனுசரித்துப் போய்விடுங்கள் என்று மறைமுகமாக மிரட்டுகிறார் என்பது தெளிவாகத் தெரிந்தது. என்னாலேயே மறுக்க முடியவில்லை. உன்னால் மறுக்க முடியுமா என்று கேட்பதற்கு வேறென்ன பொருள்! ஹேமலதா அதிகாரியும், சுகதபாலாவும் கையறு நிலையில் அமர்ந்திருந்தனர்.

சுகதபாலா ஏதோ சொல்ல முயல, நாணயக்காரவின் அலைபேசி ஒலித்தது. அழைத்தவரின் எண்ணைப் பார்த்ததும், பேசாதே என்பதுபோல சைகை காட்டிய வரின் முகத்தில் மாற்றம் தெரிந்தது. அலைபேசியை எடுப்பதற்குள் வியர்த்துவிட்டது.

சேர், அவர்கள் வந்து விட்டார்கள். இன்னும் சில நிமிடங்களில் வேலை முடிந்துவிடும் அவற்றை எடுத்துக்கொண்டு நானே உங்களிடம் வருகிறேன் என்ற நாணயக்கார, சில நொடி நேரம் எதுவுமே பேசவில்லை. அவருடைய முகக் குறிப்பிலிருந்து, எதிர்முனையில் பேசுபவர் அவர் மீது பாய்கிறார் என்பது தெரிந்தது. சரி சேர் சரி சேர் என்பதைத் தவிர வேறெதுவும் பேசவில்லை அவர். ஏழாவது முறையாக நாணயக்கார சரி சேர்

சொல்வதற்குள், எதிர்முனையில் இணைப்பு துண்டிக்கப் பட்டு விட்டது.

நாணயக்கார இவர்களைப் பரிதாபமாகப் பார்த்தார்.

நான் சொல்வதைச் சொல்லிவிட்டேன் இனி உங்கள் விருப்பம்! லசந்தவுக்கு விடுதலைப் புலிகளுடன் தொடர்பிருந்ததாகக் கூறப்படுவது எனக்குத் தெரியும் ..! ஐ.ஜி.யின் உத்தரவுக்கும் அதற்கும் ஏதோ தொடர்பிருக்கிறது என்று நம்புகிறேன் ! பயங்கரவாதத்தை எதிர்த்து நாடு போராடிக் கொண்டிருக்கும்போது, மேலதிகாரிகள் சொல்வதை ஏற்க மறுப்பது நாட்டுக்கு நல்லதல்ல! நீங்கள் உங்கள் இஷ்டத்துக்குத்தான் நடப்போம் என்றால், அதை ஐ.ஜி.யிடம் தெரிவித்து விடுகிறேன் என்றார்.

சாரி சேர் என்றான், ஹேமலதா அதிகாரி.

சுகதபாலாவுக்கு வேறு வழி இல்லாமல் போய் விட்டது. GCIB பதிவேட்டிலிருந்து, அந்த நான்கு பக்கங்களை அவன் கிழித்து எடுக்க, ஹேமலதா அதிகாரி உதவினான். இருவரும் அதை நாணயக்காரவிடம் ஒப்படைத்தனர்.

மேஜையின் மேலிருந்த லசந்தவின் நோட்டுப் புத்தகத்தை, தானே எடுத்துக்கொண்டார் நாணயக்கார. இதற்கு மேல் நான் பார்த்துக் கொள்கிறேன் என்றவர், இந்த வாகன எண்கள் தொடர்பான விசாரணைகளைத் தொடரவேண்டாம் . அதைக் கைவிட்டுவிடுங்கள் .! அடுத்து என்ன செய்ய வேண்டும் என்பதை நானே உங்களை அழைத்துச் சொல்கிறேன் என்றார்.

ஹேமலதா அதிகாரியும், சுகதபாலாவும் கனத்த மனத்துடன் மிரிஹனாவிலிருந்து புறப்பட்டனர்.

மவுன்ட் லெவினியா திரும்பியதும், போலீஸ் கான்ஸ்டபிள் சேனக சமரரத்னவை அழைத்துக்கொண்டு, இரத்மலானைக்குச் சென்றான் சுகதபாலா. அங்குள்ள விஸ்வகலா பிரிண்டர்ஸில், GCIBயைக் கொடுத்து, புதிய தாள்களைச் சேர்த்து ரீ பைண்ட் செய்தான்.

லசந்தவின் நோட்டுப் புத்தகம் போன்றே காணப்படுகிற

வேறு நோட்டுப் புத்தகம் கிடைக்க வாய்ப்பிருக்கிறதா என்று சமரரத்னவும் அவனும் கடைகளில் தேடினார்கள். ஆனால், அதே போன்ற நோட்டுப் புத்தகம் கிடைக்கவில்லை.

காவல்நிலையத்திலிருந்த மற்றவர்களுக்குத் தெரிகிற மாதிரியே இதையெல்லாம் செய்தான் சுகதபாலா. எல்லாவற்றுக்கும் யாரையாவது ஒருவரை கூடவே வைத்துக்கொண்டான்.

ஆனால், ஒரே ஒரு விஷயத்தை மட்டும் யாருக்கும் தெரியாமல் ரகசியமாகச் செய்திருந்தான், சுகதபாலா.

மிரிஹனாவிலிருந்து அழைப்பு வந்ததும், லசந்தவின் நோட்டுப் புத்தகத்தையும், GCIB பதிவேட்டின் பக்கங்களையும் முன் ஜாக்கிரதையாக போட்டோ காப்பி எடுத்து வைத்துக் கொண்டவன், அதைக் குறித்து எவரிடமும் மூச்சு விடவில்லை.

வவுனியாவிலிருந்து செட்டிக்குளத்துக்கு மோட்டார் சைக்கிளில் போய்க் கொண்டிருந்தார்கள் பால்ராஜும், குமாரசிங்கம் விஷ்ணுகுமாரும்! பால்ராஜ் தான் வண்டியை ஓட்டினான். இன்றைக்கு என்ன தேதி என்று அவன் கேட்க, பதினெட்டாம் தேதி என்றான் பின்னால் உட்கார்ந்திருந்த விஷ்ணுக்குமார். இந்தக் கட்டைவண்டியை வாங்கி சரியா 6 மாதமாகிறது என்றான் பால்ராஜ் சிரித்தபடியே!

அது செகண்ட் ஹான்ட் மோட்டார் சைக்கிள். தியாக ராஜா என்பவரிடமிருந்து, கடந்த ஆகஸ்ட் மாதம் தான் இந்த மோட்டார் சைக்கிளை அவன் வாங்கியிருந்தான். இன்று, 2009 ஜனவரி 18. வாங்கி ஆறு மாதம் ஆகிறது.

வண்டி அப்படியொன்றும் சொல்லிக் கொள்கிற மாதிரி இல்லை. வாங்கிய புதிதில் நிறைய செலவு வைத்தது. புது வண்டியே வாங்கியிருக்கலாம் என்று தோன்றியது. என்றாலும், இந்த மோட்டார் சைக்கிளின் நிறம் அவனுக்குப் பிடித்திருந்தது. நெய்தல் நிலத்தை நினைவூட்டும் நீல நிறம்.

எதிர்க்காற்று வேகமாக வீசியதால், செட்டிக்குளம் போய்ச் சேர இன்னும் ஒரு மணி நேரத்துக்கும் மேல்

ஆகுமென்று தோன்ற மோட்டார் சைக்கிளின் வேகத்தை அதிகரித்தான் பால்ராஜ்.

நிதானமா போய்ட்டு வாங்க என்று பால்ராஜின் மனைவி சொல்லியே அனுப்பியிருந்தாள். நானே நினைத்தால் கூட இந்த வண்டியை வேகமாக ஓட்ட முடியாது என்று அவளிடம் கிண்டலடித்திருந்தாலும், அந்த அளவுக்கு மோசமாக இல்லாமல், வண்டி நல்ல வேகமெடுத்தது.

பின்னால் வந்த வாகனம் ஒன்று, மோட்டார் சைக்கிளை விரட்டுகிற மாதிரி பேய்த்தனமாக நெருங்கிக் கொண்டிருந்தது. ஆர்மி ஜீப் மாதிரி தெரியுது ஒதுங்கி வழி விட்டுடு என்றான் விஷ்ணுகுமார். மோட்டார் சைக்கிளின் வேகத்தைக் குறைத்து, ஓரமாக ஒதுங்கினான் பால்ராஜ்.

அவர்களைக் கடந்ததும், சடன் பிரேக் அடித்து நின்றது அந்த DEFENDER ஜீப். நிதானமாகத்தான் போய்க் கொண்டிருந்தான் என்றாலும், முன்னால் போகிற வண்டி திடீரென நிறுத்தப்பட்டதால் நிலைகுலைந்த பால்ராஜ், கஷ்டப்பட்டு பிரேக் பிடித்து மோட்டார் சைக்கிளை நிறுத்தினான்.

ஜீப்பிலிருந்து இறங்கிவந்த நான்குபேரில் ஒருவன், 'தமிலா' என்றான் பால்ராஜிடம்.

பால்ராஜ் பயந்துபோயிருக்க, 'தமிழ்தான் .. ஆனா யாழ்ப்பாணம் இல்லை . வவுனியா' என்று சமயோசிதத் துடன் பதில் சொன்னான், விஷ்ணுக்குமார்.

வண்டி உன்னுடையதா?

இல்லை . அவரோட வண்டி!

இருவர் இவர்களிடம் விசாரித்துக் கொண்டிருக்கும் போதே, மற்ற இருவர் மோட்டார் சைக்கிளைப் பார்வையிட்டனர்.

அவர்கள் சிங்களத்தில் பேசியதைப் புரிந்துகொள்ள முடிந்தது, இவர்களால்!

அது கருப்பு நிறம் இது நீலம் என்றான் ஒருவன்.

புகழேந்தி தங்கராஜ்

பார்க்க அதே மாதிரி இருக்கிறது பொருத்தமாகத் தான் இருக்கும் என்றான் அடுத்தவன்.

எதற்கும் ஓபீசர்கிட்ட ஒரு வார்த்தை கேட்டுக்கோ என்றான், இவர்களை விசாரித்துக் கொண்டிருந்தவன்.

அவர்களில் உயரமானவன், தன் அலைபேசியிலிருந்து யாரையோ அழைத்தான்.

"சேர், அதேமாதிரி மோட்டார் சைக்கிள் கிடைத்திருக் கிறது தமிழர்களின் வண்டி தான்- இரண்டுபேர். இருவரும் இளைஞர்கள் . வண்டியின் நிறம்தான் வேறு, நீலம்" என்று தகவல் சொன்னான். மறுமுனையிலிருந்து என்ன பதில் வந்தது என்பது கேட்கவில்லை. நீண்ட நேரம் அலைபேசி யைக் காதில் வைத்திருந்தவன், சரி சேர் என்பதைத் தவிர வேறெதுவும் பேசவில்லை.

அலைபேசியில் பேசியவன், இவர்களை நெருங்கிவந்து, 'நீ புலியா' என்றான். இருவரும் அச்சத்தோடு இல்லை சேர் என்று ஒரே நேரத்தில் சொல்ல, பால்ராஜின் கன்னத்தில் ஓங்கி அறைந்தான். ஒரே அறையில் பொறி கலங்கிவிட்டது பால்ராஜுக்கு!

இவர்களை வண்டியில் ஏற்றுங்கள் .. என்றவன், கண்களைக் கட்டிவிடும்படி உத்தரவிட்டான். அவர்களது கண்கள் கட்டப்பட்டன.

சேர், நாங்க வவுனியாவுக்கே திரும்பிப் போய் விடுகிறோம் எங்களை விட்டுடுங்க என்று சொன்ன விஷ்ணுக்குமார், 'சேர், நாங்க புலி இல்லை' என்றான் பரிதாபமாக! ஜீப்பில் வந்தவர்களில் ஒருவனது முழங்கை இடிமாதிரி இறங்கியது அவன் முதுகில்! பேசாதே என்றான் அடித்தவன்.

அவர்கள் இருவரது கண்களும் கட்டப்பட்டன.

'நீ வண்டியை எடுத்துக் கொண்டு கொழும்புக்குப் போய் ஓபீசரைப் பாரு' என்கிற குரல் மட்டுமே கேட்டது பால்ராஜுக்கும் விஷ்ணுவுக்கும்!

ஏன் மறித்தார்கள், எதற்காக அடித்தார்கள், மோட்

டார் சைக்கிளை ஏன் கொழும்பு எடுத்துச் செல்கிறார்கள், கண்ணைக் கட்டி தங்களை எங்கே கொண்டுபோகிறார்கள் .. எதையுமே புரிந்துகொள்ள முடியவில்லை அந்த வவுனியா இளைஞர்களால்!

மோட்டார் சைக்கிள் புறப்படுகிற சத்தம் கேட்டது. அதைத் தொடர்ந்து ஜீப்பும் புறப்பட்டது. யூ டர்ன் எடுத்து, வேகமெடுத்தது.

அனுராதபுரா போ. இவர்களை அங்கேயிருந்து வழியனுப்பி வைக்கலாம் என்று டிரைவரிடம் சொன்னான், உயரமானவன். 'அதற்காக அனுராதபுரா உள்ளே போய்விடாதே . அவுட்டர்ல போ அங்கேயிருந்து அனுப்பி வைப்போம்' என்றான். மற்றவர்கள் அதைக்கேட்டுச் சிரிக்க, அச்சமூட்டுவதாக இருந்தது அந்த வெறிச் சிரிப்பு.

ஜீப் மேலதிக வேகமெடுக்க, பால்ராஜும் விஷ்ணுக்குமாரும், உறைந்துபோய் உட்கார்ந்திருந்தனர்.

சன்டே லீடரிலிருந்து நிருபர் வந்திருப்பதாக உதவியாளர் சொன்னவுடன், அதைத் தவிர்த்து விட நினைத்தார் டி.ஐ.ஜி. நாணயக்கார. முக்கியமான வேலையில் இருப்பதாகச் சொல்லி அனுப்பிவிடு என்று அவர் சொல்லி முடிப்பதற்குள், அந்தப் பெண் அறைக்குள் வந்துவிட்டாள்.

நான் நிர்மலா கன்னங்கார . சன்டே லீடர் ரிபோர்டர் என்று அறிமுகம் செய்துகொண்டவள், தன்னுடைய முகவரி அட்டையைக் கொடுத்தாள்.

அட்டையைப் பார்த்தபடியே, உட்காருங்கள் என்றார் நாணயக்கார.

நிர்மலா உட்கார்ந்ததும், லசந்தவைக் கொன்றவர் களைக் கண்டுபிடிக்கத் தீவிர விசாரணைகளை முன்னெ டுத்து வருகிறோம் . ஒரு தெளிவான இடத்தை விசாரணை எட்டியதும் உங்களுக்கு நாங்களே தகவல் சொல்கிறோம் என்றார்.

விரிவாக விசாரணை நடத்த நேரமெடுக்கும்

என்பதால், உங்களைத் தொல்லை செய்யக் கூடாது என்று எங்கள் ஆசிரியர் எங்களுக்குச் சொல்லியிருக்கிறார் என்ற நிர்மலா, நான் வந்தது விசாரணை விவரங்களை அறிவதற்காக அல்ல என்றாள்.

வேறெதற்காக - என்பதைப் போல நாணயக்கார அவளைப் பார்த்தார்.

சம்பவம் நடந்த ஒரு மணி நேரத்தில், தாக்குதலுக்கு உள்ளான எங்கள் ஆசிரியரின் காரை நேரில் போய்ப் பார்த்தேன் ! காரின் முன் இருக்கையில், ஆசிரியரின் குறிப்பு நோட்டுப் புத்தகம் இருந்தது. ஆனால் GCIBயில் அதைப் பற்றி எதுவும் குறிப்பிடப்படவில்லை .! மவுண்ட் லெவினியா காவல் நிலையத்தில் கேட்டதற்கு, எதுவாக இருந்தாலும் உங்களைத்தான் கேட்க வேண்டுமென்று சொல்லிவிட்டனர் அதனால்தான் வந்தேன் என்றாள் நிர்மலா.

நாணயக்காரவைப் பதற்றம் தொற்றிக்கொண்டது.

அதை மறைத்தபடி, தேநீர் சாப்பிடுகிறீர்களா என்று கேட்டு திசை திருப்பப் பார்த்தார். அவள் மறுத்து விட்டாள். அந்தக் குறிப்பு நோட்டுப் புத்தகம் .. என்று விட்ட இடத்திலிருந்து மீண்டும் ஆரம்பித்தாள்.

நீங்கள் அதைப் பார்த்தது நன்றாக நினைவிருக்கிறதா என்று கேட்டார் நாணயக்கார.

நன்றாக நினைவிருக்கிறது. டிரைவர் இருக்கைக்கு அடுத்த இருக்கையில் அது இருந்தது ..

கிரைம் சீன் என்பதால் நீங்கள் அருகில் போய்ப் பார்த்திருக்க வாய்ப்பில்லை கொஞ்சம் தள்ளி நின்று தான் பார்த்திருப்பீர்கள் நான் சொல்வது சரியா என்று அவர் கேட்க, தலையாட்டினாள்.

ரொம்பத் தள்ளியும் இல்லை, மிகவும் நெருக்கமாகவும் இல்லை என்றாள்.

அருகில் போய்ப் பார்க்க முடியாத சந்தர்ப்பத்தில், அந்த நோட்டுப் புத்தகம் அங்கே இருப்பதைப் போல

நீங்களாகவே கூட நினைத்திருக்க வாய்ப்பிருக்கிறது ..

இல்லை சேர் .. நிச்சயமாகப் பார்த்தேன் ..

உண்மையாகவே இருந்திருந்தால், காவல்துறை GCIBயில் அதைப் பதிவு செய்திருப்பார்கள் என்றவர், நீங்கள் பார்த்ததாகச் சொல்கிற சூழலை மீண்டும் நினைவுபடுத்திப் பாருங்கள். நானும் இந்த வழக்கின் பொறுப்பதிகாரியிடம் இதுகுறித்து விசாரிக்கிறேன். ஏதேனும் தகவல் இருந்தால் உடனடியாக உங்களுக்குத் தெரிவிக்கிறேன் என்றார்.

நிர்மலா எழுந்துகொண்டாள்.

நான் அதைப் பார்த்தேன் என்பதில் எந்த சந்தேகமும் இல்லை. தயவு செய்து விசாரியுங்கள்- என்று சொன்னவள், 'இந்த வழக்கில் யாரும் எதையும் மூடி மறைத்துவிடக் கூடாது என்கிற கவலையோடுதான் உங்களைச் சந்திக்க வந்தேன்' என்று சொல்லிவிட்டு வெளியேறினாள்.

நெற்றிப் பொட்டில் சுத்தியலால் அடித்ததுமாதிரி இருந்தது நாணயக்காரவுக்கு! யதார்த்தமாகச் சொல்லி விட்டுப் போகிறாளா, அல்லது எனக்கு எல்லாம் தெரியும் என்று மறைமுகமாக எச்சரித்துவிட்டுப் போகிறாளா? குழப்பத்தில் ஆழ்ந்தார்.

ஹேமலதா அதிகாரியோ சுகதபாலாவோ என்ன நடந்ததென்று இவளிடம் சொல்லியிருப்பார்களோ என்கிற அச்சமும் எழுந்தது. தான் சொன்னதைச் செய்ய அந்த அளவுக்குத் தயங்கியவர்களிடம், இனி இதையெல்லாம் கேட்டுக் கொண்டிருக்கவும் முடியாது. ஒன்று மட்டும் நிச்சயமாகப் புரிந்தது நாணயக்காரவுக்கு! மேலே எறிகிற எதுவும், கீழே வந்தே தீரும். அதைத் தவிர்க்க யாராலும் முடியாது!

அனுராதபுரத்திலிருந்து ஐந்தாவது மைலில் இருக்கிறது, காம்பிரிகஸ்வேவா. அனுராதபுரத்தைப் போலவே, இந்தப் பகுதியிலும் இதன் சுற்று வட்டாரப் பகுதிகளிலும் நிறைய புனிதத்தலங்கள். பௌத்த ஆலயங்கள் ஸ்தூபிகள். பாரம்பரியம்மிக்க தலங்களாக

யுனெஸ்கோவால் அறிவிக்கப்பட்டிருப்பவை. இது வவுனியாவிலிருந்து 60வது மைல். இங்கிருந்து கொழும்பு நகருக்கு 90 மைல்.

ஊருக்கு வெளியே அந்த டிஃபென்டர் ஜீப் நின்றிருந்தது. சுழன்று சுழன்று அடித்துக் கொண்டிருந்த பேய்க் காற்று, ஜீப்பையே கவிழ்த்துவிடுவதைப் போல் வீசியது. ஜீப்பில் ஒருவரும் இல்லை. அதில் வந்த 3 ராணுவத்தினரும் இல்லை, அவர்கள் அழைத்துவந்த வவுனியா இளைஞர்களும் இல்லை.

ஜீப் நின்ற இடத்திலிருந்து 200, 300 மீட்டர் தள்ளி, சாலையின் உட்புறத்தில், மரங்களின் ஊடாக ஜீப்பை நோக்கி வந்துகொண்டிருந்தார்கள் 3 பேர். வவுனியா இளைஞர்களைக் கடத்திய அதே மூன்று பேர். முகத்தை மறைக்கிற விதத்தில், கைக்குட்டையை முகத்தின் குறுக்காகக் கட்டியிருந்தனர். அவர்கள் வந்துகொண்டிருந்த திசையில், அவர்களுக்குப் பின்பக்கம், ஏதோ கொழுந்துவிட்டு எரிவதைப் போல் இருந்தது.

திடீரென காற்று திசைமாறி வீச, பிணம் எரிவதைப் போன்ற வாடை சாலையைத் தாக்கியது. கைக்குட்டையால் மூக்கை மூடிக்கொண்டிருந்தாலும், அதையும் ஊடுருவி உள்நுழைகிற வாடை. பிண வாடையைப் பொறுத்துக் கொள்ள முடியாமல், அவர்கள் மூவரும், ஓட்டமும் நடையுமாக வந்து ஜீப்பை நெருங்கினர். அதற்குள் காற்று வேறு திசையில் திரும்பிவிட, வாடை அகன்றது.

இவ்வளவு காற்று வீசும் என்று தெரிந்திருந்தால், இன்னும் ஒரு பத்து மைல் தள்ளிப்போய்க் கொளுத்தியிருக்கலாம் என்றான் மூவரில் ஒருவன். "புனிதத்தலங்கள் நிறைய இருப்பதால் பால்ராஜுக்கும் விஷ்ணுகுமாருக்கும் புண்ணியம் கிடைக்கட்டும் என்கிற நல்ல எண்ணத்தில்தான் காம்பிரிகஸ்வேவாவைத் தேர்ந் தெடுத்தேன்" என்று உயரமானவன் கொடுத்த நக்கல் விளக்கத்தைக் கேட்டு, மற்ற இருவரும் சத்தமாகச்

சிரித்தனர்.

அவர்கள் ஜீப்பில் ஏறும்போது, உயரமானவனின் அலைபேசி ஒலித்தது.

மறுமுனையில் பேசியவன், மோட்டார் சைக்கிளை உரிய இடத்தில் சேர்த்துவிட்டதாம் என்று தகவல் சொன்னான்.

அதில் வந்தவர்களையும் உரிய இடத்தில் சேர்த்துவிட்டோம்- என்று உயரமானவன் பதில் சொல்ல, மூவரின் வெடிச்சிரிப்புக்கு இடையில், ஜீப் புறப்பட்டது. காற்று மீண்டும் சாலையை நோக்கித் திரும்பியிருக்க, பிணங்கள் எரிகிற வாடை அந்தப் புனிதத்தலத்தின் திசைகளைப் பழித்தது.

லசந்தவின் கொலையாளிகள் பயன்படுத்திய மோட்டார் சைக்கிள் கைப்பற்றப்பட்டு விட்டது என்று டி.ஐ.ஜி. நாணயக்காரவுக்கு, போலீஸ் ஐ.ஜி. அலுவலகத்திலிருந்து தகவல் கிடைத்தது. அட்டிடியா கால்வாய்ப் பகுதியில் அது கண்டெடுக்கப்பட்டதாகத் தெரிவிக்கப்பட்டது. கேள்விகளுக்கு அப்பாற்பட்ட தகவல் என்பதால், அதுதான் உண்மை என்பதைப்போல விரைந்து செயல்பட வேண்டிய நிலை! அந்த நொடியிலேயே செயல்படத் தொடங்கிவிட்டார் நாணயக்கார.

மவுண்ட் லெவினியா காவல்நிலையத்தைத் தொடர்புகொண்ட அவர், ஹேமலதா அதிகாரிக்கு அந்தத் தகவலைக் கடத்தினார். அந்த மோட்டார் சைக்கிளின் எண்ணைத் தெரிவித்தார்.

இந்த வாகனத்தில் தான் கொலையாளிகள் வந்திருக்கின்றனர் - என்று நாணயக்கார சொல்ல, புதிய செய்தி போல அதைக் கேட்டுக்கொண்டான் அதிகாரி. அது யாருடையதென்று உடனடியாகக் கண்டுபிடித்துத் தகவல் தெரிவிப்பதாக அவருக்கு உறுதியளித்தான்.

டி.ஐ.ஜி. கொடுத்திருக்கும் எண் கொண்ட மோட்டார் சைக்கிளின் உரிமையாளர் வவுனியாவைச் சேர்ந்த

பரமசிவன் தியாகராஜா என்பதைக் கண்டுபிடிப்பது, இந்தக் கணினி யுகத்தில் எளிதாக சாத்தியமாயிற்று! அடுத்த நொடியே, இரண்டு இன்ஸ்பெக்டர்கள் அடங்கிய சிறப்புக் குழு, வவுனியாவுக்கு விரைந்தது. அந்தக் குழு தியாகராஜாவைத் தேடிப்பிடித்து, விசாரணை வளையத்தில் கொண்டுவந்தது.

மோட்டார் சைக்கிளின் சட்டப்படியான உரிமையாளர், இப்போதும், தியாகராஜா தான். அவருடைய பெயரில் தான் அது இருக்கிறது. ஆனால், வவுனியாவைச் சேர்ந்த பால்ராஜ் ராம்பிரகாஷ் என்பவருக்கு, சென்ற ஆண்டே, மோட்டார் சைக்கிளை அவர் விற்றுவிட்டார். அப்படி விற்றதற்கான சாட்சியங்கள் இருந்தன.

தியாகராஜாவின் பெயரிலேயே இருந்தாலும், இப்போது அது அவரது மோட்டார் சைக்கிள் இல்லை என்கிற விவரம் நாணயக்காரவுக்கு உடனடியாகத் தெரிவிக்கப்பட்டது. அவர் அதைக் காதில் போட்டுக் கொள்ளவே இல்லை. ''விற்றுவிட்டார், விற்கவில்லை என்பதெல்லாம் நமக்குத் தேவையில்லாத தகவல்கள். சட்டப்படி அந்த மோட்டார் சைக்கிள் யார் பெயரில் இருக்கிறதோ அவரை விசாரித்தே ஆக வேண்டும் தியாகராஜாவைக் கைது செய்து கொழும்புக்கு அழைத்து வந்து விசாரியுங்கள். சட்டப்படி எதையும் அணுகுங்கள்'' என்று சட்டப்படி உத்தரவிட்டார் நாணயக்காரா.

நடந்த குற்றத்தோடு எந்தத் தொடர்பும் இல்லாத தியாகராஜா என்கிற அந்த நிரபராதி, ஜனவரி 28ம் தேதி வவுனியாவில் கைது செய்யப்பட்டார். அன்றே, மேல் விசாரணைக்காக, கொழும்புக்கு அழைத்துவரப்பட்டார்.

லசந்த விக்கிரமதுங்கவைக் கொன்றவர்கள் யார் என்பது அரசுக்குத் தெரிய வந்திருக்கிறது. கொலை தொடர்பான முக்கிய விவரங்களை பிப்ரவரி மாதம் அதிபர் மகிந்த ராஜபக்ச வெளியிடுவார் -என்று, லசந்த கொல்லப்பட்ட இருபதாவது நாள், பாதுகாப்புத் துறை

பேச்சாளர் கேஹலிய ரம்பூக்வெல கொழும்பு செய்தியாளர்களிடம் தெரிவித்தான்.

தியாகராஜா கைது செய்யப்பட்ட சில மணி நேரத்தில், இந்த அறிவிப்பு வெளியானது

அதிகாரத்தில் இருப்பவர்களின் விருப்பத்துக்கேற்ப நடந்துகொள்வதுதான் அறிவுடைமை என்று நம்புகிறவர், நாணயக்கார. அதனால்தான், லசந்தவின் நோட்டுப் புத்தகத்தை மூடி மறைத்தார். GCIBயிலிருந்தே 4 பக்கங்களைக் கிழித்து எடுத்தார். சம்பந்தா சம்பந்தமில்லாமல், வவுனியாவைச் சேர்ந்த ஒருவரது மோட்டார் சைக்கிளை, லசந்த கொலையாளிகள் வந்த வாகனமாகக் காட்ட ஒத்துழைத்தார்.

அந்த மோட்டார் சைக்கிள், வவுனியாவைச் சேர்ந்த ஒரு தமிழருடையது என்று ஒரே ஒரு வார்த்தை சொன்னால் போதும்.. ஊடகங்கள் அதற்கு கண், மூக்கு, காது எல்லாம் வைத்து, லசந்தவைக் கொன்றவர்கள் விடுதலைப்புலிகள் என்று பறைசாற்றி விடுவார்கள். இது, நாணயக்காரவுக்குத் தெரியாததல்ல!

விடுதலைப் புலிகளைப் பற்றி என்ன சொன்னாலும் நம்பிவிடுகிற மனநிலையை சிங்கள மக்களிடம் விதைத்து நீண்ட நெடுங்காலமாகிவிட்டது. அது, இப்போது ராட்சச விருட்சம். அதை மூலதனமாக வைத்துத்தான் இவ்வளவும் நடக்கிறது என்பதை, பழம் தின்று கொட்டைபோட்ட அதிகாரியான நாணயக்கார எடுத்த எடுப்பிலேயே புரிந்துகொண்டார்.

ஆனால், இப்படியொரு தேவையற்ற தலைவலியை அது ஏற்படுத்தும் என்று அவர் எதிர்பார்க்கவே இல்லை.

உயர்ந்த இடத்திலிருந்து அலைபேசி அழைப்பு வந்தபோது, தம்மைப் பாராட்டத்தான் அழைக்கிறார்கள் என்று நினைத்தார். அவர் எதிர்பார்த்தது வேறு. நடப்பது வேறாக இருந்தது. வழக்கில் தேவையில்லாமல் குழப்பத்தை ஏற்படுத்திக் கொண்டிருப்பதாக அவர் மீது குற்றப்

பத்திரிகை வாசிக்கப்பட்டது.

லசந்த எழுதிவைத்திருந்த மோட்டார் சைக்கிள் எண்கள் குறித்து ஏன் விசாரித்தாய் - என்று தன்னிடம் கேட்டவர்கள், யாரைக் கேட்டு தியாகராஜாவைக் கைது செய்தாய் - என்று மீண்டும் பாய்ந்தபோது நொந்துபோனார்.

முறைப்படி விசாரணை நடத்துவதற்காகத்தான் வவுனியாவிலிருந்து அவரை அழைத்து வந்தோம் . ரிமாண்ட் செய்யவில்லை- என்று சமாளித்துப் பார்த்தார், நாணயக்கார.

இந்த வழக்கில் எல்லாமே முறைப்படிதான் நடக்கிறதா - என்கிற கேள்விக்கு என்ன பதில் சொல்வதென்று புரியவில்லை.

குற்றத்துக்குத் தொடர்பேயில்லாத ஒரு மூன்றாம் நபரை குற்றவாளியாக ஆக்கும்போது, ஆதாரம் என்று எதுவுமே இருக்காது என்பதால், அதைத் தேடிக்கொண்டிருக்கத் தேவையில்லை. போலீஸ் முறைகளின் படி பிழிந்து எடுத்து, அந்த நபரிடம் வாங்குகிற ஒப்புதல் வாக்குமூலம் தான் பெரிதும் பயன்படும். அந்த வாக்குமூலத்தை வலுப்படுத்துகிற விதத்திலான தடயங்களையும் சாட்சிகளையும் உருவாக்குவது, காவல்துறைக்குக் கை வந்த கலை.

நாணயக்காரவின் சர்வீஸில் இதெல்லாம், சர்வசாதாரணம். தடயங்களைக் கண்டுபிடிப்பதை விட, உருவாக்குவது எளிது என்பது இலங்கை காவல்துறையில் பாலபாடம். எத்தனையோ முறை, கொஞ்சம்கூட அலட்டிக் கொள்ளாமல், இதையெல்லாம் சாதித்திருக்கிற புலனாய்வுப் புலி அவர். மாட்சிமை தங்கிய நீதியரசர்களே ,பல வழக்குகளில் இதற்காக அவரைப் பாராட்டியதுண்டு.

தியாகராஜாவைக் கைது செய்யும்படி நாணயக்கார உத்தரவிட்டது இதற்காகத்தான்! ஆனால், கிணறு வெட்ட பூதம் கிளம்பிய கதையாக, அவர் ஒன்றை நினைக்க, மேலிடம் வேறெதையோ நினைக்கிறது.

இத்தனைக்கும் தியாகராஜாவைக் கைது செய்வதற்குத்

தேவையான ஒரு நியாயமான காரணம் கைவசம் இருக்கிறது. பால்ராஜ் என்பவருக்கு மோட்டார் சைக்கிளை விற்ற தியாகராஜா, அதை சட்டப்படி விற்கவில்லை. சட்டப்படி, பால்ராஜ் பெயரில் வாகனம் மாற்றப்பட வில்லை. இப்போதும், தியாகராஜா பெயரில்தான் அது இருக்கிறது. இந்த ஒரு குற்றமே போதும் . தியாகராஜாவைக் கைது செய்ய!

எதிர்முனையிலிருந்து வந்த குரல் கடுப்படிப்பதாக இருந்தது. ''தேவையில்லாமல் பிரச்சினையைக் குழப்பிவிட்டுவிட்டு, வாயே திறக்காமலிருந்தால் எப்படி'' என்று மறுமுனையிலிருந்து மிரட்டுகிற தொனியில் கேட்க, இதற்கும் மௌனம் சாதித்தார் நாணயக்காரர.

''கொலையில் தொடர்புடைய மோட்டார் சைக்கிள் கிடைத்துவிட்டது . மோட்டார் சைக்கிளை ஓட்டிக் கொண்டு போன அதன் உரிமையாளர்கள் இப்போது இல்லை அவர்கள் வவுனியாவைச் சேர்ந்த தமிழ் இளைஞர்கள் என்பதால், நடந்த கொலைக்கு விடுதலைப் புலிகள்தான் பொறுப்பு என்பதில் சந்தேகமே இல்லை . இப்படியொரு முடிவுக்கு வந்துவிட்ட பிறகு, மோட்டார் சைக்கிளின் உரிமையாளர் என்று யாரையோ கொண்டு வந்து விசாரித்துக் கொண்டிருந்தால், குழப்பம் எழுமா எழாதா . வேறொருவருக்கு அதை நான் விற்றுவிட்டேன் என்று இவர் சொன்னால், அந்த இன்னொருவர் என்ன ஆனார் என்கிற கேள்வி வருமா வராதா'' என்று கேட்டதும், நாணயக்காரவுக்கே கோபம் வந்துவிட்டது.

தான் சொல்கிற பொய்யை உண்மையென்றே நம்புகிறவன்தான் உலகிலேயே மோசமான புளுகன் - என்பதை உறுதி செய்கிற மாதிரி இந்தக் குற்றச்சாட்டு இருந்ததால், கொஞ்சம் உணர்ச்சிவசப்பட்டு விட்டார் நாணயக்கார. ''நான் என்ன செய்வது அந்த மோட்டார் சைக்கிளின் உரிமையாளர் உயிரோடு இருக்கிறாரே'' என்றார்.

இப்படியெல்லாம் பேசிக் கொண்டிருந்தால், தியாகராஜா உயிருடன் இருப்பான். நீ இருக்கமாட்டாய் அதைப் புரிந்துகொண்டு பேசு என்று எரிச்சலோடு பதில் வர, அதிர்ந்துபோனார் நாணயக்கார.

லசந்தவைக் கொன்றது ராணுவத்தைச் சேர்ந்த நான்கு பேர்தான் என்று ரணில் சொல்லியிருப்பது உனக்குத் தெரியுமா?

'தெரியும்' என்றார், நாணயக்கார தனக்கே கேட்காத குரலில்!

மோட்டார் சைக்கிள் எண்கள் ராணுவத்துடையவை என்பது உனக்கும் உனக்குக் கீழேயுள்ள அதிகாரிகளுக்கும் தான் தெரியும். அது எப்படி ரணிலுக்குத் தெரிந்தது?

இந்தக் கேள்விக்கு நாணயக்காரவால் பதில் சொல்ல முடியவில்லை.

உனக்குக் கீழேயிருக்கும் அதிகாரிகளைக் கட்டுப்படுத்தி வை விசாரணை என்கிற பெயரில் ஏற்கெனவே எடுத்து விட்ட முடிவுகளுக்கு முட்டுக்கட்டையாக இருக்காதே! எதுவாக இருந்தாலும் கேட்டுவிட்டுச் செய்... நீயாகவே உன் போக்கில் முடிவெடுக்காதே என்று எச்சரிக்கும் தொனியில் உத்தரவிட்டபிறகு எதிர்முனையில் தொடர்பு துண்டிக்கப்பட்டது.

நாணயக்காரவால் இருக்கையிலிருந்து எழுந்து கொள்ளக் கூட முடியவில்லை. அதிர்ச்சியிலிருந்து மீளாமல், டெஸ்க் டாப் மாதிரி அசையாமல் அமர்ந்திருந்தார்.

சுகதபாலாவிடமும் ஹேமலதா அதிகாரியிடமும் தான் சொன்ன அதே வார்த்தைகள் தன்னிடமே திருப்பிச் சொல்லப்படுவது, எதன் அறிகுறி என்பதை அவரால் விளங்கிக் கொள்ள முடியவில்லை. மேலே எறிகிற எதுவும் கீழே வந்தே தீரும் - என்பது மீண்டும் நிரூபிக்கப்பட்டி ருப்பதாக உணர்ந்தார்.

"என் பெயர் மட்டும்தான் இந்த விஷயத்தில் அடிபடுகிறது. கோதபாய தான் கொலையாளி என்று

திட்டமிட்டுப் பிரச்சாரம் செய்கிறார்கள் ! லசந்தவுக்கு வேறு எதிரிகளே இல்லையா'' என்று கோதபாய கொதித்துப் போய்க் கேட்க, அவனைப் பார்ப்பதைத் தவிர்ப்பதற்காக தலைகுனிந்து உட்கார்ந்திருந்தார் அதிபர் ராஜபக்ச.

லசந்தவைக் கொல்வதற்கு, உனக்கும் காரணங்கள் இருந்தன- என்று அடுத்த தாக்குதலைத் தொடங்கினான் கோதபாய. அது மிரட்டுகிற தொனியில் இருந்தது.

'லசந்த கொலைக்கும் எனக்கும் எந்தத் தொடர்பும் இல்லை' என்று மகிந்த ராஜபக்ச அவசர அவசரமாக மறுக்க, 'எனக்குத் தான் தொடர்பிருந்தது என்று சொல்ல வருகிறாயா' என்று கோபத்தோடு திருப்பிக் கேட்டான் கோதபாய.

"உன் பத்திரிகையின் போக்கு மாறாவிட்டால் உன்னைக் கொல்வதைத் தவிர எனக்கு வேறு வழியிருக்காது - என்று லசந்தவை மிரட்டியது நீயா நானா'' என்று கோதபாய கேட்க, மௌனம் சாதித்தான் மகிந்தன்.

அறைக்குள் நுழைந்த மகிந்தனின் மனைவி ஷிராந்திக்கு, கோதபாய சொன்னதில் பாதிதான் காதில் விழுந்தது. அதைவைத்தே மற்ற விஷயங்களை யூகித்து விட்டவள், 'அவர் அதிபர். அவரையே மிரட்டுகிறாயா' என்றாள், உரத்த குரலில்!

'அதிபர் என்பதை நான் மறுக்கவில்லை.. அதிபராக இருப்பவர், லசந்தவின் எதிரி என்பதை நினைவுபடுத்து கிறேன்' என்று விட்டுக்கொடுக்காமல் சுட்டிக்காட்டினான் கோதபாய. ஷிராந்தியாலும் மகிந்தனாலும் பதில் பேச முடியவில்லை.

மகிந்த, உன்னுடைய ஜாதகமும் உன் குடும்ப ஜாதகமும் எனக்கு அத்துப்படி. என்னென்ன செய்திருக் கிறீர்கள். என்ன செய்கிறீர்கள் என்பதை விரல்நுனியில் வைத்திருக்கிறேன். ஆனால், அதைப் பற்றி வெளியே ஏதாவது பேசியதுண்டா? எப்போதாவது உன்னைக் காட்டிக் கொடுத்திருக்கிறேனா -என்று கோதபாய கேட்க,

எழுந்துவந்து அவன் கைகளைப் பிடித்துக் கொண்டான் மகிந்தன்.

என்னை என்ன செய்யச் சொல்கிறாய், கோதா?

"ராணுவத்தினர்தான் லசந்தவைக் கொன்றனர். அதற்கு உத்தரவிட்டது சரத் பொன்சேகா தான் - என்று நம்முடைய அரசியல் எதிரி ரணில் விக்கிரமதுங்கவே சொல்கிறான்.. அவன் பேசியதைக் கூட உன்னால் பேச முடியவில்லை. ஒன்றுமே தெரியாதவனைப் போல, என்ன செய்வதென்று என்னையே கேட்கிறாய்" என்று பதிலளித்த கோதபாய, மகிந்தனின் கைகளை விலக்கிவிட்டு, அறையிலிருந்து வெளியேறத் திரும்பினான்.

எதையோ மறந்துவிட்டவன் போன்று, மீண்டும் திரும்பிப் பார்த்தான்.

"என்ன செய்வதென்று யோசித்து முடிவெடு.. நான் என்ன செய்ய வேண்டுமென்று நானும் யோசிக்கிறேன்" என்று சொல்லிவிட்டு வெளியேறினான்.

கோதபாய சொன்னதற்கு என்ன அர்த்தம் என்பது மகிந்தனுக்குப் புரிந்ததைப் போலவும் இருந்தது, புரியாததைப் போலவும் இருந்தது.

மகள் அகிம்சா மீது லசந்தவுக்கு இருந்த பாசத்தை, ஓரளவு நெருங்கி நின்று பார்த்து நெகிழ்ந்தது டயஸ் மட்டும்தான்! அவரைப் பிரிந்து மனைவி வெளிநாடு போனபிறகும், அப்பாவைப் பார்ப்பதற்காக இலங்கைக்கு அடிக்கடி வந்துவிடுபவள் அகிம்சா. அப்பா மீது அப்படியொரு பாசம். அவள் வந்துவிட்டால், வீட்டுக்கே ஒரு தனிப் பொலிவு வந்துவிடும். டயஸைப் பார்த்தால் பயந்து ஓடுகிற பக்கத்து வீட்டுப் பூனை கூட, அவளைப்பார்த்து விட்டால், ஒரு வித்தியாசமான மியாவ் மூலம் சிநேக பாவத்துடன் சிக்னல் கொடுப்பதைப் பார்த்திருக்கிறான்.

காலையில் அப்பாவை வழியனுப்பியவள், மாலையில் ஆம்புலன்ஸில் வந்து இறங்கிய அவர் உடலைப் பார்த்து

எப்படித் துடித்திருப்பாள் என்பதை நினைக்கிறபோதே அழுகை பெருக்கெடுத்தது.

கையிலிருந்த பாட்டிலை முகத்துக்கு நேரே தூக்கி, உற்றுப் பார்த்தார் டயஸ். அநேகமாக அந்த பாட்டிலைக் குடித்து முடித்திருந்தார். அளவுக்கு மீறிய சோகத்தைத் திசை திருப்புவதற்கான மாற்று வழி எதுவும் அவருக்குத் தெரியவில்லை. பையிலிருந்த மிச்சம் மீதியையெல்லாம் வெளியே எடுத்தார். இன்னொரு பாட்டில் வாங்கத் தேவையான தொகை இருந்தது. தள்ளாடியபடியே போய், இன்னொரு பாட்டில் வாங்கினார்.

கொலையாளி யாரென்று அகிம்சா சொன்னது, புதுபாட்டிலைத் திறக்கிற போது நினைவுக்கு வந்தது டயஸுக்கு! அதையும் அவளாகவே சொல்லவில்லை. யாராக இருக்கும் என்று டயஸ் கேட்டபோதுதான் சொன்னாள்.

உங்களுக்கும் தெரியும் அங்கிள் நிச்சயமாக, இது கோதபாயவின் வேலைதான். கொஞ்சம்கூட சந்தேகம் இல்லை என்று அவள் சொன்னது இப்போது கூட காதில் ஒலித்தபடியே இருக்கிறது.

அகிம்சா சொன்னது, நினைவுக்குவர, குடித்துச் சிவந்திருந்த கண்கள் கோபத்தில் மேலும் சிவந்தன, டயஸுக்கு! ''கோதா'' என்று உச்சஸ்தாயியில் அவன் எழுப்பிய குரல், அந்த பார் முழுக்க எதிரொலித்தது. குடித்துக் கொண்டிருந்த பலரும் திரும்பிப் பார்த்தனர்.

எல்லோரும் தன்னைப் பார்ப்பது டயஸுக்குத் தூண்டுதலாக இருந்தது. 'கோதபாய தான் கொலை செய்தான்' என்றான், உரத்த குரலில்!

ஆறேழு பேர் டயஸுக்கு அருகில் வந்துவிட்டார்கள். அவர்களில் ஒருவன் 'கோதபாய ராஜபக்சவா' என்று கேட்க, டயஸ் தலையாட்டினான். அவர்கள் புரிந்துகொள்வதற்காக, 'லசந்தவைக் கொன்றது கோதபாய தான்' என்று கத்தினான். இப்போது புதிதாக நாலைந்துபேர் அவர்களை

நெருங்கிவந்தார்கள். பார்ப்பதற்கு வாட்டசாட்டமாக படையினர் போலவே இருந்தார்கள்.,

கூட்டத்தில் ஒருவன், டயஸிடம், அது எப்படி உனக்குத் தெரியும் என்றான். 'எனக்குத் தெரியும்... நிச்சய மாக அது கோதபாயதான்' -என்றான் டயஸ். கூட்டத்தில் இன்னொருவன், 'ராஜபக்ச குடும்பமே அப்படித்தான் கொலை செய்யக் கூட தயங்க மாட்டார்கள்' என்றான். அப்படிச் சொன்னவனின் தலையில் ஓங்கித் தட்டினான், புதிதாக நெருங்கியவர்களில் ஒருவன்.

'அவனை ஏன் அடிக்கிறாய்' -என்று கேட்ட டயஸின் கன்னத்தில் இன்னொருவன் ஓங்கி அறைந்தான். போதையே தெளிந்து விடும் போலிருந்தது. சுற்றி நின்றவர்கள் பயந்து ஒதுங்க, கொத்தாக டயஸைப் பிடித்துத் தூக்கியவர்கள், வெளியே இழுத்துக்கொண்டு போனார்கள்.

வெளியிலிருந்த ஒரு ஜீப்புக்குள் டயஸைத் தள்ளும்போதே, பிடரியில் நாலு அடி விழுந்தது. நாலாவது அடி வாங்குவதற்குள் மயங்கிவிட்டான்.

மயக்கம் தெளிந்து எழுந்து பார்த்தபோது, அரை இருட்டில் ஒரு அறைக்குள் கிடந்தான் டயஸ். மிகச் சிறிய அறை. அறையின் சுவர்களில் ரத்தக்கறை படிந்திருப்பது மாதிரி இருந்தது. லேசாக சிறுநீர் வாடையும் அடிக்க, குமட்டியது அவனுக்கு!

அறைக்கதவு திறந்தே கிடந்தாலும், வாசலிலேயே காவலுக்கு உட்கார்ந்திருந்தான், ராணுவச் சீருடையில் இருந்த ஒரு இளைஞன். அவனிடம் 'இது எந்த இடம்' என்று கேட்க, 'அலரி மாளிகை' என்றான், நக்கலாக! கதவு வழியாக வெளியே தெரிந்த அடையாளங்களைப் பார்த்தபோது, அது ஒரு ராணுவ முகாம் மாதிரி இருந்தது.

சீருடை இளைஞன், வாக்கிடாக்கி மூலம், அவன் எழுந்து விட்டான் என்று யாருக்கோ தகவல் கொடுத்தான். டயஸைத் திரும்பிப் பார்த்தவன், 'இது திரிபோலி முகாம்' என்றான். ஏற்கெனவே இந்த முகாம் ஒரு மர்ம முகாம் என்று

கேள்விப்பட்டிருந்த டயஸுக்கு, உதறலெடுத்தது.

லசந்தவின் மூத்த சகோதரர் லால் விக்கிரமதுங்கவுக்கு, சன்டே லீடர் வார இதழைத் தொடங்கியதில் பெரும் பங்கு இருந்தது. லசந்தவைப் போலவே, அவரும் லீடரின் நிறுவனர். அலைபேசியில், மகிந்த ராஜபக்ச அழைக்க, அந்த அழைப்பைத் தவிர்த்துவிடலாமா என்று கூட யோசித்தார். நீண்ட அழைப்பொலிக்குப் பின்பே, அலைபேசியைக் கையிலெடுத்தார்.

'ஆயிபோவான்' -என்று மரியாதையாக பேச்சைத் தொடங்கினான் மகிந்தன்.

லசந்தவின் மறைவுக்கு அனுதாபம் தெரிவித்தான்.

முறைப்படி விசாரிக்கும்படி, காவல்துறைக்கு உத்தரவிட்டிருப்பதாகச் சொன்னான்.

நன்றி என்று சொல்லிவிட்டு, இணைப்பைத் துண்டிக்க முயன்றார், லால். மகிந்தன் விடவில்லை.

''லசந்த கொலைக்கு சரத் பொன்சேகா தான் பொறுப்பு என்கிற சந்தேகம் வலுத்து வருகிறது. என்றாலும், அவன் ராணுவத் தளபதியாக இருப்பதால் அவசரப்பட முடியாது. முறைப்படி விசாரித்து வருகிறோம்'' என்றான்.

பதிலே சொல்லாமல், இணைப்பைத் துண்டித்தார் லால் விக்கிரமதுங்க.

மகிந்த ராஜபக்ச போன்றவர்களின் அதிகாரத் திமிருக்கு, அவர்கள் காரணமில்லை . இரண்டரை கோடி இலங்கை மக்களின் கோழைத்தனம்தான் காரணம் ..! ஈவிரக்கமற்ற இந்த உண்மை இதயத்தில் ஈட்டிபோல் பாய்ந்தது.

யாருக்காக எழுதினான் லசந்த? போரின் பெயரால் இவர்கள் வரிப்பணம் கொள்ளையடிக்கப்படுவதைத் தானே சுட்டிக்காட்டினான் .! லசந்தவைக் கொன்றது யார் என்று இவர்கள் ஒன்றுபட்டு நின்று உரத்த குரலில் கேட்டிருக்க முடியாதா? இரண்டரை கோடி பேரில் இரண்டரை லட்சம் பேர் நீதி கேட்கத் திரண்டிருந்தால், மகிந்தனால் இப்படி

நக்கலடித்துக் கொண்டிருக்க முடியுமா? கோதபாயவுக்கு வேண்டுமானால், இன்னொரு கொலையாக இது இருக்கலாம் இரண்டரை கோடி மக்களுக்குமா!

சகோதரன் லசந்தவின் புன்னகை பூக்கிற முகம் நினைவுக்கு வர, விழி வழி இறங்கிய துயரின் மொழியைத் துடைத்தெறியக் கூட தோன்றவில்லை லால் விக்கிரமதுங்கவுக்கு!

'**கோ**தபாய தான் இந்தக் கொலைக்குக் காரணமென்று உனக்கெப்படித் தெரியும்' -என்று டயஸைக் கேட்டான் அந்த அதிகாரி. மற்றவர்கள் அவனுக்குத் தருகிற மரியாதை யிலிருந்து, அவன்தான் அந்த முகாமில் உயரதிகாரியாக இருப்பானென்று தோன்றியது டயஸுக்கு! பதில் சொல்லா விட்டால் அடிப்போம் - என்பதைப் போல, அவனைச் சுற்றி நின்றிருந்தார்கள் அத்தனைப் பேரும்!

அகிம்சா தான் தன்னிடம் அதைத் தெரிவித்தாள் - என்கிற உண்மையை அதற்குமேலும், அவனால் மறைக்க முடியவில்லை. இதைச் சொல்வதால், ஆஸ்திரேலியாவி லிருக்கிற அந்தக் குழந்தைக்கு எந்த ஆபத்தும் ஏற்படப் போவதில்லை என்கிற நம்பிக்கையில்தான் சொன்னான்.

அகிம்சா விக்கிரமதுங்க தான் இதைச் சொல்லிச்சி!

லசந்தவுக்கு எத்தனை வருடம் டிரைவராக இருந்தாய்?

பதினைந்து ஆண்டுகள் -என்றான் டயஸ்.

''கோத்தபாய என்னைக் கொல்லக்கூடும் என்று லசந்தவே உன்னிடம் சொல்லியிருப்பான்'' என்று சொன்ன அதிகாரி, 'நான் சொல்வது சரிதானே' என்று கையை ஓங்க, டயஸ் தலையாட்டினான்.

''அதை ஊரெல்லாம் சொல்லிக்கொண்டு திரிந்தால், அடித்தே கொன்று விடுவோம்'' என்றவன், டயஸின் இடுப்புக்குக் கீழே ஓங்கி மிதிக்க, மீண்டும் கீழே விழுந்தான். பூட்ஸ் காலால், அதே இடத்தில் இன்னும் நாலு மிதிமிதித்துவிட்டுத்தான் வெளியேறினான் அந்த அதிகாரி.

மற்றவர்கள் தங்கள் பங்குக்கு ஆளுக்கு நாலு மிதி மிதிக்க, உடலெல்லாம் புண்ணாகிவிட்டது டயஸுக்கு!

அன்று இரவு, அவனைத் தலைகீழாகத் தொங்கவிடப் போவதாக ரகசியக் குரலில் தெரிவித்தான், அறைக்குக் காவலாக இருந்த இளைஞன். பயத்திலேயே பாதி உயிர் போய்விட்டது. மயங்கிவிழுந்தான் டயஸ்.

முகத்தில் தண்ணீர் தெளித்து, ஒரு கோப்பை தேநீர் கொடுத்தார்கள் டயஸுக்கு! என்ன ஆனதென்று பார்க்க அதிகாரி வந்தபோது, அவன் காலைப் பிடித்து கெஞ்சினான். போதையில் தெரியாமல் சொல்லி விட்டேன் என்றான்.

இன்னொரு தடவை இப்படிப் பேசினால் உயிருடன் விடமாட்டேன் என்று அதிகாரி மிரட்ட, கண்டிப்பாகப் பேச மாட்டேன் என்று உறுதியளித்தான். 'கொழும்பி லேயே இருக்கக்கூடாது.. கண்காணாத இடத்துக்கு ஓடிப் போய்விடு' என்று எச்சரித்தே, வெளியே விட்டார்கள் டயஸை!

'கோதபாய பெயரைத் தேவையில்லாமல் இழுத்தால், இலங்கையின் எந்த மூலைக்குப் போனாலும், தேடிப்பிடித்து மிதிப்போம்' -என்று அவர்கள் மிரட்டியிருந்ததால், அதன்பிறகு இதுபற்றி டயஸ் பேசவேயில்லை.

அடி உதைக்குப் பயந்து சொந்த ஊருக்குப் போய்விட்ட டயஸ், அதற்கான காரணத்தையும் எவரிடமும் கூற வில்லை.

2010 ஜனவரி 18.

நுவரேலியாவுக்கு போகிற வழியில், தேநீர் அருந்துவதற்காக அவிசாவெலேயில் நின்றது சி.ஐ.டி. குழு. அப்போதே, லேசான மழை ஆரம்பித்துவிட்டது.

ஜனவரியில், மாதத்துக்குப் பத்து மழையாவது பெய்யும் நுவரேலியாவில்! ஆண்டுக்கு 165 நாள் மழை பொழிகிற, மழைப் பகுதி அது. அவிசாவிலேயே தூறல் என்றால், நுவரேலியாவில் மழை கடுமையாகத்தான் இருக்கும்.

நாவல்பிட்டியை அடைவதற்குள் மழை வலுத்து விட்டது. நிதானமாகத்தான் நகர வேண்டியிருந்தது

அவர்களது வாகனம்.

நுவரேலியாவுக்கு முன்பு, ஹட்டனில், பெரிய பெரிய துளியாக, சாலையே தெரியாத அளவுக்குக் கடுமையான மழை. அப்புறம் கொஞ்சம் விட்ட மாதிரி போக்கு காண்பித்துவிட்டு, நுவரேலியாவை நெருங்கியதும் மீண்டும் ஒரு பிடி பிடித்தது.

வளைந்து வளைந்து மேலேறும் சாலைகளில், ஒரு வளைவில் மழையில்லாததால், பள்ளிப் பிள்ளைகள் நிதானமாக பேசியபடியே சென்று கொண்டிருப்பதையும், அடுத்த வளைவில், அடிக்கிற மழையில், புத்தகம் நனைந்துவிடாதிருக்க தப்பி ஓடிக்கொண்டிருப்பதையும் பார்க்க முடிந்தது.

ஆண்டு முழுக்க நனைந்துகொண்டிருக்கும் அந்த மலைப்பிரதேசத்தில் யாரும் அதற்காக அலட்டிக் கொண்ட தாகத் தெரியவில்லை. மழைக்கு இடையே அவரவர் வேலையை அவரவர் பார்த்துக் கொண்டிருந்தனர். முதுகும் கூடையுமாய் ஒட்டிப் பிறந்துவிட்ட மலையகப் பெண்கள், கொழுந்து பறிக்க வரிசைக் கிரமமாகப் போய்க்கொண்டிருந்தனர். மலையையும் மழையையும் காட்டிலும் அதுதான் அழகாக இருந்தது.

பிச்சை ஜேசுதாசனின் மெக்கானிக் ஷாப் எது என்பதே, நுவரேலியாவில் நிறைய பேருக்குத் தெரியவில்லை. ஒருவழியாக, மழையிலேயே அதைத் தேடிப் பிடித்தது சி.ஐ.டி. குழு. அவர்கள் போன நேரம், கடை மூடியிருந்தது. பொதுவாகவே, கொஞ்சம் தாமதமாகத் தான் கடையைத் திறப்பார் என்றார்கள் அக்கம்பக்கத்துக் கடைக்காரர்கள்.

மழையில் ஒதுங்குவதற்குக் கூட இடமில்லை என்பதால், காரைவிட்டுக் கீழே இறங்கவேயில்லை சி.ஐ.டி. குழு. கடையிலிருந்து கொஞ்சம் தள்ளித்தான் காரை நிறுத்தி யிருந்தார்கள். தொலைவிலிருந்து பார்த்துவிட்டு, பிச்சை ஜேசுதாசன் சந்தடியேயில்லாமல் நழுவிவிடக் கூடாது

என்பதால், மிகுந்த எச்சரிக்கையோடு செயல்பட வேண்டியிருந்தது.

ஒரு மாதத்துக்கு முன்பு, 2009 டிசம்பரில், லசந்த கொலைவழக்கு சி.ஐ.டி.க்கு மாற்றப்பட்டது. சர்வதேச அழுத்தம்தான் அதற்குக் காரணம். வழக்கைக் கையிலெடுத்தபிறகு, சி.ஐ.டி. நடத்தப் போகிற முதல் நேரடி ஆபரேஷன், இந்த நுவரேலியா ஆபரேஷன் தான்.

பிச்சை ஜேசுதாசன் என்கிற மெக்கானிக்குக்கும், லசந்த கொலைக்கும் என்ன சம்பந்தம் என்பது சி.ஐ.டி.க்குத் தெரியவில்லை. ஆனால், லசந்த கொலைச் சதியில் பங்கு கொண்டவர்களை ஒருங்கிணைக்கிற மைய்யப் புள்ளியாக அந்த மெக்கானிக் இருந்திருப்பதைக் கண்டுபிடித்து விட்டார்கள்.

விசாரணையைத் தொடங்கிய ஓரிரு வாரத்திலேயே, கொலையாளிகள் தங்களுக்குள் தொடர்புகொள்ளப் பயன்படுத்திய 5 அலைபேசி இணைப்புகளை சி.ஐ.டி. கண்டுபிடித்து விட்டது. அவை, பிச்சை ஜேசுதாசன் என்பவரின் தேசிய அடையாள அட்டை மூலம், 2008 நவம்பர் மற்றும் டிசம்பர் மாதங்களில் வாங்கப்பட்டிருந்தன. அந்த ஜேசுதாசன் தான், இந்த ஜேசுதாசன்.

லசந்த படுகொலை செய்யப்பட்டது, 2009 ஜனவரி 8ம் தேதி. ஏறக்குறைய ஓராண்டாக எந்த முன்னேற்றமும் இல்லாமல், கொலை வழக்கு முடக்கப்பட்டிருந்தது. ஜேசுதாசனிடம் நடக்கப்போகிற இந்த விசாரணை, வழக்கில் ஒரு திருப்புமுனையாக இருக்கக்கூடும் என்பதால், ஆர்வத்தோடு காத்திருந்தனர் சி.ஐ.டி. அதிகாரிகள்.

மழை ஓரளவு நிற்பதற்கும் ஜேசுதாசன் வருவதற்கும் சரியாக இருந்தது. கடையைத் திறந்து அவர் உள்ளே போனதும், சி.ஐ.டி. புலனாய்வாளர்கள் ஐவரும் உள்ளே நுழைய, அவர் மிரண்டுபோனார். ‘வெறும் விசாரணைதான், பயப்படத் தேவையில்லை’ - என்று தைரியம் சொல்லியும், முகத்தில் அப்பிக்கொண்டுவிட்ட அச்சத்தை அகற்ற முடியவில்லை, ஜேசுதாசனால்!

அவரது தேசிய அடையாள அட்டையைக் காட்டும் படி கேட்டபோதே, மர்மத்தில் பாதி விலகிவிட்டது. ராணுவப் புலனாய்வுப் பிரிவைச் சேர்ந்த பியவன்ச என்பவன், சுமார் ஆறு மாதங்களுக்கு முன், ஜேசுதாசனுடன் நட்போடு பழகுபவன் போல் காட்டிக்கொண்டே, அவரது தேசிய அடையாள அட்டையைத் திருடியிருக்கிறான். அவன் திரிபோலி ராணுவப் புலனாய்வுப் பிரிவு முகாமைச் சேர்ந்தவன்.

பிச்சை ஜேசுதாசன் பொய் சொல்லவில்லை என்பது, நடந்தது என்ன என்பதை அவர் விரிவாக விவரித்ததிலிருந்தே தெரிந்தது. அவரிடம் இதுதொடர்பாக ஒரு வாக்குமூலத்தைப் பெற்றுக் கொண்டது சி.ஐ.டி.

அதற்குப் பிறகு பியவன்ச இந்தப் பக்கம் வரவேயில்லை -என்றார் ஜேசுதாசன்.

'திரிபோலி முகாமின் கட்டளை அதிகாரி, மேஜர் பிரபாத் புலத்வத்தே. அவனுக்குக் கீழ்தான் இந்த பியவன்ச இருக்க வேண்டும்' என்றான், சி.ஐ.டி. அதிகாரிகளில் ஒருவன். பிரபாத்திடம் தெரிவித்துவிட்டு, மறுநாள் திரிபோலிக்குச் சென்று பியவன்சவை விசாரிப்பதென்று முடிவெடுத்த சி.ஐ.டி. குழு, அவனை அடையாளம் காட்ட வேண்டியிருந்தால் தகவல் தெரிவிப்பதாகவும், அழைக்கும் போது ஜேசுதாசன் கொழும்புக்கு வரவேண்டியிருக்கும் என்பதையும் தெரிவித்துவிட்டு நுவரேலியாவிலிருந்து புறப்பட்டது.

ஜனவரி 18-ம் தேதி பிற்பகலில் கிடைத்த செய்தி, திரிபோலி ராணுவப் புலனாய்வுப் பிரிவு முகாமின் கட்டளை அதிகாரியான பிரபாத்தைப் பதற்றத்தில் ஆழ்த்தியது. பியவன்சாவோடு சேர்த்து, தன்னையும் சி.ஐ.டி. நெருங்கிக் கொண்டிருப்பது புரிந்தது.

பியவன்சாவை சி.ஐ.டி. விசாரிக்க வந்தால், அடுத்த இலக்கு தான்தான் என்பதை பிரபாத் அறிந்திருந்தான். தான் சொன்னதை சொன்னபடி செய்ததைத் தவிர,

அவனாக எதுவும் செய்யவில்லை பியவன்ச. அவனுக்கு வைக்கிற பொறி, தனக்கும் சேர்த்தே வைக்கப்படுகிற பொறி என்பதை உணர முடிந்தது பிரபாத்தால்!

ஆபத்து நெருங்குகிறது - என்கிற தகவலை யாருக்குத் தெரிவிக்க வேண்டுமோ அவர்களுக்கு உடனடியாகத் தெரிவித்தான், பிரபாத். அவர்கள் ஏதாவது செய்தால் மட்டுமே தான் தப்பிக்க முடியும். ஆனால், அதிபர் தேர்தலுக்கு ஒரு சில நாட்களே இருக்கிற நிலையில், தங்களைக் காப்பாற்றிக் கொள்ளவே தலைகீழாக நிற்பவர்களுக்கு, தன்னைக் காப்பாற்ற நேரம் இருக்குமா? பிரபாத்துக்குத் தெரியவில்லை.

அந்த ஜனவரி 18-ம் தேதி, லசந்த விக்கிரமதுங்க கொலை வழக்கில் மறக்க முடியாத இன்னொரு நாளாக ஆகி விட்டது. அது லசந்த கொல்லப்பட்ட 375வது நாள். அன்று காலையில்தான், சி.ஐ.டி. குழு நுவரேலியாவில் ஜேசு தாசனை விசாரித்தது. ஜேசுதாசன் கொடுத்துள்ள வாக்குமூலத்தின் அடிப்படையில், மறுநாள், திரிபோலி ராணுவப் புலனாய்வு முகாமில் பியவன்சவை விசாரிக்கத் திட்டமிட்டது.

நுவரேலியாவிலிருந்து கீழே இறங்கியபோது, மழை நின்று வானம் தெளிவாக இருந்தது. காரிலிருந்த சி.ஐ.டி. அதிகாரிகள் ஐவருக்கும், லசந்த வழக்கில் இருந்த மர்மம் அகன்றுவிட்டதைப் போலிருந்தாலும், இன்னும் எவ்வளவு தூரம் போக வேண்டும் என்று தெரியவில்லை.

குற்றவாளியைக் கிட்டத்தட்ட நெருங்கியாகிவிட்டது. இன்னும் 24 மணி நேரத்தில், குற்றவாளியைக் கொத்தாக அள்ளிக்கொண்டு போய் நீதிமன்றத்தில் நிறுத்திவிட முடியும். அது, வழக்கின் மர்ம முடிச்சுகளை அவிழ்க்கும் என்று நம்பினார்கள் அவர்கள்.

காட்சிகள் வேக வேகமாக நகர்ந்த நிலையில், எந்த முன்னறிவிப்பும் இல்லாமல், காரணமேதும் தெரிவிக்கப் படாமல், லசந்த கொலை வழக்கு, ஒரே இரவில் சி.ஐ.டி

யிடமிருந்து பயங்கரவாதத் தடுப்புப் புலனாய்வுப் பிரிவான TIDக்கு மாற்றப்பட்டது. ஜனவரி 18ம் தேதி காலையில் நுவரேலியாவுக்குப் போகிறபோது, சி.ஐ.டி.யின் பொறுப்பில் இருந்த லசந்த கொலை வழக்கு, ஜனவரி 18ம் தேதி நள்ளிரவில் TIDயிடம் ஒப்படைக்கப்பட்டு விட்டது.

இரவோடிரவாக, திரிபோலி முகாமிலிருந்து, தாய்லாந்திலுள்ள இலங்கைத் தூதரகப் பணிக்கு அனுப்பப்பட்டான் பிரபாத். இத்தனைக்கும், தாய்லாந்து தூதரகத்தில், அப்போது வெற்றிடம் எதுவும் இல்லை. ஏற்கெனவே அங்கே பணியிலிருந்த ஒரு அதிகாரியைக் கொழும்புக்குத் திருப்பி அழைத்த கோதபாயவின் பாதுகாப்புத் துறை, காலியான அந்த இடத்தை நிரப்ப பிரபாத்தை அனுப்பிவைத்தது.

அதிபர் தேர்தல் நடக்க இன்னும் சில நாட்களே இருந்தது. அதிகாரிகள் இடமாற்றம் போன்ற முடிவுகளை எடுப்பது அப்பட்டமான தேர்தல் விதிமுறை மீறல். அதைக் குறித்தெல்லாம், கோதபாயவின் செயலகம் கவலைப்படவே யில்லை. ஒரே இரவில் லசந்த கொலைவழக்கை விசாரித்தவர்கள் மாற்றப்பட்டனர், விசாரிக்கப்பட வேண்டியவர்கள் காப்பாற்றப்பட்டனர்.

அதிபர் தேர்தலில், மகிந்த ராஜபக்சவை எதிர்த்து சரத் பொன்சேகா போட்டியிட்ட 2010 தேர்தல் முடிவு, ராஜபக்ச குடும்பத்தை கேள்விகளுக்கு அப்பாற்பட்ட குடும்பமாக மாற்றிவிட்டது.

போர்க் கதாநாயகனாகப் போற்றப்பட்ட ராணுவத் தளபதி என்பதால், சரத் பொன்சேகாவுக்கு வெற்றி வாய்ப்பு இருப்பதாகவே தொடக்கத்தில் தோன்றியது. அனைத்து எதிர்க்கட்சிகளின் பொதுவேட்பாளர் என்பதால், வெற்றி நிச்சயம் என்று சொல்லப்பட்டது. எல்லா கணிப்புகளையும் மீறி மகிந்த ராஜபக்ச பெற்ற வெற்றி, சரத் பொன்சேகா என்கிற போர்க்கதாநாயகனை, குப்பைத்தொட்டியில் தூக்கியெறிந்தது.

வரலாற்றின் குப்பைத்தொட்டிக்குள் கிடந்த பொன்சேகாவைத் தேடிப்பிடித்து வெளியே எடுத்து, மானாவாரியாகக் குற்றஞ்சாட்டி, சிறையில் தள்ளியது மகிந்த ராஜபக்ச அரசு.

லட்சக்கணக்கான தமிழ் மக்களின் உயிர்களைக் குறித்து கவலையே படாமல், நிராயுதபாணியான அவர்கள் மீது மல்டி பேரல் ராக்கெட் லாஞ்சர்கள் மூலம் கண்மூடித்தனமாகத் தாக்குதல் நடத்திய பொன்சேகா என்கிற அந்த மாவீரன், தன்னுடைய ஒற்றை உயிருக்குப் பயந்து, அஞ்சி நடுங்க வேண்டியிருந்தது.

போரை வென்று கொடுத்தது கோதபாய தான் என்கிற பிரச்சாரம் ஒரு புறம் தீவிரமடைய, இன்னொரு புறம் லசந்த விக்கிரமதுங்கவைக் கொன்றது பொன்சேகாதான் என்கிற பிரச்சாரம் முடுக்கிவிடப் பட்டது.

பௌத்தத்தை மட்டுமே கடைப்பிடிப்பதாகச் சொல்லிக்கொள்கிற சிங்கள இனம், கட்டுக்கதைகளைக் கடைவிரிக்கும் GOTAS WAR போன்ற புத்தகங்கள் மூலம், ஒரு கொலைகாரனைத் தலைமேல் தூக்கிவைத்துக் கொண்டாடியது.

இந்தக் கோலாகல கொண்டாட்டங்களுக்கு மத்தியில், லசந்த கொலை வழக்கு வீரியமிழந்துவிட்டதைப் போலவே தோன்றியது. லசந்தவைப் போலவே, அவரது கொலை வழக்கும் நசுக்கப்படும் என்பதை முன்கூட்டியே அறிவிப்பது மாதிரி இருந்தது, சத்தமேயில்லாமல் நிகழ்த்தப்பட்ட ஒரு படுகொலை.

லசந்த வழக்கின் ஒரே நேரடி சாட்சியான நுவரேலியா பிச்சை ஜேசுதாசன், 2011ல் மர்மமான முறையில் உயிரிழந்தார்.

ஜனவரி 18ம் தேதி நள்ளிரவில், லசந்த கொலை வழக்கு தொடர்பான கோப்புகள், CID யிடமிருந்து பறிக்கப்பட்டு, பயங்கரவாத தடுப்பு புலனாய்வுப் பிரிவான TID யிடம் ஒப்படைக்கப்பட்டன.

ஏற்கெனவே சி,ஐ,டி. மேற்கொண்ட விசாரணைகளைத் தொடர்வதாகக் காட்டிக் கொண்ட டி.ஐ.டி., திரிபோலி ராணுவப் புலனாய்வுப் பிரிவு முகாமைச் சேர்ந்த பியவன்சாவைக் கைது செய்தது.

அந்தக் குற்றவாளிக்குத் துணையாக யாரையாவது அனுப்ப வேண்டுமென்று நினைத்தார்களோ என்னவோ, அவனால் ஏமாற்றப்பட்ட அப்பாவி மெக்கானிக் பிச்சை ஜேசுதாசனையும் கைது செய்து சிறையில் அடைத்தனர்.

சிறைக்குள், பியவன்சா சகல சௌகரியங்களையும் அனுபவித்துக் கொண்டிருந்தான். சட்ட நடைமுறைகள் குறித்தெல்லாம் கவலைப்படாமல், சிறைக்குள்ளேயே மாதச் சம்பளம், போனஸ் என்று சகலத்தையும் அவனுக்கு வழங்கியது கோதபாயவின் பாதுகாப்புத் துறை. சிறைக்குள்ளேயே அவனுக்குப் பதவி உயர்வு கிடைத்தது அந்த முறைகேட்டின் உச்சம்.

பியவன்சாவுக்கு அளிக்கப்பட்ட சலுகைகளுக்கு நேர்மாறானதாக இருந்தது ஜேசுதாசனின் சிறை வாழ்க்கை. சிறைக் கொடுமைகள் அனைத்தையும் ஒன்றுவிடாமல் அனுபவித்துக் கொண்டிருந்த அவர், தவணை முறையில் செத்துக் கொண்டிருந்தார்.

2011ல், சிறைக்குள்ளேயே ஜேசுதாசன் உயிரிழந்ததாக அறிவிக்கப்பட்டது. அதை மர்ம மரணம் என்று குறிப்பிடுவதில் அர்த்தமே இல்லை. அது ஒரு திட்டமிட்ட படுகொலை .. இருந்த ஒரே சாட்சியத்தை இல்லாமல் ஆக்குவது .

ஆக, லசந்த கொலை வழக்கில், பிச்சை ஜேசுதாசன் என்கிற நுவரேலியா துருப்புச் சீட்டு, ஆழக் குழி தோண்டிப் புதைக்கப்பட்டது.

மகிந்தனின் தேர்தல் வெற்றி, குற்றவாளி கோதபாயவை நெஞ்சு நிமிர்த்திப் பேச வைத்தது.

உலகின் நம்பர் ஒன் செய்தி நிறுவனமான பி.பி.சி., ஒரு பேட்டியின் போது, லசந்த பற்றி கோதபாயவிடம் கேட்டது.

லசந்த விக்கிரமதுங்கவா . அவர் யாரென்றே எனக்குத் தெரியவில்லை! நீங்கள் சொல்வதைப் பார்த்தால், வழக்கம் போலவே இது இன்னொரு கொலை . அவ்வளவுதான் பயங்கரவாதத்தை எதிர்த்து போரிட்டுக் கொண்டிருக்கும் போது இதைப் பற்றியெல்லாம் நான் கவலைப்பட்டுக் கொண்டிருக்க முடியாது சட்டம் தன் கடமையைச் செய்யும்- என்று மமதையுடன் பதிலளித்தான் கோதபாய.

இது இன்னொரு கொலை என்கிற வார்த்தையை இதற்கு முன்பும் பயன்படுத்தியவன்தான் என்றாலும், இப்போது, லசந்த யார் என்று கேட்கிற அளவுக்குப் போயிருந்தான் அவன்.

அடுத்த ஐந்தாண்டுகளில், லசந்த கொலை வழக்கு போன்ற வழக்குகளின் விசாரணைகள் முற்றிலுமாக முடக்கப் பட்டு விட்டன. எதை விசாரிப்பது, எதை விசாரிக்காமல் விடுவது என்பதை முடிவு செய்கிற பாதுகாப்புத் துறைச் செயலாளர் பதவியில் கோதபாய இருந்ததால், அந்த ஐந்தாண்டுகளும் குற்றவாளிகளின் பொற்காலமாக இருந்தது. அது, சி.ஐ.டி.க்கு அஞ்சி இரவோடிரவாக தாய்லாந்துக்கு ஓடிய பிரபாத் போன்றவர்களின் காலம்.

ஆனால், விதி விசித்திரமானது. தலைகனத்துத் திரிபவர்களின் திமிரை அடக்கி, அவர்கள் முகத்தில் கரும்புள்ளி செம்புள்ளி குத்தி விட்டுத்தான் ஓயும்.

கொழும்பு யார்க் வீதியில், பிரிட்டிஷ் கட்டடக் கலைக்குச் சான்றாக, கம்பீரமாக நிமிர்ந்து நிற்கிறது அந்த வெள்ளை மாளிகை. சி.ஐ.டி. எனப்படும் குற்றவியல் விசாரணைத் திணைக்களத்தின் அலுவலகம் அங்கே இருப்பதை, அதன் பெயர்ப் பலகையிலிருந்துதான் எவரும் தெரிந்துகொள்ள முடியும்.

சி.ஐ.டி.யின் ஒரு பிரிவான கொள்ளைக் கும்பல்கள் புலனாய்வுப் பிரிவின் பொறுப்பதிகாரியான நிஷாந்த சில்வாவின் அறைக்குள், அவரது அனுமதியையெல்லாம் கேட்காமல் நுழைந்து, சகட்டுமேனிக்கு அறையை அலசி

ஆராய்ந்து கொண்டிருந்தது, காற்று. டிசம்பர் ஆரம்பிக்கிற போதே ஆக்ரோஷமாக வீசத் தொடங்கிவிடுகிறது. கையிலிருந்த காகிதங்கள் பறக்க, எழுந்துபோய் ஜன்னலைச் சாத்தினார் சில்வா.

அவரது கையிலிருந்தவை, ஒன்றுக்கொன்று முரணான, இரு பிரேதப் பரிசோதனை அறிக்கைகள். அவற்றை உன்னிப்பாக கவனித்தார் நிஷாந்த சில்வா. ஒரே சமயத்தில் தரப்பட்ட இரண்டு அறிக்கைகளில் இவ்வளவு முரண் இருப்பது வியப்பளித்தது.

குற்றப் புலனாய்வுத் துறையிடம், லசந்த கொலைவழக்கு மீண்டும் ஒப்படைக்கப்பட்டு ஒரு வாரம் கூட ஆகவில்லை. வழக்கின் பொறுப்பு அதிகாரியாக நியமிக்கப்பட்டிருக்கும் சில்வாவின் பார்வைக்கு இந்த முக்கிய ஆவணங்கள் இன்றுதான் வந்தன.

2009ல், லசந்தவின் உடலை ஆய்வு செய்த இரு மருத்துவர்களின் அறிக்கைகள் அவை. ஒரு மருத்துவர், உடற்கூறு ஆய்வில் பழுத்த அனுபவமுள்ள டாக்டர் சுனில் குமார. இன்னொருவர், பேராசிரியர் டாக்டர் மோகன் சில்வா.

துப்பாக்கிக் குண்டு காயங்களால் லசந்த உயிரிழந்திருக்கிறார் - என்கிறது சுனிலின் அறிக்கை. மோகன் சில்வாவின் அறிக்கையோ, லசந்த உடலில் துப்பாக்கிக் குண்டு பாய்ந்ததற்கான அடையாளமே இல்லை என்கிறது.

இந்த முரண்பட்ட அறிக்கைகள், சில்வாவுக்குக் குழப்பத்தை ஏற்படுத்தவில்லை. கொலைகாரர்களைக் காப்பாற்றவும், உண்மைகளை மூடி மறைக்கவும், கொலை நடந்த அடுத்த நொடியே எல்லா நிலையிலும் முயற்சிகள் மேற்கொள்ளப் பட்டிருக்கின்றன. பிரேதப் பரிசோதனை அறிக்கைகளின் முரண் அதைத்தான் உணர்த்தியது.

எந்தப் புலனாய்விலும், முட்டுச் சுவர் என்று ஒன்று இருக்கவே முடியாது என்பது நிஷாந்த சில்வாவின் அனுபவம். புலனாய்வு செல்கிற பாதை சில சமயம்

முட்டுச்சந்துக்கு இட்டுச் சென்றுவிடும். அதில் போய் முட்டிக் கொண்டிருக்கக் கூடாது. திரும்பி நடந்து, பக்கத்துத் தெரு வழியாகப் போய் இலக்கை அடைவதுதான் புத்திசாலித்தனம். அதற்கெல்லாம் முகஞ்சுளிக்கக் கூடாது. அலுத்துக் கொள்ளக் கூடாது.

இரண்டு மருத்துவர்களின் அறிக்கைகளின் அடிப்படையே முரணானதாக இருக்கிறதென்றால், எது சரியானது, எது பிழையானது என்பதை முதலில் கண்டறிய வேண்டும். எவருடைய அறிக்கை பிழையானதோ அவர் குற்றவாளிகளுக்குத் துணை போயிருக்கிறார் என்று அர்த்தம். இது, குற்றவாளியை எட்டிப் பிடிக்க, அவர்களாகவே கொடுக்கிற பிடிமானம். குற்றத்தை மறைக்க முயன்று, குற்றவாளிகளைக் காட்டிக் கொடுத்துவிடுவார்கள். அதி மேதாவிகள்.

தவறுதலாக இப்படி அறிக்கை கொடுக்க வாய்ப்பேயில்லை.. இது திட்டமிட்டே தவறிழைப்பது.

தவறிழைக்கிற மருத்துவர்கள், இதுமாதிரி விசாரணைகளில், அநேகமாக, soft target. விசாரணையைத் தொடங்கிய உடனேயே என்ன நடந்ததென்று விலாவாரியாகச் சொல்லிவிடுவார்கள். அவர்களுக்கு எந்தப் பிரச்சினையும் வந்துவிடாதபடி பார்த்துக்கொள்வதாக உறுதியளித்தால் போதும் விசாரணை அதிகாரியின் வேலை முடிந்துவிடும்.

இதில் எந்த அறிக்கை சரியானது, எந்த அறிக்கை பிழையானது என்பதைக் கண்டறிவது சிரமமுமல்ல! மிக மிக எளிதானது. ஆனால், சட்டப்படி அதை அணுக வேண்டும். உயிரிழந்தவரின் உடலை மீண்டும் தோண்டி யெடுத்து, மறு பிரேத பரிசோதனை செய்வதுதான், சரியான அணுகுமுறை. ஆனால், அதற்கு நீதிமன்றத்தின் அனுமதி தேவை. உயிரிழந்தவரின் ரத்த உறவுகள் ஆட்சேபம் தெரிவிக்காமலிருக்க வேண்டும்.

லசந்த விஷயத்தில் இந்த நடவடிக்கை தேவையா

என்பதை இப்போதே தீர்மானிக்க வேண்டிய அவசியமில்லை. அதற்குமுன், வழக்கை இன்னும் ஆழமாகப் புரிந்துகொள்வது அவசியம்.

வழக்கில் நேரடியாகவோ மறைமுகமாகவோ தொடர்புடைய காவல் துறை அதிகாரிகள் மற்றும் ராணுவப் புலனாய்வுப் பிரிவு அதிகாரிகளை முழுமையாக விசாரிக்க வேண்டுமென்று முடிவெடுத்தார் சில்வா.

முன்னாள் சி.ஐ.டி. அதிகாரிகளைக்கூட விட்டுவைக்கக் கூடாது என்று தோன்றியது. 2008ல் சி.ஐ.டி. இயக்குநராக இருந்த சிசிரா மெண்டிஸிடம் லசந்தவைப் படுகொலை செய்யும் பொறுப்பு ஒப்படைக்கப்பட்டதாகவும், அதை அவர் ஏற்க மறுத்ததாகவும் கூட ஒரு தகவல் இருக்கிறது. இத்தனைக்கும் அவர் மீதே நிறைய மனித உரிமை மீறல் புகார்கள் இருக்கின்றன. அவரே மறுத்தாரென்பது புதிய தகவல்.

கோதபாய எவ்வளவோ வற்புறுத்தியும், அது ஒரு சட்டவிரோத உத்தரவு என்பதால் மெண்டிஸ் மறுத்துவிட்டதாகவும், அந்தக் கோபத்தில் அவர் வவுனியாவுக்கு டிரான்ஸ்பர் செய்யப்பட்டாரென்றும் கூறப்படுகிறது.

அரசு சொன்னதையெல்லாம் செய்துவந்த மெண்டிஸ், திடீரென வவுனியாவுக்கு மாற்றப்பட்டது மறுக்க முடியாத உண்மை. வதந்தியின் ஒரு பாதி உண்மையாக இருப்பதால், மறுபாதியும் அநேகமாக உண்மையாக இருக்கக் கூடும். லசந்த கொலை வழக்கு ஒரு நீண்ட பயணமாக அமையப் போகிறது என்பது சில்வாவுக்கு நன்றாகப் புரிந்தது.

லசந்த கொலை வழக்கு, சரியான பாதையில் போக வாய்ப்பே இல்லையென்றுதான், 2015 வரை நினைத்தார்கள் லசந்தவின் நண்பர்களும், உறவினர்களும்! மகிந்த என்கிற பிரமாண்டமான பிம்பம், மைத்திரிபாலா சிறிசேனா என்கிற மாஜி கிராம சேவகரால் அவ்வளவு விரைவில் தகர்க்கப்படுமென்று, எவருமே எதிர்பார்க்கவில்லை.

தனது நிழலிலேயே காலந்தள்ளிய மைத்திரிபாலா, தன் முதுகில் குத்திவிட்டு, பரம வைரி ரணிலின் ஆதரவுடன், தன்னை எதிர்த்து அதிபர் தேர்தலில் போட்டியிடு வாரென்று மகிந்த ராஜபக்ச கனவிலும் நினைக்கவில்லை. உள்ளேயிருந்தே இப்படியொரு பூநாகம் தலைவிரிக்க வாய்ப்பிருக்கிறது என்று மகிந்தனின் ஆஸ்தான ஜோதிடனும் கணிக்கவில்லை.

போட்டி உறுதியான பிறகும் ஜோதிடன் விட்டுக் கொடுக்கவில்லை. 'அந்தத் துரோகியால் உங்களை என்ன செய்ய முடியும்? மீண்டும் அதிபரானதும் கோதாவிடம் சொல்லி நாலு தட்டு தட்டினால் அவன் கதை முடிந்தது அதன்பிறகு, கொலையாளியைக் கண்டுபிடிக்க தீவிர விசாரணை, அதி தீவிர விசாரணை - என்று சொல்லிக் கொண்டே இருக்க வேண்டியதுதான்' என்றான், கொலைச் சிரிப்புடன்!

மகிந்தனின் கைத்தடிகள் விழுந்துவிழுந்து சிரிக்க அதிபர் மாளிகையான அலரி மாளிகையின் தூண்களெல்லாம் அதிர்ந்தன.

'லசந்தவுக்கு என்ன நடந்ததோ அதுவே தான் பிரகீத்துக்கும் நடந்தது. பிரகீத்துக்கு என்ன நடந்ததோ அதுவே தான்...'

என்று ஜோதிடன் நக்கலாக விவரிக்கத் தொடங்க, மீண்டும் ஒரு முறை அதிர்ந்தது அலரி மாளிகை. நெருங்கிக் கொண்டிருக்கிற விபரீதங்களை, அதிபருக்கு நெருக்கமாக இருந்த அவர்களில் எவரும் அறியவில்லை.

கோதபாய எந்த விஷயத்திலும் ஒரு முறைக்கு நான்குமுறை யோசிப்பவன். அண்ணன் மகிந்தனைப் போல, ஜோதிடர்கள் சொல்வதெல்லாம் வேதவாக்கு என்று நம்புகிறவனில்லை. புலனாய்வுப் பிரிவிலேயே கூட, தன் நம்பிக்கைக்குரிய அதிகாரியைக் கண்காணிக்க இன்னொரு அதிகாரியைப் பயன்படுத்துபவன். அவனாலேயே கூட, மைத்திரிபாலாவை கணிக்க முடியாது போய்விட்டது.

மைத்திரி நடித்தது அப்படியொரு அலாதியான நடிப்பு.

இன்னொன்றையும் கோதபாயவால் கணிக்க முடியாது போய்விட்டது. போரை வென்று கொடுத்த ராஜபக்ச குடும்பத்தைத் தூக்கியெறிந்துவிட்டு மைத்திரிபாலாவை சிங்கள மக்கள் கொலுவில் ஏற்றுவார்கள் என்று அவன் எதிர்பார்க்கவேயில்லை. ஆக, அது கோதபாயவின் கழுகுப் பார்வைக்குக் கிடைத்த மிகப் பெரிய தோல்வி.

அதிரடி அரசியல் திருப்பம் ஒன்று ஏற்படும் என்றோ, மைத்திரிபாலா அதிபராக ஆவாரென்றோ, மகிந்த ராஜபக்ச காலத்து முறைகேடுகள் மற்றும் குற்றங்களைத் தோண்டியெடுத்துக் குற்றவாளிகளைக் கூண்டில் நிறுத்த முயற்சிப்பார் என்றோ நிஷாந்த சில்வா கூட நினைத்துப் பார்த்ததில்லை. இவ்வளவும் நடந்து, லசந்த கொலை வழக்கு முதலான முக்கிய வழக்குகள் சில்வாவிடம் ஒப்படைக்கப்பட்டதெல்லாம், அவராலேயே நம்ப முடியாத அதிசயத் திருப்பங்கள்.

இரத்மலானை விமான நிலையத்திலிருந்து புறப்படுகிற, தரையிறங்குகிற விமானங்களின் பேரிரைச்சலை சகித்தபடி, தெஹிவலா அட்டிடியா சாலையில் மங்களா பள்ளி வாயிலில் நின்று கொண்டிருந்தார் நிஷாந்த சில்வா. காலையில், போர் விமானங்களின் பயிற்சி நேரம். அதனால் விமானங்களின் ஓசை கேட்டபடியே இருந்தது.

இதுதான் இலங்கையின் முதல் சர்வதேச விமான நிலையம். கட்டுநாயகவில் பண்டாரநாயக விமானநிலையம் பிரமாண்டமாக அமைக்கப்பட்ட பிறகு, இரத்மலானை இரண்டாமிடத்துக்குத் தள்ளப்பட்டு விட்டது. இப்போது இங்கிருந்து இயக்கப்படுபவை உள்ளூர் விமானங்கள் தான். மற்றபடி இது விமானப்படை தளம்.

சம்பவம் நடந்தது, இதே மங்களா பள்ளி அருகில் தான்! விமானங்களின் ஓசையில், துப்பாக்கியால் சுட்டிருந்தால் கூட அக்கம்பக்கத்தில் கேட்டிருக்க வாய்ப்பில்லை. அதனால், சம்பவம் நடந்த நேரம் விமானப் போக்குவரத்து

நேரமா என்பதை முதலில் தெரிந்துகொள்ள வேண்டும்.

காலை பத்து மணியாகிறது. பெரிய சாலைதான் என்றாலும், ஏகத்துக்கும் வாகன நெரிசல். உயர் பாதுகாப்பு வளையம் என்பதை யாரும் பொருட்படுத்தியதாகவே தெரியவில்லை. அனுமதிக்கப்பட்டிருக்கும் வேக வரம்பை சர்வசாதாரணமாக மீறிக்கொண்டிருந்தனர் வாகன ஓட்டிகள்.

இப்படியொரு சாலையில், தாக்குதல் நடத்தியவர்கள் எப்படி தப்பியிருக்க முடியும் என்கிற கேள்வி இயல்பாகவே எழுந்தது சில்வாவுக்கு! சாலையின் இரண்டு பக்கங்களிலும் 500 மீட்டருக்குள் பாதுகாப்பு அரண்கள். உயர் பாதுகாப்பு வளையத்தின் இறுக்கமான கட்டமைப்புகள் அருகிலேயே விமானப்படை தளம் ..

இதையெல்லாம் பார்க்கும்போது, சகட்டு மேனிக்கு சந்தேகங்கள் எழுவதைத் தவிர்க்க முடியவில்லை. லசந்த கொலையில் விமானப்படையும் பயன்படுத்தப் பட்டிருக்கலாமோ என்கிற கேள்வி எழுந்தது. கோதபாய நினைத்தால் என்ன வேண்டுமானாலும் செய்திருக்க முடியும்.

சம்பவம் நடந்தபோது தாக்குதலுக்குள்ளான லசந்தவின் காரில் துப்பாக்கிக் குண்டுகள் பாய்ந்ததற்கான அடையாளம் எதுவும் இல்லை என்பதை சி.ஐ.டி. அதிகாரிகள் நேற்றிரவு அவரிடம் உறுதி செய்தனர். காருக்கு வெளியேயிருந்து கொலையாளிகள் சுட்டிருந்தால், காரில் அதன் அடையாளம் இல்லாமல் இருக்க முடியாது.

வழக்கின் முக்கியத் தடயம் ஒன்றை மறைக்க முயன்ற போலீஸ் டி.ஐ.ஜி. நாணயக்காரவுக்கு, டாக்டர் சுனில் குமார நெருங்கிய உறவினர் என்பது, உறுதியாகத் தெரிய வந்திருக்கிற இன்னொரு தகவல்.

சம்பவம் நடந்த கணத்திலிருந்து, பிரேதப் பரிசோதனை அறிக்கை வெளியான நாள் வரை, சுனில் குமாரவுடன், தொடர்பில் இருந்திருக்கிறார் நாணயக்கார. அவர்களது அலைபேசி அழைப்புகள் தொடர்பான பதிவு அதை உறுதி

செய்கிறது. அவர்களுக்கிடையிலான உரையாடல்கள் குடும்பப் பிரச்சினைகள் தொடர்பானதா, லசந்த கொலை தொடர்பானதா என்பது குறித்து விசாரிக்க வேண்டியிருக்கிறது.

கூட்டிக் கழித்துப் பார்க்கையில், திட்டவட்டமாக ஒரு முடிவுக்கு வந்துவிடுவது எளிதாகவே இருக்கிறது. ஆனால், அதை ஆதார பூர்வமாக நிரூபிக்க நிறைய மெனக்கெட்டாக வேண்டும்.

ஓசை அதிகமாக இருக்க, திரும்பிப் பார்த்தார் சில்வா. விமானப்படையின் மிக் விமானம் ஒன்று தரையிறங்கிக் கொண்டிருந்தது. லசந்த விக்கிரமதுங்கவின் உயிருக்கு உலை வைத்த அதே மிக்.

2016 லசந்த கொலை வழக்கில் குறிப்பிடத்தக்க ஆண்டாக வடிவம் பெற்றது. நிஷாந்த சில்வா தலைமையிலான சி.ஐ.டி. குழு, புயல் வேகத்தில் இயங்கிக் கொண்டிருந்தது.

எந்தப் புலனாய்விலும் நிதானம் அவசியம்தான்! ஆனால், லசந்த வழக்கு, ஆண்டுக்கணக்கில் கிடப்பில் போடப்பட்டிருந்த வழக்கு. தடயங்கள் அழிக்கப்பட்டும் மறைக்கப்பட்டும் ஏழாண்டு ஆகிவிட்டது. மேலதிக தாமதம், கொஞ்சம்நஞ்சம் மிஞ்சியிருக்கிற பிடியைக் கூட நழுவச் செய்துவிடும். அதனால், ஓட்டமும் நடையுமாக இயங்க வேண்டிய நிலை சி.ஐ.டி.க்கு! உறக்கமில்லாமல் பணியாற்ற வேண்டியிருந்தது சில்வாவும் அவரது தோழர்களும்!

சம்பவம் நடந்த சமயத்தில் அதை நேரில் பார்த்தவர்கள் பலர். கண் முன்னால் பார்ப்பது மாதிரியே அதை நினைவில் வைத்திருந்தவர்கள், மிகச் சிலர். அவர்களைத் தேடிப் பிடித்தார்கள். அவர்கள் சொன்ன அடையாளங்களை வைத்து வரையப்பட்ட கொலையாளிகளின் ஓவியங்கள், மக்கள் பார்வைக்கு முன்வைக்கப்பட்டன. இவரைப் போன்றவர்களைத் தெரியுமென்றால் தகவல் கொடுங்கள் என்று சி.ஐ.டி. வேண்டுகோள் விடுத்தது.

அந்த நகர்வுக்கு ஓரளவு பலன் இருந்தது. ராணுவப் புலனாய்வுப் பிரிவினருக்குப் பயந்து சொந்த ஊருக்கு ஓடிவிட்ட, லசந்தவின் கார் டிரைவர் டயஸ், அதைப் பார்த்து கொழும்பு திரும்பிவிட்டான். அந்த ஓவியங்களில் ஒன்றில் இருப்பவன், தன்னைக் கடத்தியவனைப் போலவே இருப்பதாகச் சொன்னான் டயஸ்.

திரிபோலி ராணுவப் புலனாய்வு முகாமில் தன்னை அடைத்து வைத்திருந்ததாக டயஸ் சொன்னதை அடுத்து, அந்த முகாமில் அடையாள அணிவகுப்பு நடத்தப்பட்டது. தன்னைக் கடத்திய குழுவின் தலைவனாகச் செயல்பட்ட ராணுவப் புலனாய்வு அதிகாரியை மிகச் சரியாக அடையாளம் காட்டினான், டயஸ். அந்த அதிகாரியின் பெயர், பிரேமானந்த உடலகம. கோதபாயவின் அதி தீவிர விசுவாசி.

ரிவிரா மற்றும் தினமினா பத்திரிகைகளின் ஆசிரியரான, உபாலி தென்னக்கூன், லசந்தவைப் போலவே ராஜபக்ச அரசைக் கடுமையாக விமர்சித்து வந்தவர். லசந்த கொல்லப்பட்ட 15-வது நாள், ராணுவக் குழு ஒன்றால், அவர் தாக்கப்பட்டார்.

உபாலியைத் தாக்கியவர்களை, அவரும் அவரது மனைவியும் அடையாளம் காட்ட ஏற்பாடு செய்திருந்தது சி.ஐ.டி. அந்த அடையாள அணிவகுப்பில் தன்னைத் தாக்கியவர்களில் ஒருவனை மிகச் சரியாக அடையாளம் காட்டினார், உபாலி. அவரது மனைவியும் அதை உறுதி செய்தார். அவர்களால் அடையாளம் காட்டப்பட்டவனும், அதே பிரேமானந்த உடலகம தான்!

2016 ஜூலையில், ராணுவப் புலனாய்வுப் பிரிவு இயக்குநரகத்தில், உடலகம கைது செய்யப்பட்டான். விடுதலைப் புலிகளின் முன்னாள் தளபதி கருணாவின் பாதுகாப்பு ஏற்பாடுகளை நிர்வகித்து வந்தவன் அவன்.

உடலகம கைது செய்யப்பட்டது, கோதபாய ராஜ பக்சவை அதிர்ச்சியடைய வைத்தது. எந்த அதிர்ச்சியையும்

வெளிக்காட்டி விடாத அளவுக்கு இறுக்கமான முகம் அவனுக்கு! அவனே கூட, உறைந்துபோனான்.

பாதுகாப்புத் துறைச் செயலாளரிலிருந்து உயர் அதிகாரிகள், அமைச்சர்கள் எவரையும் விட்டுவைக்கவில்லை கோதா. அத்தனை பேரிடமும் நியாயம் கேட்பவன் போல, உதவி கேட்டான். நாட்டுக்காக சேவை செய்த ராணுவப் புலனாய்வு அதிகாரி ஒருவரை பொய்க் குற்றச்சாட்டுகளுக்காகக் கைது செய்வது நியாயமில்லை - என்கிற அவனது குரலுக்கு யாரும் செவிசாய்க்கவில்லை. உடலகம ரிமாண்ட் செய்யப்பட்டான்.

சி.ஐ.டி.யின் அடுத்த நகர்வு, மறு ஆய்வின் பொருட்டு, லசந்த உடலை வெளியே எடுப்பது. அதற்காக, நீதிமன்றத்தில் அனுமதி கேட்டது. 2009ல் பிரேத பரிசோதனை செய்த மருத்துவர்களின் அறிக்கைகள் ஒன்றோடொன்று முரண்பட்டிருப்பதை, தனது வேண்டுகோளுக்கான காரணமாகக் காட்டியது.

சி.ஐ.டி.யின் வேண்டுகோளை, 2016 செப்டம்பர் முதல்வாரத்தில், மவுன்ட் லெவினியா நீதிமன்றம் ஏற்றது. லசந்த உடலை வெளியே எடுத்து மறு ஆய்வுக்கு உட்படுத்துவதற்கான நாளாக, செப்டம்பர் 27ம் தேதியை நிர்ணயித்தது.

மூத்த மருத்துவர்கள் 3 பேரைக் கொண்ட நீதித்துறை மருத்துவர் குழு, அந்த ஆய்வை நடத்துமென்று அறிவித்த நீதிமன்றம், அதுவரை, கல்லறைக்கு பலத்த பாதுகாப்பு கொடுக்கும்படி காவல்துறைக்கு உத்தரவிட்டது.

2016 செப்டம்பர் 27.

லசந்த கொலைவழக்கின் இன்னொரு முக்கிய நாள்.

கொழும்பு பொது மயானம் இருக்கும் போரல்லா கனேடை முழுக்க போலீசார் குவிக்கப்பட்டிருந்தனர். லசந்த விக்கிரமதுங்கவின் கல்லறை இருக்கும் இடம், கறுப்பு நிற பிளாஸ்டிக் தடுப்புகளால் மறைக்கப்பட்டிருந்தது.

லசந்தவின் கல்லறை மீதிருந்த பளிங்குக் கல்லில்

பொறிக்கப்பட்டிருக்கும், சன்டே லீடர் இதழின் லட்சிய முழக்கமான - UNBOWED AND UNAFRAID என்கிற வாசகங்களை, முதல்முறையாகக் கல்லறையைப் பார்வையிட வந்தபோதே பார்த்தவர் தான் என்றாலும், முன்பைக் காட்டிலும் இப்போது அது மேலதிக பொருள் பொதிந்த வாசகமாக மிளிர்வதை உணர்ந்தார் நிஷாந்த சில்வா.

லசந்தவின் கல்லறையைத் தோண்டி, அவரது எச்சங்களை வெளியில் எடுக்கத் தயாராகிக் கொண்டிருந்த மயான ஊழியர்களிடம், கல்லறைக்குச் சேதமில்லாமல் பொறுமையாக வேலை செய்யும்படி கொழும்பு மாஜிஸ்திரேட் மொஹமத் பொறுப்புடன் அறிவுறுத்திக் கொண்டிருந்தார். அதைப் பார்த்துக் கொண்டிருந்தவர்கள், உண்மையான மனிதர்கள் இறப்புக்குப் பிறகும் மதிக்கப்படுவதை உணர்ந்திருப்பர்.

சில்வா என்றில்லை, சி.ஐ.டி. அதிகாரிகள் ஒவ்வொருவர் முகத்திலும் பொறுப்பும் கவலையும் தென்பட்டன. அவர்களது பயணம், உண்மையை நோக்கி முன்னேறிச் செல்வது தான்! அதற்காக கண்மூடித்தனமாக எதையோ முடிவெடுத்துவிட்டு, அதை எப்படியாவது நிரூபித்துவிட வேண்டுமென்று அவர்கள் நினைக்கவில்லை. அதனால்தான், உரிய விசாரணைகளுக்குப் பிறகு, உடலை வெளியே எடுக்கும் முடிவுக்கு வந்தனர்.

இது லசந்தவின் குழந்தைகள் மற்றும் உறவினர்களுக்கு மன உளைச்சலை ஏற்படுத்தக் கூடும் என்பதால், நீதிமன்றத்தின் அனுமதியைப் பெறும் முன்பே, அவர்களது அனுமதியைப் பெற்றிருந்தார் சில்வா.

கல்லறையின் முன் நீல நிறத்திலும், வெள்ளை நிறத்திலும் அமைக்கப்பட்டிருந்த இரண்டு தற்காலிக TENTகளில், மாஜிஸ்டிரேட் மற்றும் மருத்துவ நிபுணர்கள் இருக்க, அவர்கள் முன்னிலையில், கல்லறையைத் திறக்கும் பணிகள் தொடங்கின.

லசந்தவுடன் பணியாற்றிய பெண் பத்திரிகையாளர்

களான மந்தானா இஸ்மாயில் அபயவிக்கிரம, நிர்மலா கன்னங்கரா, தில்ருக்சி ஹந்துன்நெத்தி ஆகியோர் மட்டுமே, உடலை அடையாளம் காட்டுவதற்காக உள்ளே அனுமதிக்கப்பட்டிருந்தனர். மற்ற பத்திரிகையாளர்கள் உள்ளே அனுமதிக்கப்படவில்லை.

தங்களையும் உள்ளே அனுமதிக்கும்படி கோரிய பத்திரிகையாளர்களிடம், யாரையும் அனுமதிக்க வேண் டாம்... அப்பாவின் பழைய முகமே அவர்கள் நினைவிலிருக் கட்டும் என்கிற லசந்த குடும்பத்தினரின் வேண்டுகோள் எடுத்துச் சொல்லப்பட்டது. அதன்பிறகு அவர்கள் எதுவும் பேசவில்லை. மயானத்தின் வெளிவாயிலுக்கு அருகில் அமைதியோடும் பொறுமையோடும் காத்திருந்தனர்.

கல்லறைக்கு மேலேயிருந்த பளிங்குக் கல்லை சேதமில்லாமல் பெயர்த்தெடுக்க, கொஞ்சம் நேரம் பிடித்தது. கல்லறைக்கு முன் அமர்ந்திருந்த அனைவரும் அமைதியாக அதைப் பார்த்துக் கொண்டிருந்தபோது, அந்த அமைதியைக் குலைக்கும் விதத்தில், ஆளில்லா குட்டி விமானம் (DRONE) ஒன்று மயான வளாகத்துக்குள் நுழைந்து, லசந்தவின் கல்லறைக்கு மேலாக இறங்கி வந்து, படம் பிடிக்க முயன்றது.

உடனடியாக, தோண்டும் பணி நிறுத்தப்பட, கண்ணிமைக்கும் நேரத்தில் அந்த டிரோன் வேகமாய் மேலேறி, வெளியேறி பார்வையிலிருந்து மறைந்தது. ஒவ்வொரு நகர்விலும் முன்னெச்சரிக்கையுடன் திட்டமிட்டு செயற்பட்ட சில்வாவும் சி.ஐ.டி. போலீசாரும் அதிர்ந்து போயினர்.

அந்த அசம்பாவிதத்தால் சில நிமிடங்கள் தடைப்பட்ட பணி, மீண்டும் தொடங்கியது. முறைப்படியும் பாதுகாப்பாகவும் புதைக்கப்பட்டிருந்ததால், மூன்றடி தோண்டியதுமே உடலின் எச்சங்கள் கிடைத்தன. எழுந்து நின்று பார்த்த அனைவரது முகத்திலும் கவலை ரேகைகள். கனேடை பகுதியில் கனத்த அமைதி நிலவியது.

லசந்த கல்லறையிலிருந்த எச்சங்களை அடையாளம் காட்ட அருகில் வரவே தயங்கினர் மந்தானாவும் நிர்மலாவும் தில்ருக்சியும்! தங்களால் நேசிக்கப்பட்ட ஒரு உன்னதமான மனிதனின் குடும்பம் கொடுத்திருக்கிற பணி என்பதால் மட்டுமே, மிகமிக தர்மசங்கடமான இந்தக் கடமையைச் செய்ய அவர்கள் ஒப்புக்கொண்டிருந்தனர்.

அந்தக் கணத்தில் அனுபவிக்கிற வேதனையை வேறெந்தக் கணத்திலும் அனுபவிக்கப் போவதில்லை என்பதை மந்தானாவின் முகக்குறிப்பு உணர்த்தியது. கண்ணீர் மல்க, லசந்த உடலை அந்தப் பெண்கள் அடையாளம் காட்டினர். அதைத் தொடர்ந்து, லசந்த உடலின் எச்சங்களை, நீதித்துறை மருத்துவ அதிகாரிகள் பத்திரமாக சேகரித்தனர். அவற்றை எடுத்துச் செல்லத் தேவையான ஏற்பாடுகள் நடந்தன.

நீதித்துறை மருத்துவ அதிகாரிகளிடம் லசந்தவின் எச்சங்கள் ஒப்படைக்கப்பட்ட போது மதியமாகிவிட்டது. மிகுந்த பாதுகாப்புடன் அவர்கள் அதை எடுத்துச் செல்கிற வரை, சி.ஐ.டி. அதிகாரிகளின் முகத்தில் இறுக்கம் நீடித்தது.

ஆய்வின் பொருட்டு, தலைமை நீதித்துறை மருத்துவ அதிகாரி அலுவலகத்துக்கு, லசந்த உடலின் எச்சங்கள் பாதுகாப்புடன் கொண்டு செல்லப்படுமென்றும், ஆய்வு முடிந்தபிறகு மீண்டும் கனேடை கல்லறையில் புதைக்கப் படுமென்றும் ஏற்கெனவே நீதிமன்றம் தெரிவித்திருந்தது. அதற்கு ஒருசில வாரங்கள் ஆகுமென்று நினைத்தார் சில்வா.

மருத்துவர்கள் குழு, லசந்தவின் எச்சங்களுடன் அங்கிருந்து புறப்பட்ட போது, அங்கே இருந்தவர்கள் மூச்சுவிடுகிற சத்தத்தைக் கூட கேட்டுவிட முடிகிற அளவுக்குப் பேரமைதி.

ஒரு சின்ன தவறு கூட ஏற்பட்டு விடக் கூடாது என்பதற்காக, இந்த மூன்று வாரங்களாக உறக்கத்தைத் தொலைத்துவிட்டு பணியாற்றிய சில்வா, இப்போதுதான் நிம்மதிப் பெருமூச்சுவிட்டார்.

வெளியே காத்திருந்த பத்திரிகையாளர்களிடம் பேசியபோது, சுக்குநூறாக உடைந்துபோனார், மந்தானா.

"என் வாழ்வில் மிகவும் கடினமான தருணம் இதுதான். அந்த மனிதரின் உடல் எச்சங்களைப் பார்த்தவுடன் கோபத்தில் கொதித்துப் போனேன்! அதைப் பார்த்த கணத்தில், எவ்வளவு காலமாக நீதி மறுக்கப்பட்டிருக்கிறது எவ்வளவு காலமாக நாம் ஏமாற்றப்பட்டிருக்கிறோம் என்பதை உணர்ந்தேன் இதற்குமேலும் நாம் காத்திருக்க முடியாது. காத்திருக்கக் கூடாது.! கொலைகாரர்கள் யார் என்பதும், அவர்களைத் தூண்டிவிட்ட சூத்திரதாரிகள் யார் என்பதும் உடனடியாகக் கண்டுபிடிக்கப்பட வேண்டும்.! கைது செய்யப்பட்டுள்ள ராணுவத்தினரிடம் மட்டுமின்றி, அவர்களுக்குத் தலைமை தாங்கியவர்களிடமும் விசாரணை நடத்தப்பட வேண்டும்" என்று கண்கலங்க சொன்ன போதிலும், மந்தானாவின் பேச்சில் நெருப்பின் வெம்மையை உணர முடிந்தது.

நீதிக்காகக் காத்துக் கொண்டிருக்கிற எவருக்கும் இந்த வலியும் வேதனையும் இருக்கும். நீதி மறுக்கப்படுவதையும், தாங்கள் தொடர்ந்து ஏய்க்கப்படுவதையும், அதைக் கூட தட்டிக்கேட்க இயலாத தங்களது இயலாமையையும் நினைக்கையில் எழுகிற ஆத்திரம், அனலாய்ச் சுடும்.

மந்தானாவின் வேதனையின் வலியை சில்வாவால் புரிந்துகொள்ள முடிந்தது. லசந்த என்கிற அந்த மனிதனை நேசிக்கிற ஒவ்வொருவருக்காகவும், இந்த வழக்கில் தாமதமில்லாமல் நீதி நிலைநாட்டப்பட வேண்டும், குற்றவாளிகள் தண்டிக்கப்பட வேண்டும் என்று நினைத்தார்.

பிற்பகல் ஒன்றரை மணிக்கே, மருத்துவப் பரிசோதனை தொடங்கிவிட்டதாகத் தகவல் கிடைத்தது, சில்வாவுக்கு! ஒரு விசாரணை அதிகாரியாக இந்த வழக்கில் வாயுவேகம் மனோவேகத்தில் செயல்பட வேண்டும் என்று எதிர்பார்ப்பவர் அவர். மருத்துவர்களின் குழுவும், அதே

வேகத்தில் செயல்படுமென்று அவர் எதிர்பார்க்கவில்லை.

அந்தத் தகவல் மனநிறைவைத் தந்தது. வேண்டு மென்றே தாமதப்படுத்த வாய்ப்பேயில்லை. என்றாலும், மிகவும் நுணுக்கமான ஆய்வு. ஆய்வு முடிந்து, ஆய்வறிக்கை கிடைக்க ஒருசில வாரங்கள் கூட ஆகலாம். அதுவரை பொறுமையுடன் காத்திருக்க வேண்டும். கொஞ்சம் தாமதமானாலும், லசந்த வழக்கில் அந்த அறிக்கை திருப்புமுனையாக இருக்க வேண்டுமென்று விரும்பினார்.

உடலை மீண்டும் வெளியே எடுக்க வேண்டுமா என்று மீண்டும் மீண்டும் யோசித்தவர் சில்வா. லசந்த உடலின் எச்சங்களைப் பார்த்து மந்தானா அதிர்ந்துபோய் நின்றது நினைவுக்கு வந்தது. இறந்தவுடன் ஓர் உடலைப் பார்ப்பதற்கும் இதற்கும் வித்தியாசம் இருக்கிறது. புதைத்த இடத்தில், ஏழாண்டுகள் கழித்து, இருக்கப் போவது உடல் அல்ல! உடலின் எச்சங்கள்தான் கிடைக்கும். அவரது குழந்தைகளுக்கோ, அவரை ஆழமாக நேசித்தவர்களுக்கோ அந்த எச்சங்களைப் பார்க்கிற மனோதிடம் கண்டிப்பாக இருக்காது. இது தெரிந்தும், வேறு வழியில்லாமல் போய்விட்டது சில்வாவுக்கு!

யாரையும் உள்ளே அனுமதிக்கக் கூடாது, குறிப்பாக பத்திரிகையாளர்களை அனுமதிக்கவே கூடாது என்பதெல் லாம் சி.ஐ.டி. சொல்லி நீதிமன்றம் ஏற்றுக்கொண்ட அம்சங் கள். யாராவது ஒருவர் புகைப்படம் எடுத்துவிட்டாலும் போதும்.. காலமெல்லாம் அது லசந்த குடும்பத்தினரின் நிம்மதியைக் நாசமாக்கிவிடும்.

டிரோன் மூலம் கல்லறையைப் படமெடுக்க யார் முயற்சித்தது என்பது இன்னும் தெரியவரவில்லை. கொலை செய்தவர்களே இதற்கும் காரணமாக இருப்பார்களா? அல்லது ஏதாவதொரு ஆர்வக்கோளாறு ஊடகத்தின் வேலையா? நிச்சயமாகச் சொல்ல முடியவில்லை.

அவர்கள் யாராக இருந்தாலும், நல்ல நோக்கத்துடன் படம்பிடிக்க முயலவில்லை என்பது புரிந்தது. இதுபோன்ற

ஹை டெக் குற்றங்களில், குற்றவாளிகளை எளிதில் கண்டுபிடிக்குமளவு காவல்துறையின் தொழில்நுட்பம் வளரவில்லை என்பதை நினைக்கும்போது அவமானமாக இருந்தது சில்வாவுக்கு!

உடலகம சிறையில் இருக்கிற ஒவ்வொரு நாளும் தானே சிறையில் இருப்பதாகத் தவித்தான் கோதபாய. அவனை, பிணையிலாவது வெளியே கொண்டுவந்துவிட வேண்டும் என்பதற்காக, பரம வைரியான ரணிலை அணுகினான்.

''நான் மட்டுமல்ல அதிபரும் இந்த விஷயத்தில் உங்களுக்கு உதவ முடியாது ஒரு கொலை வழக்கில், நீதிமன்ற அனுமதியுடன் விசாரணை நடக்கிறது. அந்த விசாரணையில் நாங்கள் எப்படி குறுக்கிட முடியும்'' என்று கோதபாயவிடம் ரணில் மறுத்துவிட, உடலகமவுக்கான அனைத்துக் கதவுகளும் அடைக்கப்பட்டுவிட்டதைப் போல் இருந்தது. ஆனால், ரணிலுக்கே தெரியாமல், தன்னுடைய கதவைத் திறந்து வைத்திருந்தார், அதிபர் மைத்திரிபாலா.

லசந்த கொலையில் நேரடியாக ஈடுபட்ட கொலையாளிகளில் ஒருவன் உடலகம என்பது ஏறக்குறைய நிரூபிக்கப்பட்டுவிட்ட நிலையில், அவனது பெயரைக் குறிப்பிடாமல், பொத்தாம் பொதுவாகக் குரல் கொடுத்தார் மைத்திரி. 'தேசத்துக்கு சேவை செய்த ராணுவ அதிகாரி களை, விசாரணைக் கைதியாகவே எவ்வளவு காலம்தான் சிறையில் வைத்திருப்பீர்கள்' என்று அட்டர்னி ஜெனர லிடம் பொதுநிகழ்ச்சி ஒன்றில் மைத்திரி வெளிப்படை யாகவே கடுப்படித்தார்.

அடுத்த சில நாட்களில், 2016 அக்டோபரில், கைது செய்யப்பட்ட மூன்றாவது மாதத்திலேயே, ஜாமீனில் விடுதலை செய்யப்பட்டான் உடலகம.

லசந்த கொலை நடந்து முடிந்த புதிதிலேயே, அதைத் துல்லியமாகச் செய்து முடித்ததற்காக, ஜெர்மனியில் உள்ள இலங்கைத் தூதரகத்தில் சிறப்புப் பொறுப்பு ஒன்றை

அவனுக்குப் பரிசாகக் கொடுத்திருந்தான், கோதபாய! இப்போது, அவன் ஜாமீனில் வெளிவர வழிவகுத்ததன் மூலம், கோதபாயவையும் மிஞ்சிவிட்டார் மைத்திரி.

நாணயக்கார தொடர்ந்து சில நாட்கள் மீண்டும் மீண்டும் அலைபேசியில் அழைத்தும், டாக்டர் சுனில் குமார அவரது அழைப்பை ஏற்கவில்லை. வேறொரு அலைபேசியிலிருந்து அழைப்புவந்ததால் தெரியாமல் எடுத்துவிட்டவர், நாணயக்காரவின் குரலைக் கேட்டதும், எரிச்சலடைந்தார்.

ஆறேழு ஆண்டுகளுக்குப் பிறகு, எஞ்சியிருக்கிற எலும்புகளையும் கபாலத்தையும் வைத்து புதிதாக எதை யாவது கண்டுபிடிக்க வாய்ப்பிருக்கிறதா என்று நாணயக் கார கேட்க, எரிச்சலை மறைத்தபடி, 'தெரியவில்லை' என்று ஒரே வார்த்தையில் பதிலளித்தார்,

ஒரே வார்த்தையில் பதிலளித்தால் எப்படி அறிக்கை வித்தியாசமாக இருந்தால், உங்களுக்கும் பிரச்சினை தானே என்றார் நாணயக்கார.

எவ்வளவு நயவஞ்சகமான மிரட்டல் என்பது புரிந்தது சுனிலுக்கு! குப்பென்று வியர்த்துவிட, "இப்போதுள்ள சூழ்நிலையில் நமது அலைபேசி இணைப்புகளை ஒட்டுக் கேட்க வாய்ப்பிருக்கிறது அதனால் உங்களிடம் விவாதித்துக் கொண்டிருக்க விரும்பவில்லை" என்றார்.

நாணயக்கார விடுவதாக இல்லை. மூழ்கிக் கொண்டிருப்பவனுக்கு, கண்ணில் படுகிற துரும்பு கூட தூண் மாதிரி தெரியும். அப்படியொரு நிலையில் இருப்பவர் அவர். இந்த மூன்று மருத்துவர்களில் எவரையாவது நாம் தொடர்புகொள்ள... என்று அவர் தொடர, இணைப்பைத் துண்டித்தார் சுனில் குமார.

தலைக்கு மேலே கத்தி தொங்குவது நன்றாகத் தெரிந்தது. தன்னை ஆயுதமாகப் பயன்படுத்திக் கொண்டதோடு நின்றுவிடாமல், கேடயமாகவும் பயன்படுத்திக் கொள்ளப் பார்க்கிறார்கள். எத்தகைய

துரோகம் இது.? எவ்வளவு அயோக்கியத்தனம்! அவர்களை இதற்கு மேல், அனுமதிக்கக் கூடாது என்று நினைத்தார் சுனில் குமார.

இப்போது ஆய்வு மேற்கொண்டுள்ள மூன்று மருத்துவர்களில் ஒருவர், இவருக்கு வேண்டியவர்தான். என்றாலும் நேர்மையானவர். எந்த நிர்பந்தத்துக்கும் பணியாதவர். அவரிடம் போய் நிற்பது, தன் மீதுள்ள மிச்சம் மீதி மரியாதையையும் குழிதோண்டிப் புதைத்துவிடும்.

துப்பாக்கிக் குண்டுகள் லசந்த உடலைத் துளைத் திருப்பதற்கான அறிகுறியே இல்லை - என்பதுதான் அநேக மாக மருத்துவ அறிக்கையின் முடிவாக இருக்கப் போகிறது. அதில் சந்தேகமே இல்லை. ஆனால், என்ன மாதிரியான காயத்தால் அவர் உயிரிழந்திருக்கிறார் என்பதை, இத்தனை ஆண்டுகள் கழித்து கண்டுபிடிப்பது சிரமம். அதைத் தெரிந்துகொள்ளத் தான் சுனில் குமார காத்திருந்தார்.

அறிக்கை எப்படியிருந்தாலும், மீண்டும் தன்னை விசாரணைக்கு அழைப்பார்கள் என்று எதிர்பார்த்தார் சுனில் குமார. இப்போது நடக்கப் போவது, போலி விசாரணையாக இருக்கப் போவதில்லை. நிஜமான விசாரணை யாக இருக்கும். விசாரிக்கப் போகிறவர், நிஷாந்த சில்வா அதை நினைக்கும்போதே, உள்ளுக்குள் அச்சம் படர்ந்தது.

சில்வா, நின்று நிதானமாக ஊடுருவிப் பாய்கிற புலனாய்வாளர். அவ்வளவு சுலபத்தில் அவரை ஏமாற்றிவிட முடியாது. விசாரணைக்குக் கூப்பிட்டால் அவரிடம் சரணாகதி அடைந்துவிடுவதுதான் புத்திசாலித்தனம் என்று தோன்றியது சுனில் குமாரவுக்கு! கோதபாயவையும் நாணயக்காரவையும் காப்பாற்றுவதைக் காட்டிலும் தன்னைக் காப்பாற்றிக் கொள்வதுதான் முதன்மையானது என்கிற முடிவுக்கு வந்தார்.

கோதபாய தன்னைக் காப்பாற்றிக் கொள்ள எவரையும் பலி கொடுக்கத் தயாராக இருப்பவன். லசந்தவைக் கொன்றது புலிகள் தான் - என்று பழிசுமத்தக் கூட

கோதபாய கோஷ்டி முயன்றிருப்பது, இப்போது அம்பல மாகியிருக்கிறது. அப்படிப்பட்டவர்கள், ஒரு சாதாரண மருத்துவரான தன் மீது பாயத் தயங்குவார்களா என்ன!

மூன்று மருத்துவர்களின் அறிக்கை வந்தபிறகு தன்னை விசாரணைக்கு அழைத்தால், ஒளிவுமறைவில்லாமல் உண்மையைச் சொல்லிவிடுவது தான் நல்லது என்று தோன்றியது சுனில் குமாரவுக்கு!

அரசு மற்றும் காவல்துறையின் நிர்பந்தத்தால், அவர்கள் சொன்னமாதிரியே எழுதிக் கொடுத்தேன்- என்று வாக்குமூலம் கொடுப்பது தன்னுடைய மருத்துவ அறிவையும் களங்கத்திலிருந்து காப்பாற்றும் என்று நினைத்தார் சுனில். தன்னுடைய இமேஜ் என்பது, தான் வீரனா இல்லையா என்பதில் இல்லை. அது தனது மருத்துவ அறிவைப் பொருத்தது. அந்த இமேஜைக் காப்பாற்றிக் கொள்வதுதான் முக்கியம் என்று அவர் நம்பினார்.

நிர்பந்தத்துக்கு அடிபணிந்திருப்பது தனது கோழைத்தனத்தை ஊரறியப் பறைசாற்றும் என்பதில் சந்தேகமேயில்லை. மருத்துவப் புலமையற்றவன் என்கிற வீண் பழியைத் தாங்குவதை விட, கோழை என்கிற உண்மையை ஒப்புக்கொண்டுவிடுவது நல்லது

குற்றவாளிகளைப் பார்த்து எல்லோருமே பயப்படுவது சுனில் குமாரவுக்குத் தெரியும். அதற்கு என்ன காரணம் என்பதும் தெரியும். தங்கள் வழிக்கு வராதவர்களை தேசத் துரோகிகள் என்று அழைப்பதை குற்றவாளிகள் வழக்கமாக வைத்துள்ளனர். இதற்காகவெல்லாம் அவர்களைப் பார்த்து பயப்படுவது அர்த்தற்றது என்று சுனிலின் உள்மனசு கூறியது.

இப்படியிருக்கலாம், அப்படியிருக்கலாம் - என்றெல்லாம் பூசி மெழுகாமல், சிதறு தேங்காய் விட்டதைப் போல, புரிகிற மொழியில் தெள்ளத் தெளிவாக இருந்தது மருத்துவர் குழுவின் அறிக்கை. நடந்தது இதுதான் என்று நேர்படப் பேசியது.

பொதுவாகவே இதுபோன்ற சர்ச்சைக்குரிய

விஷயங்களில், பட்டும் படாமல் கருத்து சொல்வது படித்த மேதைகளின் சுபாவமாக மாறிவிட்டிருக்கிறது. சாமர்த்தியமான வார்த்தைகளைப் பயன்படுத்துவதன் மூலம், என்ன சொல்ல வருகிறார்கள் என்பதே புரியாத அளவுக்கு, குழப்பத்தில் ஆழ்த்துகிற அறிவாளிகள் பலர்.

நீதியையும் நேர்மையையும் காப்பாற்றுவதை விட, தங்கள் இருப்பைக் காப்பாற்றிக் கொள்வதற்காக, ஆங்கில மொழியறிவைப் பயன்படுத்துகிற அறிவுஜீவிகள் அவர்கள். அறிவு என்பது வியாபாரப் பண்டமாகிவிட்ட நிலையில், இது தான் யதார்த்தம்!

இத்தகைய சமகாலச் சூழலில், இப்படியொரு மறு ஆய்வு அறிக்கை அபூர்வமானது. சி.ஐ.டி.யின் வேலையை, இது பாதியாகக் குறைத்துவிடுமென்று தோன்ற, குற்றவாளிகளைக் கூண்டில் ஏற்றிவிட்டதாகவே நினைத்தார் சில்வா.

சில்வா எதிர்பார்த்ததைப் போலவே, அறிக்கை வெளியாக சில வாரங்கள் ஆகியிருக்கிறது. இது ஓரளவு தாமதம் தான் என்றாலும், அவர் நினைத்ததைப் போலவே, வழக்கின் திருப்புமுனையாக இருந்தது அறிக்கை.

நிஷாந்த சில்வாவின் முகத்தில், முன்னெப்போது மில்லாத உற்சாகம். நீதிக்கும் அநீதிக்கும் நடக்கிற இந்த தர்ம யுத்தத்தில், 3 மருத்துவர்களும் தங்கள் பங்கை முழுமையாகச் செய்திருக்கின்றனர். எந்தக் கருத்து வேறுபாடுமின்றி ஒருமித்த முடிவை அவர்கள் அறிவித்திருப்பது உத்வேகமளித்தது.

லசந்த வழக்கில் இருந்த முட்டுக்கட்டைகள் அனைத்துமே, செயற்கையானவை. அதனால்தான், அவற்றைத் தகர்த்து எறிந்துவிட முடியும் என்று உறுதியாக நம்பினார் சில்வா. அந்த நம்பிக்கை மேலும் வலுப்பட்டது.

துப்பாக்கியால் சுடப்பட்டதற்கான அடையாளம் எதுவும் லசந்த உடலில் இல்லை என்று குறிப்பிட்டதோடு நின்றுவிடாமல், கபாலத்தில் காணப்படும் காயங்களைக்

குறிப்பிடும்போது, Multiple stab injuries at Skull என்கிறது அறிக்கை.

அறிக்கையை மீண்டும் ஒருமுறை படித்துப் பார்த்தார் சில்வா. மூன்றாவது பக்கத்தின் கடைசி வரியைப் படித்தபோது, அவரையும் அறியாமல், நெஞ்சுக்குழி வரை அதிர்ச்சி ஊடுருவியது. அந்த வரியை இயல்பாகக் கடந்து போக அவரால் முடியவில்லை.

போரின் பெயராலும் தேசபக்தியின் பெயராலும் மக்களின் வரிப்பணத்தை அரசியல்வாதிகள் எப்படியெல்லாம் கொள்ளையடித்திருக்கிறார்கள் என்பதை அம்பலப்படுத்துவது அவசியம் தான். ஆனால், அதற்காக, லசந்த என்கிற நேர்மையும் துணிவும் கொண்ட பத்திரிகையாளன் என்ன விலை கொடுத்திருக்கிறான் என்பதை, அந்த வரி முழுமையாக உணர்த்தியது.

அந்த வரி ஏற்படுத்துகிற அதிர்ச்சியும் வலியும் வேதனையும், அந்த மனிதனின் கொலைக்கு நீதி பெறாமல் ஓய்ந்துவிடக் கூடாது என்கிற ஓர்மத்தை மீண்டும் மீண்டும் சில்வாவுக்குள் விதைத்தது.

அந்த வரியைக் கடந்து போ - என்று புத்தி முதுகைப்பிடித்துத் தள்ளினாலும், அந்த வரியிலேயே நிலைகுத்தி நின்றது இதயம். அதிலிருந்த வார்த்தைகள் மீண்டும் ஒருமுறை இதயத்தைக் குத்திக் கிழித்தன.

உலோகத்தாலான கூர்மையான ஆயுதம், லசந்த விக்கிரமதுங்கவின் கண்வழியே பாய்ந்து, மூளையைக் கிழித்திருக்கிறது .. என்கிற அந்த வரியை எளிதாகக் கடந்து போகமுடியவில்லை.

இதயம் முழுக்க லசந்தவின் ரத்தம் பிசுபிசுவென பரவுவதாக உணர்ந்தார் சில்வா. தமனிகளைப் பிய்த்தெறிந்துவிட்டு, தோள்பட்டை வழியாகக் கைகளில் இறங்கி, நகக் கணுக்கள் வழியே வெளியே கசிந்த ரத்தம் விரல்கள் அனைத்திலும் அப்பிக்கொண்டு விட்டதைப் போலிருந்தது சில்வாவுக்கு! கைகளை விரித்துப் பார்த்தார்.

வியர்வை. ரத்தம் மாதிரியே இருந்தது.

உலோகத்தாலான கூர்மையான ஆயுதம் என்கிற வார்த்தையிலேயே வன்முறை இருக்கிறது. கொலை செய்வதே வன்முறை தான். கோடூரமாகக் கொலை செய்வதென்பது, வரம்பு கடந்த வன்முறை.

எந்தக் கொலை வழக்கிலும், கொலை செய்யப் பயன்படுத்தப்பட்டிருக்கும் கருவி மிக முக்கியமான தடயம்.

உணர்ச்சி வசப்பட்ட நிலையில் நடந்திருக்கிற திடீர்க் கொலையா, திட்டமிட்டு நிகழ்த்தப்பட்டிருக்கிற கொலையா என்பதைக் கூட, கொலைக் கருவியை வைத்து யூகித்து விட முடியும். கொலைகாரனுடைய வக்கிரபுத்தியின் அளவைக் கூட அதை வைத்தே தீர்மானித்துவிடலாம். அது தீராப் பகையா, திடீர்ப் பகையா என்பதையும் முடிவு செய்துவிட முடியும்.

இன்னும் சொல்லப்போனால், கொலை செய்தது கூலிப்படையா இல்லையா என்பதைக் கூட, கொலைக்கருவிகள் காட்டிக் கொடுத்துவிடுகின்றன.

லசந்த என்பவர் ஒரு பத்திரிகையாளர். கொலை செய்ய வருகிறவர்களிடம் உடல்ரீதியாக அவர் மோதியிருக்கப் போவதில்லை. அப்படியிருக்க, அவரைத் தாக்க, மிக மிகக் கொடுமையான ஒரு கொலைக் கருவி பயன்படுத்தப் பட்டிருப்பதற்கு வேறு ஏதோவொரு அர்த்தம் இருப்பதாகத் தோன்றியது சில்வாவுக்கு!

சில்வாவை மட்டுமல்லாமல், சி.ஐ.டி. அதிகாரிகள் அனைவரையுமே அந்த வரி பாதித்திருக்க வேண்டும். சில்வாவை நெருங்கிய இளநிலை அதிகாரி ஒருவன், உலோகத்தாலான கூர்மையான ஆயுதம் - என்று மருத்துவர்கள் குறிப்பிட்டிருப்பதைப் பார்க்கிறபோது, அது STILETTO - வாக இருக்கலாம் என்கிற சந்தேகம் எழுகிறது என்றான். சில்வாவுக்கும் அவன் சொல்வது சரியாக இருக்கலாம் என்று தோன்றியது.

ஸ்டிலெட்டோவின் பூர்வீகம், இத்தாலி. இம்மியளவும்

வளைந்துவிடாமல் குத்திய இடத்துக்கு நேராகக் கிழித்துக்கொண்டு இலக்கைத் தாக்குகிற ஆயுதம்.

ஒருவகையில் அது கத்திதான் என்றாலும், கத்தி மட்டுமே இல்லை..! கத்தி வெட்டுவதற்கானது... ஸ்டிலெட்டோ குத்துவதற்கானது!

அதற்காக, குத்துவாள் என்றும் குறிப்பிட்டுவிட முடியாது.

குத்துவாள் - என்று மொழிபெயர்க்கும்போது, அதன் இயல்பான கொடுந்தன்மை அடிபட்டுப் போகிறது.

வேறெப்படி அதை அழைப்பது? வேறெதனுடன் அதை ஒப்பிடுவது?

தெரிந்த ஆயுதம் ஒன்றுடன் ஒப்பிட வேண்டுமென்றால், கடப்பாரையோடுதான் ஒப்பிட வேண்டும். பாறையைப் பிளக்கும்போதுகூட வளைந்துவிடுவதில்லை கடப்பாரை

ஸ்டிலெட்டோ என்பது ஊசி போல மெலிந்த, மினி கடப்பாரை. பிடித்திருக்கிற பகுதி தடித்தும், குத்துகிற பகுதி மெலிந்தும் இருப்பதைப் போன்ற கடப்பாரையின் வடிவமைப்புதான், சற்றேறக்குறைய ஸ்டிலெட்டோவின் வடிவமைப்பும்!.

குத்துகிற பகுதி ஊசி முனை போல மெலிந்து கொண்டே போகும் .. பிடித்திருக்கிற பகுதி ஓரளவு தடித்திருக்கும் .. பிடி நழுவிவிடாதிருக்கவும் குறி தவறிவிடாதிருக்கவும் கட்டாரியில் இருப்பதைப் போல குறுக்கு வெட்டில் ஒரு சிறிய உலோகப் பட்டை. இதுதான் பழைய ஸ்டிலெட்டோ.

ஏறக்குறைய கலைப்பொருள் மாதிரியே தோற்றமளிக்கும் ஸ்டிலெட்டோ, ஒரு மோசமான கொலைக்கருவி. இத்தாலியிலிருந்துதான், அது உலகம் முழுக்கப் பரவியது.

பதினாறு முதல் பத்தொன்பதாம் நூற்றாண்டு வரை, உலகெங்கும், தனி நபர் தாக்குதலுக்கு, ஸ்டிலெட்டோவே

அதிகம் பயன்பட்டிருக்கிறது. சுமார் முன்னூறு நானூறு ஆண்டுகள், உலகெங்கும், பாதாள உலகக் கும்பல்களுக்கு இடையிலான மோதல்கள் மற்றும் அரசியல் படுகொலைகளில் அதற்கு முக்கியப் பங்கிருந்தது.

KNIGHTS என்றழைக்கப்படுகிற வீர தீர பராக்கிரமசாலிகளின் கௌரவச் சின்னமாகவே அறியப்பட்ட ஸ்டிலெட்டோ, அவர்களது உயிருக்கும் சேர்த்தே உலைவைத்தது. தலையில் கவசம் அணிந்து கொண்டு மோதுகிற அவர்களது விழிகளைக் கிழித்தபடி உள்ளே நுழைய, அவர்கள் கண்சிமிட்டுகிற நேரமே போதுமானதாக இருந்தது ஸ்டிலெட்டோவுக்கு!

விழிவழியே நுழைந்து கபாலத்தைத் துளைத்துப் பாய்கிற ஸ்டிலெட்டோவை, அழுத்திப் பிடித்தபடி திருகுவதன் மூலம் எதிராளியை முற்றிலுமாகச் செயலிழக்க வைப்பது, கொடூரத்தின் உச்சம். அப்படித் திருகுகிற போது, கபாலக் கவசத்தால் பத்திரமாக பாதுகாக்கப்படும் மூளை கூழ்கூழாக்கப்படுகிறது. பார்வைத் திறன், செவித்திறன், நுகர் திறன், பேசும் திறன் உள்ளிட்ட இயல்பான இயக்கங்களுக்கு வழிகோலும் அத்தனை நரம்புகளும் அறுத்தெறியப்படு கின்றன. மனித உடலின் தலைமைச் செயலகம் நிர்மூலமாகி விடுகிறது. அந்த நொடியே மரணம் சம்பவிக்கிறது.

லசந்த என்கிற நிராயுதபாணியைக் கொல்ல ஸ்டிலெட்டோ போன்ற ஒரு கொடூரமான கொலைக் கருவி பயன்படுத்தப் பட்டிருப்பதைப் பார்க்கிறபோது, கொலைக்கும் மேலாக, இன்னொரு நோக்கம் இருந்திருக்கலாமென்று தோன்றியது சில்வாவுக்கு! இது, மற்ற பத்திரிகையாளர்களுக்கு விடுக்கப்பட்டிருக்கிற மறைமுக எச்சரிக்கையோ என்கிற சந்தேகம் எழுந்தது.

கொழும்பிலும், குற்றவாளிகளுக்கு இடையிலான குழு மோதல்களில், ஸ்டிலெட்டோவைப் போன்ற கூர்மையான நுனியைக் கொண்ட ஆயுதங்கள் பயன்படுத்தப் படுகின்றன. ஒரு குறிப்பிட்ட வகை ஸ்டிலெட்டோ, கொழும்பு பாதாள

உலக பயங்கரவாதிகளில் ஆறே ஆறு பேரிடம்தான் இருக்கிறது என்கிற கட்டுக்கதைகயெல்லாம் கூட உண்டு. அதை ஒரேயடியாக நிராகரித்து விடுவதற்கில்லை. அது நிஜமாகவும் இருக்கலாம்.

லசந்த கொலையில் கொழும்பிலுள்ள பாதாள உலகக் கும்பல்களுக்குத் தொடர்பிருப்பதைப் போல காட்டி, வழக்கைத் திசை திருப்புவதற்காக, ஸ்டிலெட்டோ பயன்படுத்தப் பட்டிருக்கிறதா? இந்தக் கோணத்திலும் விசாரிக்க வேண்டுமென்று நினைத்தார் சில்வா.

சேறும் சகதியுமாக இருந்தது, அந்த இடம். கூடவே கெட்ட நீர் வாடை. அதுதான் அட்டிடியா கால்வாய்ப் பகுதி. கைக்குட்டையால் முகத்தை மூடிக்கொண்டார் சில்வா. லசந்த கொல்லப்பட்ட இடத்துக்கும் இந்த இடத்துக்கும் அதிக தூரமில்லை.

இங்கேயிருந்துதான் லசந்தவைக் கொன்ற கொலையாளிகளின் மோட்டார் சைக்கிள் கண்டெடுக்கப் பட்டதாகச் சொல்கிறது, மவுன்ட் லெவினியா காவல்துறை. அந்தக் காவல்நிலைய எல்லைக்குள் லசந்தவைக் கொலை செய்தவர்கள், அதன் எல்லைக்குள்ளேயே மோட்டார் சைக்கிளை விட்டுவிட்டுப் போயிருப்பது, சில்வாவுக்கு வியப்பளித்தது.

கொலை செய்தவன் மோட்டார் சைக்கிளிலேயே தப்பித்துப் போய்விட முயலவில்லை. அந்த வாகனம் தன்னை அடையாளம் காட்டிவிடும் என்கிற அச்சம், அதற்குக் காரணமாக இருந்திருக்கலாம். அது ஓரளவு ஏற்றுக்கொள்ளக் கூடிய, இயல்பான காரணம்தான்! ஆனால், இவ்வளவு தூரம் ஓட்டிக்கொண்டுவந்து, சதுப்பு நிலம் மாதிரி இருக்கிற சேற்றுப் பகுதியைத் தேடிப்பிடித்து, அதைப் போட்டுவிட்டுப் போயிருப்பது, இயல்புக்கு முரணானதாக இருப்பதால், இதுவும் சந்தேகத்தைக் கிளப்பியது.

கொலை நடந்த பத்தாவது நாள், கொலையாளியின்

மோட்டார் சைக்கிள் கண்டுபிடிக்கப்பட்டதாக போலீஸ் தெரிவித்தது. அப்போது, அது பரபரப்பான செய்தி. அந்த மோட்டார் சைக்கிள், தமிழர் பகுதியைச் சேர்ந்தது என்கிற தகவலை வெளியே தெரிவித்திருக்க வேண்டிய அவசியமில்லை. ஆனால், அதுவும் செய்தியாகி, பரபரப்பை அதிகப்படுத்தியது.

புலிகள் இதுபோன்ற மோட்டார் சைக்கிள்களைப் பயன்படுத்துவது வழக்கம். அதனாலேயே, தமிழர் பகுதியைச் சேர்ந்தது என்கிற செய்தி கசிய விடப் பட்டிருக்கலாம்.! உண்மையான கொலைகாரர்களே கூட, இப்படியொரு செய்தியைப் பரப்பியிருக்கலாம். கொலை செய், பழியைப் புலி மேல் போடு -என்கிற உத்தி, எத்தனையோ சந்தர்ப்பங்களில் கையாளப்பட்ட பிரபலமான உத்தி!

எது உண்மை எது பொய் என்பதை அறிய, எதையும் ஒரு முறைக்கு நான்குமுறை விசாரித்தாக வேண்டும். அப்போதுதான், ஐயம் திரிபற எதையும் உறுதி செய்து கொள்ள முடியும். ஏழாண்டுகள் இழுத்தடிக்கப்பட்ட வழக்கில், பழைய அறிக்கைகளின் பாதையிலேயே போய்க்கொண்டிருந்தால், தீர்வு கிடைக்க வாய்ப்பேயில்லை. அதனால்தான், லசந்த கொலையில் தொடர்புடைய ஒவ்வொன்றையும் மீண்டும் புதிதாக விசாரிக்கச் சொன்னார் சில்வா.

மோட்டார் சைக்கிள் விஷயத்தில் சி.ஐ.டி.யின் மறுவிசாரணை ஆரம்பமானது இப்படித்தான்! அந்த விசாரணை, காம்பிரிகஸ்வேவாவின் கருகிய உடல்களில் தொடங்கி, மிரிஹனா டி.ஐ.ஜி. நாணயக்காரவின் அலுவலகம் வரை நீளப்போகிறது என்பதை சி.ஐ.டி அதிகாரிகள் அப்போது உணரவில்லை.

மோட்டார் சைக்கிளின் சட்டப்படியான உரிமையாளர் வவுனியா தியாகராஜாவை வைத்து, அவரிடமிருந்து அதை வாங்கிய பால்ராஜின் வீட்டைத் தேடிப் பிடித்தது சி,ஐ.டி.

தன்னுடைய வாழ்வாதாரத்தை முற்றிலும் பறிகொடுத்தவள் போன்று, பரிதாபமாகக் காணப்பட்டாள், பால்ராஜின் மனைவி. கணவனைப் பற்றி விசாரிக்க வந்திருக்கிறார்கள் என்பதே கூட அவளுக்கு மிகப்பெரிய ஆறுதலாக இருந்தது. பால்ராஜைத் தேடி ஏழு ஆண்டுகளாக அலைந்து திரிந்து ஓய்ந்துவிட்டவள்.

கணவர் பால்ராஜையும், அவரது நண்பர் விஷ்ணுகுமாரையும் கடந்த 7 ஆண்டுகளாகக் காணோமென்றும், எவ்வளவோ முயன்றும் அவர்களைக் கண்டுபிடிக்க முடியவில்லை என்றும் கண்ணீரோடு தெரிவித்தாள், அந்த அப்பாவித் தமிழ்ப் பெண். 2009 ஜனவரி 18ம் தேதி, செட்டிக்குளம் போவதற்காக மோட்டார் சைக்கிளில் ஒன்றாகச் சென்றவர்கள், திரும்பி வரவேயில்லை என்றாள். கொழும்பில் கைப்பற்றப்பட்ட மோட்டார் சைக்கிளின் படத்தைக் காட்டியபோது, அதுதான் கணவரின் மோட்டார் சைக்கிள் என்றாள் கண்ணீரோடு!

லசந்தவைக் கொன்ற கொலைகாரர்கள், கொலை நடந்த ஜனவரி 8ம் தேதி, கொழும்பு புறநகர்ப் பகுதியில் தங்களது மோட்டார் சைக்கிளைச் சேற்றிலும் சகதியிலும் போட்டுவிட்டுத் தப்பியோடி விடுகிறார்கள். மவுன்ட் லெவினியா போலீஸ், கஷ்டப்பட்டு அதைக் கண்டு பிடிக்கிறது. கொலை நடந்த பத்து நாள் கழித்து, ஜனவரி 18ம் தேதி, அதே மோட்டார் சைக்கிளில் நண்பனையும் அழைத்துக்கொண்டு, வவுனியாவிலிருந்து செட்டிக்குளம் போயிருக்கிறான் பால்ராஜ்.

சி.ஐ.டி. வட்டாரமே இதைக் கேட்டு சுவாரஸ்யமாகி விட்டது. சில்வாவுக்கோ, அந்த அபலைப் பெண்ணின் கண்ணீர் மனத்தை உறுத்திக்கொண்டே இருக்கிறது. சேர், அவரைக் கண்டுபிடிச்சிருவீங்களா என்று அவள் கதறியது, காதில் ஒலித்தபடியே இருக்கிறது. ஏழையின் கண்ணீர் கூரிய வாளுக்குச் சமமென்றால், ஏழைப் பெண்ணின் கண்ணீர் அதைக் காட்டிலும் கூர்மையானது. எத்தனையோ

வழக்குகளிலிருந்து, இதை அனுபவபூர்வமாகத் அறிந்து கொண்டிருப்பவர் அவர்.

சி.ஐ.டி.க்கு இது அடுத்த சவால். மூலக் கதையிலிருந்து பிரிகிற கிளைக்கதை மாதிரி இருந்தாலும், இதிலிருக்கிற ஐயத்தை அகற்றாமல், முன்னேறிச் செல்ல முடியாது.

மோட்டார் சைக்கிள் மட்டும் கொழும்பு வந்திருக்கிறது எனில், அதில் பயணம் செய்த 2 இளைஞர்கள் எங்கே? வவுனியா மற்றும் சுற்று வட்டாரப் பகுதிகளிலுள்ள காவல் நிலையங்களுக்கு பால்ராஜ், விஷ்ணுக்குமார் புகைப்படங்களும் அவர்கள் குறித்த விவரங்களும் சி.ஐ.டி சார்பில் தரப்பட்டன. ஜனவரி மூன்றாம் வாரத்தையொட்டி நடந்த அசம்பாவிதங்கள் குறித்த தகவல்கள் இருந்தால் தெரிவிக்கும்படி கேட்டுக்கொள்ளப்பட்டது.

மர்ம முடிச்சுகளில் முதல் முடிச்சை அவிழ்த்தவர், ஒரு பெட்டிக்கடை உரிமையாளர். வவுனியா - செட்டிக்குளம் சாலையில், சாலையோரமாக இருந்தது அவரது பெட்டிக்கடை. வவுனியாவிலிருந்து வந்த ஒரு மோட்டார் சைக்கிளை, ராணுவத்தினர் மடக்கி விசாரித்ததை இத்தனை ஆண்டுகள் கழித்தும் அவர் மறக்கவில்லை.

ராணுவ ஜீப்பில் வந்தவர்கள், மோட்டார் சைக்கிளை மடக்கி அதிலிருந்த இரண்டு இளைஞர்களை விசாரித்ததாகவும், அதன்பிறகு அவர்களை ஜீப்பில் அழைத்துச் சென்றதாகவும் அவர் தெரிவித்தார். ஜீப்பில் வந்தவர்களில் ஒருவர் மோட்டார் சைக்கிளை எடுத்துச் சென்றதையும் நினைவு கூர்ந்தார்.

அதற்குள், அடுத்த தகவல் வந்துவிட்டது. அனுராதபுரத்துக்கு வடக்கே, காம்பிரிகஸ்வேவா பகுதியில், 2009 ஜனவரி 19ம் தேதி, கருகிய நிலையில் 2 உடல்கள் கிடைத்ததை அந்தப் பகுதி காவல் நிலையம் சி.ஐ.டி.க்குத் தெரிவித்தது.

அந்த இடத்தைப் பார்வையிட்ட சி.ஐ.டி. அதிகாரிகள், தகவல் தந்த காவல் நிலையத்திலிருந்து, கருகிய நிலையில்

இருக்கும் 2 உடல்களின் புகைப்படங்களையும், அந்த உடல்களின் பிரேத பரிசோதனை அறிக்கையையும் சேகரித்தனர்.

2009 ஜனவரியில், அந்த உடல்களைப் பிரேத பரிசோதனை செய்தவர், நீதித் துறை மருத்துவ அதிகாரியான டாக்டர் அஜீத் ஜெயசேகர.

'அந்த இரு உடல்களும் அரைகுறையாக எரிந்திருந்தன. பின்னந்தலையில் துப்பாக்கிக் குண்டு பாய்ந்ததால் மரணம் சம்பவித்திருந்தது. இரண்டு உடல்களின் கைகளும் பின்புறமாகக் கட்டப்பட்டிருந்தன' என்று விவரித்தது பிரேதப் பரிசோதனை அறிக்கை.

2016 அக்டோபர் 10ம் தேதி, சி.ஐ.டி. குழுவினர் கொண்டுவந்து காட்டிய புகைப்படங்களைப் பார்த்த பால்ராஜின் மனைவி மயங்கி விழ, ஊரே கூடிவிட்டது. ஏழெட்டு ஆண்டுகளுக்கு முன் காணாமல் போன பால்ராஜ், பாதி எரிந்த விறகு மாதிரி கருகிக் கிடப்பதை எவராலும் தாங்கிக்கொள்ள முடியவில்லை.

புகைப்படத்தில் இருப்பது பால்ராஜும், விஷ்ணுக் குமாரும் தான் என்று அவர்களது உறவினர்களும் நண்பர்களும் அடையாளம் காட்டினர். கதறி அழுத அவர்களுக்கு ஆறுதல் கூட சொல்ல முடியாமல், கையறு நிலையில் நின்றிருந்தனர் சி.ஐ.டி. அதிகாரிகள்.

என்ன நடந்திருக்கிறது என்பதை சந்தேகத்துக்கு இடமின்றி யூகிக்க முடிந்தது, சில்வாவால்! உண்மையான குற்றவாளிகளைக் காப்பாற்ற, 2 அப்பாவித் தமிழ் இளைஞர்களைத் தேடிப்பிடித்துக் கடத்திக் கொண்டுபோய், சுட்டுக் கொன்றிருக்கிறார்கள். மனைவி மற்றும் குடும்பத்தோடிருந்த அந்த இளைஞர்களை சாலை ஓரமாகக் குப்பை கூளத்தைக் கொளுத்துவதைப் போல அரைகுறையாக எரித்திருக்கிறார்கள்

ராணுவ ரவுடிகள் ..

அவர்களுக்குத் தேவைப்பட்டது, இவர்களது

மோட்டார் சைக்கிள் மட்டும்தான்! அதைப் பறித்துக் கொண்டபிறகு, அவர்களை உயிரோடு விட்டிருந்தால், கொலையாளிகள் தலைமறைவாகிவிட்டதாகச் சொல்ல முடியுமா? இல்லாத இரண்டுபேரை தேடப்படுகிற குற்றவாளிகளாக அறிவித்து, அவர்களைத் தேடுவதாக நாடகமாட முடியுமா? அந்த இரண்டு பேரும் வடக்கேயிருந்து வந்தவர்கள் என்பதால் புலிகளாகத்தான் இருக்க வேண்டும் என்கிற வதந்தியைப் பரப்ப முடியுமா?

இல்லாத இரண்டுபேரை காவல்துறை தேடிக்கொண் டிருந்தால்தான், உண்மையான குற்றவாளிகள் கொழும்பில் சர்வசாதாரணமாக நடமாட முடியும். உண்மையான குற்றவாளி யாரென்பது காவல்துறை உயரதிகாரிகளுக்கு நிச்சயமாகத் தெரிந்திருக்கும் என்று நம்பினார் சில்வா.

குற்றவாளிகளைக் காப்பாற்றுவதற்காக 2 தமிழ் இளைஞர்களை பலி கொடுத்திருப்பது எத்துணைக் கொடுமையானது.. இரண்டு இனங்கள் வாழ்கிற நாட்டில், சிங்களவரான லசந்தவைக் கொன்றது தமிழர்கள் தான் என்பதைப் போன்ற தோற்றத்தை உருவாக்க முயன்றிருப்பது எவ்வளவு கயமைத்தனம்.. சொந்த நாட்டின் ராணுவத்தை நினைத்து வெட்கித் தலைகுனிந்தார், சில்வா.

கோதபாயவுக்கு செய்தித்தாள்களைப் பார்க்கிற போதே, உடலெங்கும் பற்றி எரிந்தது. எல்லாப் பத்திரிகை களிலும், லசந்தவின் புன்னகை பூக்கிற முகம். லசந்த கொலைக்கு நீதி கிடைக்குமா - என்பதைப் போன்ற கேள்விகள். நீண்ட கட்டுரைகள். அதற்குப் பின்னூட்டமாக கோதாவைத் தூக்கில் போடு என்று கோபத்தோடு கொந்தளிக்கிற பலநூறு வாசகர்களின் பதிவுகள் ..!

நாட்டையே காப்பாற்றிய இந்த கோதபாயவைத் தூக்கில் போட்டுவிட்டால் நாதியற்றுப் போய்விடுவோம் - என்பதைக் கூடப் புரிந்துகொள்ள முடியாத அறிவிலிகளாக சிங்கள மூடர்கள் மாறிவிட்டிருப்பதை நினைக்கிறபோதே நெஞ்சம் கொதித்தது கோதபாயவுக்கு!

யதார்த்தமான ஒரு விஷயம் மட்டும் அவனுக்கு ஆறுதலாக இருந்தது. கொடியவன் போல தன்னைச் சித்தரித்த பல பத்திரிகையாளர்கள் வெளிநாடுகளுக்கு ஓடி விட்டார்கள் என்பதுதான் அது!

லசந்த விஷயத்திலேயே கூட, நீதி கேட்கிற பலர் இலங்கையில் இல்லை என்பது கோதபாயவுக்குத் தெரியும். லசந்தவின் குடும்பமே கூட இங்கே இல்லை. மனைவி வெளிநாட்டுக்குப் போய்விட்டாள். குழந்தைகளும் அவளுடன் போய்விட்டனர். லசந்தவின் நண்பர்கள் பலர் சத்தமேயில்லாமல் வெளிநாடுகளுக்கு நழுவி விட்டார்கள்..!

'லசந்தவின் பிணம்மட்டும்தான் இலங்கையில் இருக்கிறது' என்று நினைக்கிறபோது கோதபாயவின் முகத்தில் ஒரு வக்கிரப் புன்னகை படர்ந்தது.

ஒரே ஒரு விஷயம்தான் அவனுக்கு அச்சமூட்டுவதாக இருந்தது. ஏழு முடிந்து எட்டாண்டு ஆகப் போகிறது அந்தக் கொலை நடந்து! இன்றைய தேதியில், எந்தத் தடயமும் இல்லை அந்தக் கொலைக்கு! அநேகமாக எல்லாமே அழிக்கப்பட்டு விட்டன. இவ்வளவு காலத்துக்குப் பிறகு, அழிக்கப்பட்ட தடயங்களை மீட்டெடுக்க முடிவது எப்படி? தடயங்களை அழிப்பதையே முழுநேர வேலையாகக் கொண்டிருந்த புலனாய்வுப் பிரிவு, தடயங்களை மீட்டெடுக்கிற பிரிவாக எப்போது மாறியது? கோதாவுக்குப் புரியவில்லை.

தேர்தல் தோல்விதான் இதற்கெல்லாம் காரணமென்று நினைத்தான் கோதபாய. மகிந்தன் வென்று, நானே பாதுகாப்புச் செயலாளராகத் தொடர்ந்திருந்தால், திரிபோலி ராணுவப் புலனாய்வுப் பிரிவில் அடையாள அணிவகுப்பு நடத்தியிருக்க முடியுமா? உடலகம மீது கை வைத்திருக்க முடியுமா? லசந்தவின் கல்லறையை மீண்டும் திறந்திருக்க முடியுமா?

இதெல்லாம் நாட்டுக்கு நல்லதல்ல என்று தோன்றியது கோதபாயவுக்கு!

புகழேந்தி தங்கராஜ்

திடீரென்று நிஷாந்த சில்வா என்கிற ஒரு சாதாரண அதிகாரியை, பத்திரிகைகள் தலையில் தூக்கிவைத்துக் கொண்டாடுகின்றன. அதையும் கவனித்துக் கொண்டுதான் இருக்கிறான் கோதபாய.

தான் பதவியில் இல்லாததால் பத்திரிகைகளுக்குக் குளிர் விட்டு விட்டது என்று தோன்றியது. தன்னைப் பார்த்து நடுங்கிய பலரும், இப்போது நிஷாந்த சில்வாவைப் பார்த்து நடுங்கிக் கொண்டிருக்கின்றனர். என் விரல் நகத்தைக் கூட சில்வாவால் தொடமுடியாது என்று உதடுகள் முணுமுணுத்தாலும், யாரோ தன்னை நிழல் மாதிரி பின்தொடர்வதாகத் தோன்றியது, கோதபாயவுக்கு! அவனுக்குள், அனிச்சையாக ஊடுருவியது, அச்சம்.

நிஷாந்த சில்வாவை இதற்குமேல் ஒரே ஒரு அங்குலம் கூட நகர விடக் கூடாது என்கிற திட்டவட்டமான முடிவுக்கு வந்தான் கோதபாய ராஜபக்ச.

“லசந்த விக்கிரமதுங்கவைக் கொன்றது நான்தான்...”

2016 அக்டோபர் 14ம் தேதி, இப்படியொரு கடிதத்தை எழுதி வைத்துவிட்டு, நைலான் கயிற்றால் தூக்குப் போட்டுக்கொண்டு உயிரிழந்திருந்தார், எதிரிசிங்க ஜெயமானே. 2007ல் ராணுவப்புலனாய்வுப் பிரிவிலிருந்து விருப்ப ஓய்வுபெற்ற அவருக்கு வயது 51.

கொழும்பு கேகாலை அருகிலுள்ள ஜெயமானேவின் வீட்டில், அவரது உடல், தூக்கில் தொங்கிய நிலையில் கண்டெடுக்கப்பட்டது.

புலனாய்வுப் பிரிவில் இருந்தபோது, சட்டவிரோதமாக ஆயுதம் ஒன்றைப் பதுக்கிவைத்திருந்ததற்காக, உடலகமவுடன் சேர்த்துக் கைது செய்யப்பட்டவர், இந்த ஜெயமானே. அது தொடர்பான வழக்கில், அப்ரூவராக மாறி உண்மைகளை அம்பலப்படுத்தியவர்.

தற்கொலை செய்வதற்கான காரணங்கள் எதுவும் ஜெயமானேவுக்கு இப்போது இருப்பதாகத் தெரியவில்லை.

சி.ஐ.டி.யால் கைது செய்யப்பட்டிருக்கும் ராணுவப்

புலனாய்வுப் பிரிவு அதிகாரிகள் அப்பாவிகள், உடலகம குற்றமற்றவர் லசந்தவை நான் தான் கொலை செய்தேன் -என்பது ஜெயமானே கடிதத்தின் சாராம்சம். அந்தக் கடிதத்தால், ஒரு தற்காலிகப் பதற்றம் சி.ஐ.டி. குழுவைத் தொற்றிக்கொண்டது.

சில்வா எப்போதும் போல அமைதியாகவே இருந்தார். அதற்குக் காரணங்கள் இருந்தன. ஒன்று, லசந்த கொலையை ஒருவர் மட்டுமே செய்திருக்க முடியாது. அது ஒன்றுக்கும் மேற்பட்டவர்களின் வேலை. எனவே, ஜெயமானே எழுதியிருப்பது பச்சைப் பொய், அல்லது, ஜெயமானேவின் கடிதம் அவரே எழுதியது என்பது பச்சைப் பொய்.

இன்னொன்று, வவுனியா தமிழ் இளைஞர்கள் இருவரைக் கடத்திக் கொன்று சட்டத்தின் பிடியிலிருந்து ஜெயமானேவைக் காப்பாற்ற வேண்டிய அளவுக்கு அவர் பெறுமதியானவர் இல்லை.

லசந்தவைக் கொல்ல, ஜெயமானேவுக்கு எந்த உள் நோக்கமும் இல்லை. லசந்தவுடன் அவருக்கு நேரடிப் பிரச்சினை எதுவும் இல்லை. லசந்தவைக் கொன்றதற்காக வருந்துபவராக இருந்தால், மனமுவந்து மன்னிப்புக் கேட்டிருக்க வேண்டும்... அல்லது தான் செய்தது சரிதான் என்பதை எடுத்துச் சொல்லும் விதத்தில் லசந்தவை ஏன் கொன்றேன் என்பதை விளக்கியிருக்க வேண்டும்.

ஜெயமானே மன்னிப்பும் கேட்கவில்லை.. காரணத்தை யும் தெரிவிக்கவில்லை. எந்தக் காரணமும் இல்லாமல் அவர் ஏன் லசந்தவைக் கொல்லவேண்டும்.. எதற்காகத் தூக்குப் போட்டுக்கொள்ள வேண்டும்? தன்னுடைய குற்றத்துக்குத் தானே மரணதண்டனை கொடுத்துக் கொள்கிறாரா? இந்தத் தற்கொலையில் மர்மம் இருக்கிறது என்பதை எளிதாகப் புரிந்துகொள்ள முடிந்தது.

பிரேமானந்த உடலகமவின் பெயரைக் கூட, தனது கடிதத்தில் ஜெயமானே தவறாகவே குறிப்பிட்டிருந்தார். 'நான்தான் லசந்தவைக் கொன்றேன்.. இதற்காகக் கைது

செய்யப்பட்டு சிறையிலிருக்கும் மலிந்த உடலகம நிரபராதி. அவருக்குக் கொலையில் தொடர்பில்லை' என்கிறது கடித வாசகம்.

கொலை செய்த தனக்குப் பதிலாக உடலகம கைது செய்யப்பட்டிருப்பதற்காக வருந்தி, அவனைக் காப்பாற்ற நினைத்திருந்தாரென்றால், காவல்துறையில் ஜெயமானே சரண் அடைந்திருக்க வேண்டும்.

உண்மையான குற்றவாளி கிடைத்தவுடன், உடலகமவை விடுதலை செய்வதைத் தவிர வேறு வழி இருந்திருக்காது சி.ஐ.டி.க்கு! அதைச் செய்யாமல், ஜெயமானே தற்கொலை செய்துகொண்டது, வீண் குழப்பத்தை ஏற்படுத்தியது.

ஜெயமானே இறப்பதற்கு முன், அவருடைய அலைபேசியில் சமீபத்திய தொடர்பு எண்கள் அனைத்தும் அழிக்கப்பட்டிருந்ததிலிருந்து, அது கொலையாக இருக்கலாம் என்கிற சந்தேகம் வலுப்பெற்றது. அலைபேசி நிறுவனங்களிடமிருந்து, அவரது அழைப்புகளின் பதிவுகளைச் சேகரிக்கச் சொன்னார் சில்வா.

ஜெயமானேவின் பிரேதப் பரிசோதனை அறிக்கையில் சந்தேகம் எழுந்துவிடக் கூடாது என்பதற்காக, புதைக்கப் பட்ட அவரது உடலை மீண்டும் வெளியிலெடுத்து மறு பிரேத பரிசோதனை நடத்த சி.ஐ.டி. முடிவெடுத்தது. நீதிமன்ற அனுமதியுடன், நீதிபதி முன்னிலையில் அந்தப் பணி நடந்து முடிந்தது.

ஜெயமானே தொடர்பான சில்வாவின் கணிப்பு சரியானதாக இருந்தது. லசந்த கொலை நடந்த 2009 ஜனவரி 8ம் தேதி, கேகாலையில் உள்ள தனது வீட்டிலிருந்து ஜெயமானே வெளியே போகவேயில்லை என்பது தீவிர விசாரணைகளின் மூலம் உறுதி செய்யப்பட்டது.

ஜெயமானே தன்னந்தனியாக லசந்தவைக் கொன்றிருக்க எப்படி வாய்ப்பில்லையோ, அதேபோன்று, தன்னைத் தானே அந்த மனிதர் தூக்கில் போட்டுக் கொண்டிருக்கவும் வாய்ப்பில்லை என்று தோன்றியது சில்வாவுக்கு! அது

தற்கொலையல்ல, கொலை என்று நினைத்தார். விசாரணையின் போக்கில் இதுவும் அம்பலமாகும் என்று நம்பினார்.

தற்கொலை செய்து கொள்வதற்கு முன், தொடர்ந்து ஒரு சில நாட்கள், கொழும்பிலுள்ள ராணுவ முகாம் களுக்குப் போய் வந்திருக்கிறார், ஜெயமானே. இயல்புக்கு மாறான அந்த திடீர் நடமாட்டம், வேறு மாதிரியான சந்தேகங்களைக் கிளப்பியது.

லசந்த வழக்கைத் திசை திருப்ப நடக்கிற முயற்சிகளுக்கு, ஜெயமானே தற்கொலை மேலும் ஓர் உதாரணமாக அமைந்தது. ஆனால், அது ஒரு நல்ல உதாரணமல்ல .. மோசமான முன்னுதாரணம்!

ஏர்லங்கா விமானத்தில் அமர்ந்திருக்கும் நிலை யிலேயே அரைகுறை நித்திரையில் இருந்தார் நிஷாந்த சில்வா. விமானப் பணிப்பெண், கோப்பி வேண்டுமா என்று கேட்க, புன்னகையுடன் மறுத்தார். பக்கத்து இருக்கையில் இருந்த சிசிரா, அவர் கோப்பியையும் சேர்த்து எனக்குக் கொடுத்தீர்களென்றால் நன்றி சொல்வேன் என்று சொல்ல, சிரித்தபடியே அவனது கோப்பையில் இன்னும் கொஞ்சம் கோப்பியை ஊற்றினாள் பணிப்பெண்.

தன்னைப் போலவே, சிசிராவும் இத்தனை நாட்களில் நிம்மதியாக உறங்கியிருக்க முடியாது என்று தோன்றியது சில்வாவுக்கு! இப்போதும் அவன் உறங்குவதாகத் தெரிய வில்லை. லசந்த வழக்கைக் கையில் எடுத்த நாளிலிருந்து இவருடனேயே ஓடிவந்துகொண்டிருக்கிற அதிகாரி.

விமானத்துக்குள் மங்கலாகப் படர்ந்திருக்கும் நீல விளக்கொளி கூட, விழிகளை உறுத்துவதைப் போலிருக்க, கைக்குட்டையால் முகத்தை மூடிக்கொண்டார் சில்வா.

கைக்குட்டை மறைப்புக்குள் நுழைந்து, நான் தான் கொலையாளி . உடலகம அப்பாவி என்றார் ஜெயமானே. 3 பிள்ளைகளின் தந்தை. வாழ்க்கை குறித்த எந்தக் கவலையும் இல்லாதவர். ராணுவப் புலனாய்விலிருந்து

விரும்பியே வெளியேறியிருக்கிறார். அப்படி வெளியேறிய வர், சாகும் முன் எதற்காக ராணுவ முகாம்களுக்குப் போய்க் கொண்டிருந்தார்? அதுதான், இன்னும் தெளிவாகவில்லை.

இதற்குமுன், கீத் நோயஹர் கடத்தல் தொடர்பாக உடலகம கைது செய்யப்பட்ட சமயத்திலும், அவனைக் காப்பாற்ற தீவிர முயற்சி நடந்தது. ஜாமீனில் வெளியே வந்த அவனை, ஜேர்மனியிலுள்ள இலங்கைத் தூதரக அதிகாரி ஒருவருக்குப் பாதுகாப்பு தேவைப்படுவதாகக் கூறி, பேர்லின் அனுப்பி வைத்தது கோதபாயவின் பாதுகாப்புத் துறை.

யாருடைய பாதுகாப்புக்காக உடலகம அனுப்பப்பட் டானோ, அந்த அதிகாரி பதவிக்காலம் முடிந்து இலங்கைக்குத் திரும்பி வந்த பிறகும், உடலகம திரும்பி வரவில்லை. சி.ஐ.டி. அவனை விசாரித்துவிடக் கூடாது என்பதில் கோதபாயவின் செயலகம் மிகுந்த எச்சரிக்கையுடன் இருந்தது.

ஜெயமானேவின் தற்கொலை நாடகம், உடலகமவைக் காப்பாற்ற நடக்கிற இன்னொரு முயற்சியோ என்கிற ஐயம் எழுவதைத் தவிர்க்க முடியவில்லை.

லசந்த கொல்லப்பட்ட ஜனவரி 8ம் தேதி, தன்னுடைய கேகாலை வீட்டில்தான் ஜெயமானே இருந்தார் என்பதை உறுதிப்படுத்த முடிந்திராவிட்டால், கொலைகாரர்களுக்கு சாதகமான ஊடகங்கள் இந்த விஷயத்தை ஊதிப் பெரிது படுத்தியிருக்கும் லசந்தவுக்குக் கண்ணீர் அஞ்சலி செலுத்து வதாகச் சொல்லிக்கொண்டே, லசந்த வழக்கைக் குழி தோண்டிப் புதைக்க முயல்கிறவர்களுக்கு முதுகு சொரிகிற ஊடகங்கள் அவை. மயிரிழையில் தப்பித்திருப்பதாகத் தோன்றியது சில்வாவுக்கு!

ஜெயமானே கொலை, லசந்த கொலையின் தொடர்ச்சி யாக நடந்திருக்கும் நான்காவது கொலை. முதலாவதாக நடந்தது இரட்டைக் கொலை. வவுனியாவைச் சேர்ந்த பால்ராஜ் ராம்பிரகாஷ், குமாரசிங்கம் விஷ்ணுக்குமார் இருவரின் உடலும் கருகிய நிலையில் கிடைத்தது. அடுத்த

பலி, பிச்சை ஜேசுதாசன். அப்பாவி நுவரேலியா மெக்கானிக். சிறைக்குள்ளேயே கொல்லப்பட்ட தமிழன். நான்காவது பலி, எதிரிசிங்க ஜெயமானே.

இன்னும் எத்தனை எத்தனை பேரை, உண்மையான கொலையாளிகள் பலி கொடுக்கப் போகிறார்கள் என்பது தெரியவில்லை. இந்த தொடர் அநீதிக்கு முடிவுகட்டியாக வேண்டும், எவ்வளவு விரைவில் முடியுமோ அவ்வளவு விரைவில் குற்றவாளிகளைக் கூண்டில் நிறுத்தவேண்டும் என்று தோன்ற உறங்குகிற மனோநிலை நீங்கிவிட்டது. கைக்குட்டையை எடுத்துவிட்டு, சிசிராவைப் பார்த்தார். அவன் லேப்டாப்பிலேயே மூழ்கியிருந்தான்.

உறக்கம் வரலையா என்று சில்வா கேட்க, அதற்குப் பதில் சொல்லாமல், லேப்டாப்பில் அவன் பார்த்துக்கொண் டிருந்ததை அவரிடம் காட்டினான். சிசிரா அவன் காட்டிய பகுதியைப் படித்தார் சில்வா. அது ஆங்கிலத்தில் இருந்தது.

நானும் இளம்பிராயத்திலேயே தந்தையை இழந்த மகள் தான் .. ஆனால், நான் மட்டுமே அந்த அவலத்தை அனுபவிக்கவில்லை. போர்க் கொடுமையால், தங்களது அன்புக்குரியவர்களை இழந்த ஆயிரமாயிரம் பேரில் நானும் ஒருத்தி . அவ்வளவுதான் .! இந்தத் துயரை வெளியே காட்டிக்கொள்ள முடியாமல், மௌனமாகச் சிந்துகிற கண்ணீருக்குள் தங்களது வேதனையை மறைக்க முயல்கிற தமிழ் மக்களைப் பார்க்கிறபோது, என்னுடைய இதயம் நொறுங்கிவிடுகிறது. எனக்கு மட்டுமல்ல, எங்கள் எல்லோருக்கும் என்ன நடந்தது என்கிற உண்மை தெரிந்தாக வேண்டும் ..

யார் எழுதியது இது என்று கேட்டார் சில்வா.

அகிம்சா ..! 2014ல் இந்தக் கட்டுரை வெளியாகி யிருக்கிறது என்றான் சிசிரா.

வியப்பாக இருந்தது சில்வாவுக்கு! 2014ல் அகிம்சா அதை எழுதியிருக்கிறாள் என்பதை நம்பவே முடியவில்லை. அப்போது அவளுக்கு பதினெட்டு வயதுதான் இருந்

திருக்கும். அந்த வயதில், அப்பா லசந்தவின் எழுத்தாற்றல் அவளுக்குள் ஊற்றெடுத்திருப்பது வேண்டுமானால் இயல்பானதாக இருக்கலாம் ஆனால், லசந்தவுக்கு இருந்த விரிந்த பார்வையும், மனித நேயமும், சக மனிதரின் துயரைப் புரிந்துகொண்டு அவர்களுக்காகப் பரிந்து பேசுகிற தன்மையும் அந்த வயதிலேயே அவளுக்கு இருந்தது வியப்பளித்தது.

லசந்தவைப் போலவே அகிம்சாவும் மற்ற உயிர்களை உண்மையோடும் உணர்வோடும் நேசிக்கிறாள். அழகான முகங்கள் மட்டுமே அங்கிங்கெனாதபடி எங்கெங்கும் வியாபித்திருக்கிற இந்தப் பூவுலகில், இதைப்போன்ற அழகிய இதயங்கள் அரிதாகிவிட்டன. அகிம்சா என்கிற இந்த மலர், அரிதினும் அரிதான பொன்மலர். நெகிழ்ந்துபோனார் சில்வா.

இந்தப் பயணமே அகிம்சாவுக்கானது தான்! இரண்டு மாதத்துக்கு முன்பே திட்டமிட்ட இந்த ஆஸ்திரேலியப் பயணம் இப்போதுதான் சாத்தியமாயிற்று. அகிம்சாவிடம் நேரில் வாக்குமூலம் வாங்குவதற்காகத்தான் மெல்போர்ன் போய்க் கொண்டிருக்கின்றனர் சில்வாவும் சிசிராவும்!

அகிம்சாதான் கொலை நடப்பதற்கு சற்று முன்வரை லசந்தவின் அருகில் இருந்தவள்.. அவருடன் பேசிக் கொண்டிருந்தவள் அவரது முத்தத்தால் ஆசீர்வதிக்கப்பட்டவள்.! அவளிடம் பெறப்போகிற வாக்குமூலம், லசந்த வழக்கில் கூடுதல் வெளிச்சத்தைப் பாய்ச்சும் என்கிற நம்பிக்கை சி,ஐ.டி.க்கு இருந்தது.

அவள், சன்டே லீடர் குடும்பத்தின் அடுத்த விதை. அகிம்சா என்கிற அந்த அறிவார்ந்த மகளை இன்னும் சில மணி நேரங்களில் மெல்போர்னில் சந்திக்கப் போவதை நினைக்கும்போது, மனசு முழுக்க மகிழ்ச்சி படர்ந்தது. லசந்தவையே சந்திக்கப் போகிற உணர்வு ஏற்பட, விழிகளில் மிச்சமிருந்த உறக்கமும் பறந்துவிட்டது சில்வாவுக்கு!

மெல்போர்ன்.

2016 டிசம்பர்

ஒளி உழிழும் விழிகளுடன், சில்வாவும் சிசிராவும் சொல்வதைக் கேட்டுக் கொண்டிருந்தாள் அகிம்சா. அடுத்தவர்களுக்கு நீதிபெற்றுத்தர தங்களை அர்ப்பணிக்கத் தயாராக இருக்கும் இருவரை, அப்பாவுக்குப் பிறகு இப்போதுதான் சந்திக்கிறாள். சில்வா பேசத் தொடங்கும் போதெல்லாம், அப்பாவே எதிரில் உட்கார்ந்துகொண்டு, 'You see.....' என்று ஆரம்பிப்பதைப் போலிருந்தது.

அப்பாவின் கொலை தொடர்பான அத்தனை விவரங்களையும் தனது விரல் நுனியில் சில்வா வைத்திருப்பதாகத் தோன்றியது அகிம்சாவுக்கு! எத்தனை பெயர்கள். அத்தனையையும் எந்தக் குறிப்பும் இல்லாமல், மிகச் சரியாக நினைவுபடுத்திச் சொல்கிறார்.

பால்ராஜ் ராம்பிரகாஷ், குமாரசிங்கம் விஷ்ணுக்குமார், பிச்சை ஜேசுதாசன், ஜெயமானே என்று இதுவரை தான் சந்தித்திராதவர்களுக்குக் கூட, சில்வா சொல்வதை வைத்தே கற்பனை வடிவங்களை உள்ளுக்குள் கொடுத்துக் கொண்டிருந்தாள். ஒரு கொலையை மறைக்க எத்தனை கொலைகள்!

விசாரணை என்கிற பெயரில் நடந்த மூடிமறைப்பு முயற்சிகளை ஒவ்வொன்றாகத் தகர்த்துவருவதை சில்வா விவரித்தபோது, நீதி கிடைத்துவிடும் என்கிற நம்பிக்கை முதல் முறையாக அவளுக்கு ஏற்பட்டது. இலங்கை என்கிற காட்டுமிராண்டிகளின் ஆட்சிப் பிரதேசத்தில் தன் தந்தையின் கொலைக்கு ஒருபோதும் நியாயம் கிடைக்கப் போவதில்லை என்று இவ்வளவு காலமாக உறுதியாக நம்பியிருந்தவள் அவள்.

நேர்மையும் துணிவுமற்ற சிங்கள மக்களுக்கு, கோதபாயவும் மகிந்தனும் பசிலும் தான் கிடைப்பார்கள் என்று நம்பியவள் அவள். They deserved to it... என்று கோபத்தோடு சபித்தவள். இப்போதுதான் அவநம்பிக்கை அகலத் தொடங்கியிருக்கிறது.

கிரைம் சீனில் வவுனியா மோட்டார் சைக்கிள் திணிக்கப்பட்டதையும், அதற்காகவே கடத்தப்பட்ட அப்பாவித் தமிழ் இளைஞர்கள் இருவர் அனுராதபுரா அருகில் கருகிக் கிடந்ததையும் கேட்கக் கேட்க, உடைந்துபோனாள்.

அப்பாவாவது இதையெல்லாம் எதிர்பார்த்தே எழுதினார். தன் மனசாட்சிக்குத் துரோகம் செய்யாதிருக்க உள்ளதை உள்ளபடி எழுதினார்.. என்ன வேண்டு மானாலும் நடக்கலாம் என்பது அவருக்குத் தெரியும்.. இந்த வவுனியா இளைஞர்கள் என்ன செய்தார்கள்.. பாவம்.. என்றாள் அகிம்சா.

எதற்காகக் கடத்தப்படுகிறோம். எதற்காகக் கொல்லப் படுகிறோம் என்பது கூட அவர்களுக்குத் தெரிந்திருக்க வாய்ப்பில்லை.. அதுதான் கொடுமை! லசந்தவைக் கொலை செய்தது விடுதலைப் புலிகள்தானோ என்கிற சந்தேகத்தை எப்படியாவது உருவாக்க வேண்டும் அப்பாவி சிங்கள மக்களைத் திசை திருப்ப வேண்டும் அதுதான் கொலையாளிகளின் நோக்கம் ஹேமலதா அதிகாரி என்கிற மவுன்ட் லெவினியா காவல்நிலைய பொறுப்பதிகாரி இதை வெளிப்படையாகத் தெரிவித்திருக்கிறார் என்றார் சில்வா.

மரண சாசனத்தில், அரசுதான் என்னைக் கொல்லும் என்று அப்பா தெளிவாக எழுதி வைத்திருந்ததைப் பற்றிக்கூட அவர்கள் கவலைப்படவில்லை என்றான் சிசிரா.

எழுதி வைத்திருந்தது மட்டுமில்லை. என்னிடம் அதைச் சொன்னார்.. என்றாள் அகிம்சா.

மிக் வழக்கில் சாட்சியம் சொல்ல சில தினங்களே இருந்தபோது கூட, கோதாவைக் குறுக்கு விசாரணை செய்யும் வரை விட்டுவைப்பார்களா என்பது தெரிய வில்லை என்றார். அதைக் கேட்டு அதிர்ந்துபோனேன்...

ஒரு நொடி அமைதியாக இருந்தவள், மீண்டும் பேசத் தொடங்கினாள்.

அந்த வார்த்தைகளைத் தாங்கிக் கொள்ளக் கூட

முடியாத வயது எனக்கு! என் தோள்களை ஆதரவுடன் பற்றியவர், அப்படி ஏதாவது நடந்துவிட்டால், என்ன செய்ய வேண்டும் என்பதை எழுதி வைத்திருப்பேன் என்றார் .. தனக்கு இருந்த ஆபத்தைக் காட்டிலும் என் எதிர்காலம் குறித்த கவலைதான் அதிகம் அவருக்கு ..

அப்பாவை நினைத்துக் கண்கலங்கிய அவளது மௌனத்தைக் கலைக்காமல், அமைதி காத்தனர் சில்வாவும் சிசிராவும்! அவளாகவே பேசட்டும் என்று காத்திருந்தனர்.

உணர்வுகளின் உச்சியில் நின்று கொண்டிருக்கிற அகிம்சாவை நேருக்கு நேர் பார்க்கக் கூட தயங்கினார் சில்வா. வரவேற்பறையில் இருந்த லசந்தவின் புகைப்படத் தின் பக்கம் பார்வையைத் திருப்பினார்.

லசந்தவின் எத்தனையோ புகைப்படங்களைப் பார்த் தவர்தான்! இந்தப் படத்தை இதுவரை பார்த்ததில்லை. குடும்ப ஆல்பத்திலிருந்து எடுத்ததாக இருக்க வேண்டும். எதிரில் இருப்பவருக்குள் ஊடுருவிப் பாய்ந்து விடுவதைப் போன்ற புன்னகை. இயல்பாகவே அகன்ற முகம் அவருக்கு! அந்த முகம் முழுக்க அப்பிக்கொண்டிருந்தது அந்தப் புன்னகை.

லசந்தவின் உதடு மட்டுமே சிரிக்கவில்லை . விழிகள், நெற்றி, கன்னம் என்று ஒவ்வொன்றிலும் படர்ந்திருந்தது புன்னகை. கொலை செய்தவர்களை நீ கண்டு பிடித்து தண்டனை வாங்கிக் கொடுத்து விடுவாயாக்கும் என்று தன்னைப் பார்த்து லசந்த ஒரு நமட்டுச் சிரிப்பை உதிர்ப்பதாகத் தோன்றியது சில்வாவுக்கு!

லசந்தவின் கண் வழியே பாய்ந்து மூளையைக் கிழித்த அந்தக் கூர்மையான ஆயுதம், தன்னுடைய இதயத்தில் பாய்வதாக உணர்ந்தார் அவர்.

மிக் டீல் எவ்வளவு மர்மமானது என்பதை ஆதாரங்களோடுதான் அப்பா எழுதினார் . அதை மறுக்க முடியாத கோதபாய, லசந்த விடுதலைப் புலிகளின் ஆதர வாளர் என்றான் . என்ன செய்வது .. அந்த ஒரு வார்த்தை

யே, சிங்கள மக்களை முட்டாள்களாக்க போதுமானதாக இருக்கிறதே என்று வேதனையுடன் தொடர்ந்தாள் அகிம்சா.

கோதபாய நூறு கோடி நஷ்டஈடு கேட்டபோது, அப்பா உற்சாகமாகிவிட்டார். அவனது மதிப்பு பத்து பைசா கூட பெறாது என்பதை நிரூபிக்க முடியும் என்றார்! இலங்கையிலிருந்து ஓடிப்போய் அமெரிக்காவில் ஒளிந்துகொண்ட கோதாவின் மதிப்பே நூறு கோடி யென்றால், இங்கேயே இருந்து என் நாட்டுக்காகவே பணிபுரியும் என் மதிப்பு நிச்சயமாக 200 கோடிக்குக் குறையாது என்றார்! எந்த எதிர்ப்பையும் ரசித்து நம்மையும் அதை ரசிக்கவைப்பவர் அவர்.

அவள் சொல்வதையெல்லாம் பதிவு செய்துகொள்ள வேண்டும்போலிருந்தது சில்வாவுக்கும் சிசிராவுக்கும்!

அப்பாவின் நண்பர்கள் அவரை யாராலும் எதுவும் செய்யமுடியாது என்று நம்பினார்கள்.. அப்பாவோ, மரண சாசனமெல்லாம் எழுதி வைத்துவிட்டுத் தயாராக இருந்தார்...! கடைசியில், கோதபாயவால் கொல்லப்படலாம் என்று அப்பா சொன்னதுதான் நடந்தது

மாலையில் வழக்கமான தொலைக்காட்சி நிகழ்ச்சி அவருக்கு! மருத்துவமனையிலிருந்து டிஸ்சார்ஜ் ஆகி வீட்டுக்கு வந்து வழக்கம்போல உடைமாற்றிக்கொண்டு புறப்படுவார் என்று காத்திருந்தேன்... அவரது உடல்தான் வந்தது...

துயரில் தோய்த்தெடுக்கப்பட்ட வார்த்தைகள், அகிம்சாவின் துயரை, சில்வாவுக்குள்ளும் சிசிராவுக் குள்ளும் கடத்தின.

அப்பா சொன்ன மிக் ஊழல் நிரூபிக்கப்பட்டு வருகிறது. லசந்த சொன்னதுதான் உண்மை என்பதை என் நாட்டு மக்கள் தெரிந்துகொள்வதே போதுமென்று நினைத்தேன்.. கோதாவால் கொல்லப்படலாம் என்கிற அப்பாவின் இன்னொரு புகாரை நீங்கள் நிரூபித்துவிடு வீர்கள் என்று இப்போது தோன்றுகிறது ..

நம்பிக்கையுடன் அவர்களைப் பார்த்தாள் அகிம்சா.

நீங்கள் இப்போது போலவே எப்போதும் தைரியத்துடன் இருக்க வேண்டும் என்றான் சிசிரா.

அகிம்சா முகத்தில், அவளது தந்தை அளவுக்கு இல்லா விட்டாலும், ஒரு மெல்லிய புன்னகை மலர்ந்து மறைந்தது.

'நான் குழந்தையாக இருந்தசமயத்தில் எங்களது நீர்க்கொழும்பு வீடு தாக்குதலுக்குள்ளானது. எங்களது படுக்கையறைச் சுவர்களைக் கூட, துப்பாக்கிக் குண்டுகள் துளைத்தன .. அந்தச் சூழலில்தான் வளர்ந்தோம் .இப்போது அப்பா இல்லாவிட்டாலும் நீங்கள் இருக்கிறீர்கள் நான் ஏன் பயப்படவேண்டும்' என்றாள், உறுதியான குரலில்!

அகிம்சாவிடம் விடைபெற்றபோது, மகளைப் பிரிகிற தந்தையின் மனநிலையில்தான் இருந்தார் நிஷாந்த சில்வா.

ஒரு அதிகாரி . அதுவும் சி.ஐ,டி. அதிகாரி அழுதுவிடக் கூடாது என்பதை நினைவில் கொண்டே, உணர்ச்சிகளை வெளிக்காட்டிக் கொள்ளாமல், அகிம்சாவிடம் விடைபெற்றார்.

வெளியே வந்ததும், மெல்போர்னின் இதமான வானிலை அவர்களை வாஞ்சையுடன் அணைத்துக்கொண்டது ..! காலையிலிருந்து பெய்துகொண்டிருந்த மழை இப்போது விட்டிருந்தது. இது மெல்போர்னில் கோடைக்காலம் என்று அகிம்சா கூறியிருந்தாள். ஆனால், கோடை என்பதற்கான எந்த அறிகுறியும் தென்படவில்லை. தன்னுடைய உள்ளும் புறமும் ஒருசேர கொதிப்பதாக உணர்ந்தார் சில்வா.

அடுத்த கட்ட விசாரணையை சரத் பொன்சேகா விடமிருந்து ஆரம்பித்தது, சி.ஐ.டி.

லசந்த கொலை நடந்த சமயத்தில், பொன்சேகா தான் ராணுவத் தளபதி. அவரது பொறுப்பில்தான் ராணுவப் புலனாய்வுப் பிரிவு இருந்தது. அந்த அடிப்படையில் அவரை விசாரிக்க வேண்டியிருந்தது.

சரத் பொன்சேகா தான் லசந்த கொலைக்கு மூல

காரணம் என்று கோதபாய தரப்பில் தொடர்ந்து செய்யப் பட்ட பிரச்சாரம் குறித்தும் அவரிடம் கேட்க வேண்டி யிருந்தது.

2017 ஜனவரி மாதம் 20ம் தேதி பொன்சேகாவிடம் நடந்த விசாரணை, 5 மணி நேரம் நீடித்தது.

ராணுவப் புலனாய்வுப் பிரிவு என்கீழ்தான் இருந்தது .. ஆனால், கொழும்பு மற்றும் சுற்றுவட்டாரங்களில், பாதுகாப்பு ஏற்பாடுகள், புலனாய்வுப் பணிகளை பாதுகாப்புச் செயலாளர் கோதபாய, தன்னுடைய நேரடிக் கட்டுப்பாட்டில் வைத்திருந்தார் தனக்கு விசுவாசமான ஒரு கோஷ்டி மூலமே, அந்தப் பணிகளை மேற்கொண்டார் .! லசந்த கொலை, பத்திரிகையாளர்கள் கடத்தல், வெள்ளை வேன் கடத்தல் என்று அனைத்திலும் அந்தக் குழுதான் பயன்படுத்தப்பட்டது... என்றார் பொன்சேகா.

சட்ட விரோத நடவடிக்கைகளுக்கு கோதபாய பயன்படுத்திய குழுவில் இருந்தவர்களின் பெயர்களையும் அவர் தெரிவித்தார். அந்தக்குழு, மிகவும் பிரபலமான குழு என்றார். மூத்த டி.ஐ.ஜி. அனுரா சேனநாயக, டி.ஐ.ஜி. வாஸ் குணவர்தன, டி.ஐ.ஜி. கீர்த்தி கஜநாயக, மேஜர் ஜெனரல் கபிலா ஹெந்தவிதரனா என்று அந்தப் பட்டியல் நீண்டுகொண்டே போனது.

லசந்த கொலை நடந்த சில நாட்களுக்குப் பிறகு கோதபாயவைச் சந்திக்க நேர்ந்த தருணத்தில், கொலை பற்றி கேட்டதாகச் சொன்ன பொன்சேகா, கோதபாய சொன்ன பதிலையும் பதிவு செய்தார்.

'கால கண்ணி ஊத்த பண்டித வெடி' என்று கொச்சை சிங்களத்தில் கோதபாய பதிலளிக்க, அதிர்ந்துபோயி ருக்கிறார், பொன்சேகா. (சென்னைத் தமிழில், ரொம்ப ஓவராப் போறான் என்பதைப் போன்றது.) அறிவாளி என்பதால் லசந்த வரம்புகடந்து போய்விட்டார் - என்று கோதபாய சொல்கிறானென்றால் அதற்கு என்ன அர்த்தமென்பது பொன்சேகாவுக்குப் புரிந்தது.

பொன்சேகாவால் ஒன்றும் செய்ய முடியாத நிலை. தன் கீழிருந்த நிர்வாகத்தில் கோதபாயவின் தலையீட்டைத் தடுக்க முடியாததோடு, அதைத் தட்டிக் கேட்கவும் முடியாத நிலையில் இருந்ததாக தன்னிரக்கத்தோடு குறிப்பிட்ட பொன்சேகா, ராஜபக்சக்களின் கீழ், இயங்க வேண்டியிருந்ததே அதற்குக் காரணம் என்றார்.

சரத் பொன்சேகா கொடுத்த வாக்குமூலத்துடன், மெல்போர்னில் அகிம்சா கொடுத்த வாக்குமூலத்தையும், மவுன்ட் லெவினியா நீதிமன்றத்தில் பதிவு செய்தது சி.ஐ.டி.

கோதபாயவின் நேரடிக் கட்டுப்பாட்டில், கபிலா ஹெந்தவிதரணா தலைமையில் இயங்கிய ரகசியக் குழு ஒன்றுதான், லசந்தவைக் கொன்றது - என்று அடுத்த சில வாரங்களில், பத்திரிகைப் பேட்டி ஒன்றில் பகிரங்கமாகக் குற்றஞ் சாட்டினார் பொன்சேகா.

பொன்சேகா சொன்னதை மறுத்த கபிலா, 'கோத பாயவின் கட்டுப்பாட்டில் எதுவுமே இல்லை.. எல்லாமே பொன்சேகா சொல்லித்தான் நடந்தது' என்றான்.

இந்த அக்கப்போர்களைப் பற்றியெல்லாம் கவலைப் படாமல் சி.ஐ.டி.யின் விசாரணை தொடர்ந்து கொண்டிருந்தது.

லசந்த கொலைக்கு முன்பே, 2008ல் கடத்தப்பட்ட பத்திரிகையாளர் கீத் நோய்ஹர் வழக்கையும் விசாரித்துவந்த சில்வாவின் குழு, 2017 பிப்ரவரியில், நோய்ஹர் கடத்தல் தொடர்பாக ராணுவப் புலனாய்வு அதிகாரிகள் 5 பேரைக் கைது செய்தது. அவர்களில் குறிப்பிடத்தக்கவன், பிரபாத் புலத்வத்தே.

திரிபோலி ராணுவப் புலனாய்வுப் பிரிவு முகாமின் கட்டளை அதிகாரியாக இருந்த பிரபாத், 2010ல், சி.ஐ.டி.யிடமிருந்து மயிரிழையில் தப்பித்து, தாய்லாந்துக்கு ஓடியவன்.

கைது செய்யப்பட்ட பிரபாத்திடமும் மற்றவர்களிட மும் தீவிர விசாரணை நடத்தியது சி.ஐ.டி. அந்த

விசாரணையிலிருந்து இரண்டு முக்கிய உண்மைகள் தெரியவந்தன.

ஒன்று - அவர்கள்தான் ராணுவப் புலனாய்வுப் பிரிவின் ரகசியக் கொலைக் குழுவினர். அந்தக் கொலைக் குழுவில் மொத்தம் 6 பேர்.

இன்னொன்று - லசந்த விக்கிரமதுங்கவைக் கொன்றவர்கள், இவர்கள் தான்!

லசந்த கொலை நடந்த பகுதியிலிருந்தும், பத்திரிகையாளர்கள் கடத்தப்பட்டுத் தாக்கப்பட்ட பகுதிகளில் இருந்தும், சம்பவம் நடந்த நாட்களில் பிரபாத்தின் அலைபேசி இயங்கியிருப்பதை அலைபேசிப் பதிவுகள் காட்டின. கொலையாளிகள் பயன்படுத்திய வாகனங்களில் ஒன்று, பிரபாத்துக்கு நெருக்கமான ஒரு பெண்ணின் வீட்டிலிருந்து மீட்கப்பட்டது.

OPERATION KILL LASANTHA

லசந்த கொலை நடவடிக்கைக்கு வைக்கப்பட்டிருந்த பெயர் இதுதான்.

OLD MANNING MARKET வளாகத்திலிருந்து, திருட்டுத்தனமாக இயங்கிய ராணுவப் புலனாய்வுப் பிரிவுதான் லசந்த கொலையைத் திட்டமிட்டுச் செய்தது.

கொலையாளிகள் தங்களுக்குள் தொடர்பு கொள்வதற்கான அலைபேசிகள், இதில் எந்த விதத்திலும் தொடர்பில்லாத நுவரேலியாவைச் சேர்ந்த பிச்சை ஜேசுதாசனின் தேசிய அடையாள அட்டை மூலம் வாங்கப்பட்டன. விசாரணைகளில் குழப்பத்தை ஏற்படுத்துவதற்காக அப்படிச் செய்யப்பட்டது.

திரிபோலி கட்டளை அதிகாரி பிரபாத் சொன்னதன் படி ஜேசுதாசனிடம் நெருங்கிப் பழகிய ராணுவப் புலனாய்வு அதிகாரி பியவன்சா, அவரைக் குடிக்கவைத்து, அவர் போதையில் இருக்கும்போது, தேசிய அடையாள அட்டையைத் திருடிக் கொண்டு வந்திருந்தான். அதை பிரபாத் குழு பயன்படுத்திக் கொண்டது.

கண்துடைப்புக்காக, ஜேசுதாசனுடன் சேர்த்து பியவன்சாவையும் கைது செய்தது, பயங்கரவாதத் தடுப்புப் பிரிவு. சிறைக்குள் பியவன்சா சகல செளகரியங்களையும் அனுபவிக்க, அப்பாவி ஜேசுதாசன் சிறையிலேயே கொல்லப்பட்டார்.

பியவன்சா ஜாமீனில் வந்தபிறகு, பழைய பணியிலேயே சம்பள உயர்வு உள்ளிட்ட சலுகைகளோடு சேர்த்துக் கொள்ளப்பட்டான்.

லசந்தவின் நடமாட்டங்கள் ராணுவப் புலனாய்வுப் பிரிவினரால் தொடர்ந்து கண்காணிக்கப்பட்டு வந்தன.

கொலை வழக்கு விசாரணையில் வீண் குழப்பத்தை ஏற்படுத்தும் பொருட்டே, துப்பாக்கிக் குண்டு காயங்களால் லசந்த உயிரிழந்தார் என்கிற பொய்யான மருத்துவ அறிக்கை பெறப்பட்டது

கொலையாளிகள் பயன்படுத்திய மோட்டார் சைக்கிள்களின் எண்களை லசந்த தன் கைப்பட தனது நோட்டுப்புத்தகத்தின் முகப்பில் எழுதியிருந்ததால், அந்த நோட்டுப்புத்தகம் திட்டமிட்டு அழிக்கப்பட்டது. GCIB பதிவிலும் அது குறித்த குறிப்புகள் நீக்கப்பட்டது

விடுதலைப்புலிகளை இந்த வழக்கில் தொடர்பு படுத்தும் நோக்கத்துடன், தமிழ் இளைஞர்கள் இருவர் கொல்லப்பட்டு, அவர்களது மோட்டார் சைக்கிள் கிரைம் சீன் அருகே கைப்பற்றப்பட்டதாக அறிவிக்கப்பட்டது .

வழக்கைக் குழப்புகிற நோக்கத்துடனேயே, லசந்த சுட்டுக்கொல்லப்பட்டதாக இட்டுக் கட்டப்பட்டது. உண்மையில், கூரிய ஆயுதமொன்றால் தாக்கப்பட்டதாலேயே அவர் உயிரிழந்திருந்தார் .

காவல் துறையும், பயங்கரவாதத் தடுப்புப் பிரிவும் சேர்ந்தே, தடயங்களை அழிக்கும் பணியில் ஈடுபட்டன .

லசந்த கொலை, கீத் நோய்ஹர் கடத்தல், உபாலி தென்னக்கூன் தாக்கப்பட்டது - இந்த அனைத்தையும் ராணுவப் புலனாய்வுப் பிரிவைச் சேர்ந்த ஒரே குழுதான்

செய்திருக்கிறது

அது ஒரு சட்ட விரோத ரகசியக் கொலைக் குழு. அந்தக் குழுவுக்குத் தலைவன் யாரென்று சி.ஐ.டி விசாரித்து வருகிறது ..

இந்த விவரங்கள் அனைத்தையும், நீதிமன்றத்தில் பதிவு செய்தது சி.ஐ.டி.

அடுத்த கட்ட விசாரணை மிகவும் எளிதானது தான். ஏறக்குறைய இலக்கைத் தொட்டுவிடுகிற தூரத்தில்தான் இருந்தது அது. என்றாலும், எந்த இடத்திலிருந்து இடைஞ்சல் ஆரம்பிக்கும் என்பதை சி.ஐ.டி,யால் யூகிக்க முடியவில்லை. குற்றச் செயல்களில் ஈடுபட்டிருந்தவர்கள் ஒரு சங்கிலித் தொடர் போல இயங்கிக் கொண்டிருந்தனர். அவர்கள் நாடெங்கும், அதிலும் குறிப்பாக கொழும்பு நகரெங்கும் உலவிக் கொண்டிருந்தனர்.

மத்திய மாகாணத்தின் ஆளுநர் மைத்ரி குணரத்ன, 'லசந்தவைக் கொன்றவர்கள் யாரென்பது ஊருக்கே தெரியும்.... போர்க் கதாநாயகர்கள் என்கிற பெயரில் அந்தக் கொலைகாரர்கள் கொழும்பு வீதிகளில் சண்டியர்களைப் போல நடமாடிக் கொண்டிருப்பது கொடுமையிலும் கொடுமை' என்றார் பகிரங்கமாக!. அவரளவுக்குத் துணிவாகப் பேச, உண்மை தெரிந்தவர்களில் பலர் முயலவேயில்லை.

பால்ராஜின் மோட்டார் சைக்கிளை கிரைம் சீனில் கொண்டுபோய் வைத்தவர்கள் யார் என்பதையும், அந்த போலியான தடயத்தை அடிப்படையாக வைத்து விசாரிக்கும்படி உத்தரவிட்டது யாரென்பதையும் தெரிந்து கொண்டால் போதும். இந்த வழக்கில் பனித்திரை அகன்றுவிடும். அதற்கான வேலையை 2018 பிப்ரவரியில் தொடங்கியது சி.ஐ.டி. குழு.

எடுத்த எடுப்பிலேயே, உண்மையைப் போட்டு உடைத்துவிட்டான் மவுன்ட் லெவினியா காவல் நிலைய குற்றப் பிரிவு பொறுப்பதிகாரி சுகதபாலா. சி.ஐ.டி. வந்து

கேட்டவுடன் என்னென்ன சொல்லவேண்டும் என்று எழுதி வைத்துக்கொண்டு பேசுபவனைப் போல, தெளிவாகப் பேசினான் அவன்.

கொலையாளிகள் வந்த மோட்டார் சைக்கிள்களின் எண்களை வைத்து விசாரித்ததில், அவை ராணுவ வாகனங்கள் என்பது தெரியவந்ததையும், அது தொடர்பான பதிவுகளை அழித்துவிடச் சொல்லி டி.ஐ.ஜி. பிரசன்ன நாணயக்கார வற்புறுத்தியதையும் தனது வாக்குமூலத்தில் அவன் தெரிவித்தான். GCIBயில் 4 பக்கங்கள் நீக்கப்பட்டதையும், புதிய தாள்களுடன் அது மீண்டும் பைன்ட் செய்யப்பட்டதையும் அம்பலப்படுத்தினான்.

வேறொரு வாகனத்தின் எண்ணைக் கொடுத்து, அதைக் குறித்து விசாரிக்கும்படி தனக்கு உத்தரவிடப்பட்டது என்றான்.

GCIBயிலிருந்து நீக்கப்பட்ட பக்கங்களையும், லசந்தவின் குறிப்பு நோட்டுப் புத்தகத்தின் முகப்புப் பக்கத்தையும் முன்னெச்சரிக்கையாக ஜெராக்ஸ் எடுத்து வைத்திருந்ததை உற்சாகத்துடன் விளக்கியவன், அவற்றை சி.ஐ.டி.யிடம் ஒப்படைத்தான். மனத்திலிருந்த பாரத்தை முழுமையாக இறக்கிவைத்துவிட்டதைப் போல், நிம்மதியாக மூச்சு விட முடிந்தது அவனால்!

இரவெல்லாம் தூக்கம் வரவில்லை சுகதபாலாவுக்கு! அடுத்து நாணயக்காரவிடம் தான் விசாரணை நடக்கும் என்பது அவனுக்குத் தெரியும். அவன் கல்லுளி மங்கன். இதையெல்லாம் ஒப்புக்கொள்வானா என்பது தெரியவில்லை.

நடந்த அனைத்தையும் அறிந்த நேரடி சாட்சியான, ஹேமலதா அதிகாரி ஓரளவு மனசாட்சி உள்ளவன். உண்மை என்னவென்பதைச் சொல்லக் கூடியவன். ஆனால், காவல்துறையை விட்டு வெளியேறி விட்டான். இப்போது தனியார் பாதுகாப்பு நிறுவனமொன்றில் பணிபுரியும் அவனைத் தேவையில்லாமல் இந்தப் பிரச்சினையில் இழுக்க

வேண்டாமென்று நினைத்தே, இதுகுறித்து சி.ஐ.டி.யிடம் எதுவும் தெரிவிக்கவில்லை சுகதபாலா. நாணயக்கார ஏதாவது பித்தலாட்டம் செய்ய முற்பட்டால், ஹேமலதா அதிகாரியின் உதவியை நாடலாம் என்று நினைத்தான் சுகதபாலா.

நாணயக்காரவிடம் விசாரணை நடத்திய பிறகு அவனோடு சேர்த்து தன்னையும் கைது செய்ய சட்டப்படி வாய்ப்பிருக்கிறது என்பதை சுகதபாலா அறிந்தேயிருந்தான். எதற்கும் தயாராக இருக்க வேண்டுமென்று நினைத்தவனுக்கு, வீட்டுக்கு வெளியே கேட்ட மோட்டார் சைக்கிள்களின் சத்தம் எரிச்சலூட்டியது.

வீட்டின் ஜன்னலைத் திறந்து வெளியே பார்த்தான் சுகதபாலா.

அவனுடைய வீட்டுக்குக் கூப்பிடு தொலைவில் ராணுவ மோட்டார் சைக்கிள்களைப் போல் காணப்பட்ட 2 மோட்டார் சைக்கிள்கள் வந்து நிற்பது தெரிந்தது. அதிலிருந்து இறங்கியவர்கள், எந்த வீடு என்பதை அறிய சுற்றிலும் பார்ப்பது தெரிந்தது. ஏற்கெனவே தொலைபேசி மூலமாக மிரட்டல் வந்தபடியே இருக்கிற நிலையில், இந்த மோட்டார் சைக்கிள்கள் அச்சத்தை ஏற்படுத்தின.

அவசர அவசரமாக விளக்குகளை அணைத்தான் சுகதபாலா. லசந்த மாதிரி அந்த மோட்டார் சைக்கிள்களின் எண்களை எழுதி வைக்கலாமா என்று யோசித்தான். வெளியே அதற்கான வெளிச்சம் இல்லை. இங்கிருந்து பார்த்தால் எண்கள் எதுவும் தெரியவில்லை. இந்த நேரத்தில் சில்வாவை அழைப்பதுதான் முக்கியம் என்று நினைத்தவன், அலைபேசியில் அவரை அழைத்தான்.

வீட்டுக்கு வெளியே 2 மோட்டார் சைக்கிள்களில் அவர்கள் நிற்கிறார்கள் என்றான் நடுங்குகிற குரலில்!

ஏற்கெனவே உன் பாதுகாப்புக்கு ஏற்பாடு செய்யப்பட்டுள்ளது பயப்படாதே என்றார் சில்வா. ‘உன் பாதுகாப்புக்கான பொறுப்பை ஏற்றுக் கொண்டிருக்கும்

சி.ஐ.டி. குழு அருகிலேயே இருக்கக் கூடும். அவர்களை உடனடியாக வரச் சொல்கிறேன் . நீ தைரியமாக இரு . உன்னை யாராலும் எதுவும் செய்ய முடியாது' -என்று சில்வா உறுதியளித்தபிறகே, நிம்மதிப் பெருமூச்சு விட்டான்.

லசந்த நோட்டுப் புத்தகம் அழிக்கப்பட்டதற்கும் தனக்கும் சம்பந்தமே இல்லை என்று உறுதியாக மறுத்தான் நாணயக்கார. தடயங்கள் அழிக்கப்பட்டது தனக்குத் தெரியவே தெரியாது என்றான்.

சுகதபாலா கொடுத்த ஜெராக்ஸ் நகல்களை சி.ஐ.டி. அதிகாரிகள் காட்டியதும் அதிர்ந்து போனானென்றாலும், அதை முதல்முறையாக அப்போதுதான் பார்ப்பதாகக் கூறினான்.

இது, சுகதபாலா எதிர்பார்த்தது தான்! எதுவுமே எனக்குத் தெரியாது எல்லாமே சுகதபாலாவின் வேலை என்று நாணயக்கார கூறிவிட வாய்ப்பிருக்கிறது என்றே அவன் நினைத்தான். இது வழக்கில் சிக்கலை ஏற்படுத்தலாம், சி.ஐ.டி. சந்தேகக் கண்ணோடு தன்னைப் பார்க்கலாம் என்கிற பயம் இருந்தாலும், சில்வா மீதான நம்பிக்கையை அவன் இழக்கவில்லை.

இப்படியொரு இக்கட்டான நிலையில், உடுக்கை இழந்தவன் கைபோல், தனக்கு உதவ, ஹேமலதா அதிகாரி ஓடோடி வருவான் என்று சுகதபாலா எதிர்பார்க்கவேயில்லை.

காவல்துறை வட்டாரங்கள் மூலம், சுகதபாலா, நாணயக்கார இருவரையும் சில்வாவின் குழு விசாரித்ததைக் கேள்விப்பட்ட ஹேமலதா அதிகாரி, 2018 பிப்ரவரியில், தானே முன்வந்து நீதிமன்றத்தில் ஆஜரானான். ஒரு பொறுப்புள்ள அதிகாரி என்கிற அடிப்படையில், நடந்தது என்னவென்பதைத் தெரிவிக்க வேண்டியது அவசியம் என்றவன், சுகதபாலா சொன்னதெல்லாம் உண்மை என்பதை உறுதி செய்தான்.

ஆதாரங்களை அழித்துவிடும்படி டி.ஐ.ஜி. பிரசன்ன நாணயக்கார வற்புறுத்தியதை விரிவாக விளக்கிய அதிகாரி,

போலீஸ் ஐ.ஜி. அந்த ஆவணங்களை அழித்துவிட விரும்புவதாக எங்களிடம் மீண்டும் மீண்டும் சொன்னார் என்றான்.

சுகதபாலா கொடுத்திருந்த ஜெராக்ஸ் நகல்கள் ஹேமலதா அதிகாரியிடம் காட்டப்பட்டன. அவன், வியப்பில் ஆழ்ந்தான். எவ்வளவு முன்னெச்சரிக்கையுடன் சுகதபாலா செயல்பட்டிருக்கிறான் என்பதையும், தன்னிடம் கூட அதை மறைத்திருக்கிறான் என்பதையும் நினைக்கிற போது, அவன் மேல் வைத்திருந்த மரியாதை அதிகரித்தது. 'எனக்கு நன்றாக நினைவிருக்கிறது. அழிக்கப்பட்ட ஆதாரங்கள் இவைதான்' என்று உறுதி செய்தான்.

தடயங்களை அழித்ததற்காகவும் மறைத்ததற்காகவும், சுகதபாலா, நாணயக்கார இருவரும் 2018 ஏப்ரலில் கைது செய்யப்பட்டனர். தானும் கைது செய்யப்படலாம் என்கிற அச்சத்தில், போலீஸ் ஐ.ஜி. ஜெயந்த விக்கிரமரத்ன, உச்சநீதிமன்றத்தில் முன் ஜாமீன் பெறவேண்டியிருந்தது.

கோதபாயவுக்கு வியர்த்திருந்தது.

நீதிமன்றத்தில் என்னென்ன பதிவு செய்யப்பட்டிருக் கிறது என்கிற விவரங்களை வெளியிட்டிருந்த பத்திரிகையைத் தூக்கியெறிந்தான்.

ஒட்டுமொத்த நாட்டையே பயங்கரவாதத்தின் பிடியி லிருந்து மீட்டெடுத்தவன் - என்பது அவனுக்குத் தரப்பட்டிருந்த பெருமதியான பட்டம். அது பதவியில்லை. அவன் அதிபராகவோ பிரதமராகவோ இதுவரை ஆனதில்லை. ஆனால், சர்வ வல்லமை படைத்த அதிபர் பதவி, கூப்பிடு தொலைவில்தான் இருக்கிறது இப்போதும்!

அந்தக் கனவைச் சிதைத்துவிடும்போலிருக்கிறது இந்த வழக்கு போகிற பாதை. கோதபாய என்கிற இலங்கையின் மீட்பனைத் தூக்கில் போட்டுவிட்டுத்தான் வேறு வேலை பார்ப்பான் போலிருக்கிறது, நிஷாந்த சில்வா.

ஒவ்வொரு சமயம், பேசாமல் அமெரிக்காவுக்கே திரும்பிப் போய் பழைய பெட்ரோல் பங்க் வேலையில்

சேர்ந்துவிடலாமா என்று கூட தோன்றுவதுண்டு, கோதபாயவுக்கு! அமெரிக்கக் குடியுரிமை இப்போதும் இருக்கிறது.

அதையே காரணம் காட்டி, அமெரிக்க பிரஜையான கோதபாய போர்க்குற்றங்களிலும் இனப்படுகொலையிலும் சம்பந்தப்பட்டவன் - என்று ஆதாரங்களுடன் குற்றஞ்சாட்டி, கூண்டில் நிறுத்த அங்கேயிருக்கிற தமிழர்கள் கும்பல் ஒன்று தயார் நிலையில் இருப்பதாகத் தகவல். அதற்குப் பயந்துதான் இங்கேயே இருக்க வேண்டியிருக்கிறது.

போர்க்கதாநாயகனான தன்னுடைய இன்றைய அவல நிலைக்கு நிஷாந்த சில்வா தான் காரணம் என்று தோன்ற, கோதபாயவின் கோபம் சில்வா என்கிற ஒற்றை அதிகாரியைக் குறிவைத்துப் பாய்ந்தது.

மைத்திரிபாலா சிறிசேனா மாதிரி ஒரு நடிகரை சிங்களத் திரையுலகம் இதுவரை சந்தித்ததேயில்லை. மனிதர், காமினி பொன்சேகாவையே தூக்கிச் சாப்பிட்டு விடுகிற மகா நடிகர். இதுதான் கிராம சேவகராக இருந்த அவரை, அதிபராக்கியிருந்தது.

மகிந்த ராஜபக்ச அரசில், மைத்திரிபாலா பாதுகாப்பு அமைச்சர். மகிந்தன் விரலை அசைத்தால் ஓடிவருகிறவராகக் காட்டிக் கொண்டபடியே, நாடாளுமன்றத்தில் தன்னைப்பார்த்துக் கண்ணடித்து அழைத்த ரணிலைப் பின்தொடர்ந்து போய் கழிவறை வாசலில் சந்தித்தவர். மகிந்தனை எதிர்த்து அதிபர் தேர்தலில் நிற்க நான் தயார் ஆதரிக்க நீ தயாரா என்று பேரம் பேசியவர். கழிவறை பேரம் முடிந்ததும் மீண்டும் நாடாளுமன்றத்துக்குள் நுழைந்து, மகிந்தனுக்குப் பின்னால் பவ்யமாகப் போய் அமர்ந்துகொண்டவர்.

அந்த முன்னாள் கிராம சேவகரின் கழிவறை அரசியல் புரியாமல், அவரது பவ்யத்தைப் பார்த்து மகிந்தன் பெருமிதமடைந்ததெல்லாம், மகாவம்ச வரலாற்றில்

பின்னிணைப்பாகச் சேர்த்துக் கொள்ளப்பட வேண்டியவை.

4 ஆண்டுகளுக்கு முன், 2015 ஜனவரி 8ம் தேதி, அதிபரானவர் மைத்திரிபாலா. அன்று கண்ட மேனிக்கு அழிவில்லாமல், 2018 நவம்பரிலும், அதே நடிப்புத் திறனுடன் உலா வருகிறார்.

2018 நவம்பர் 13ம் தேதி தலைநகர் கொழும்பில் நடந்துகொண்டிருந்த தேசிய பாதுகாப்பு சபை மாநாட்டில், அப்போதுதான் முதல் முறையாகக் கேட்பவர் போன்று, கவலை படிந்த முகத்துடன், பாதுகாப்புப் படையினரின் தலைவர் விஜய குணரத்ன பேசுவதைக் கூர்ந்து கவனித்துக் கொண்டிருந்தார் மைத்திரிபாலா. மாநாடே அதிபராகிய தனது தலைமையில் தான் நடக்கிறது என்பதையே மறந்துவிட்டவரைப் போல, அப்படியொரு அலாதியான நடிப்பு.

பாதுகாப்பு சபை மாநாட்டில், விஜய குணரத்ன பேசுவதென்பதும், நிஷாந்த சில்வா குறித்த அபாண்டமான குற்றச்சாட்டை எழுப்புவதென்பதும், மைத்திரியின் அனுமதியோடு முன்கூட்டியே முடிவு செய்யப்பட்ட விஷயங்கள். அதைப் புதிதாகக் கேட்பவர் போன்று மைத்திரி நடித்தாலும், இயல்பான அதிர்ச்சியை முகத்தில் கொண்டுவர அந்த அமெச்சூர் நடிகரால் முடியவில்லை. கூட்டத்தில் இருந்த மற்றவர்கள் நிலை வேறு! பாதுகாப்புப் படையினரின் தலைவரிடமிருந்து இப்படியொரு குற்றச்சாட்டை எதிர்பாராத மற்றவர்கள், உண்மையிலேயே அதிர்ச்சியில் ஆழ்ந்திருந்தனர்.

தனது குற்றச்சாட்டைப் பிரகடனமே செய்கிறவனைப் போல, உரத்த குரலில் பேச்சைத் தொடர்ந்தான், விஜய குணரத்ன.

நிஷாந்த சில்வாவுக்கும் விடுதலைப் புலிகளுக்கும் மிக மிக நெருங்கிய தொடர்பு இருந்ததென்று நான் சொல்வது யாராலும் மறுக்க முடியாத உண்மை! நாட்டைப் பிளவு படுத்த முயன்ற பயங்கரவாதிகளுடன் தொடர்பு வைத்திருந்த

ஒரு தேசத் துரோகியை சி.ஐ.டி.யில் பொறுப்பதிகாரியாக வைத்துக் கொண்டிருப்பதும், அந்தத் துரோகியால் படையினர் வேட்டையாடப் படுவதும் நாட்டின் பாதுகாப்புக்கு ஆபத்தானவை. இதற்குமேலும் இதை வேடிக்கை பார்த்துக் கொண்டிருக்க முடியாது .. என்றான் விஜய குணரத்ன, கோபம் கொப்பளிக்கிற குரலில்!

சில்வா குறித்து நன்கு அறிந்தவர்கள் கூட, விஜயகுணரத்னவை மறுக்க முயலவில்லை. ஏனென்றால், அவர்கள் இவனையும் நன்கு அறிந்தவர்கள். நான் சொல்வதை யாராலும் மறுக்க முடியாது என்று அவன் சொல்கிறானென்றால், நான் சொல்வதை யாரும் மறுக்கக் கூடாது என்று அர்த்தம். இதைப் புரிந்து கொண்டவர் களால் எப்படி வாய் திறக்க முடியும்? கூட்டத்தில் கனத்த அமைதி நிலவியது.

'புலிகளுடன் தொடர்புடையவர்களின் கையில் நாடு பத்திரமாக இருக்குமா' என்று கூட்டத்தினரைப் பார்த்து அவன் கேட்க, யாரும் பதிலளிக்கவில்லை.

'இப்படி வாயை மூடிக்கொண்டு மௌனம் சாதித்துக் கொண்டிருந்தால், நாடு நாசமாகிவிடும்' என்று அனைவரையும் சபித்துவிட்டுத்தான் உட்கார்ந்தான் அவன்.

தேசிய பாதுகாப்பு மாநாட்டில் என்ன நடந்தது, அதன் தொடர்ச்சியாக என்ன நடந்துகொண்டிருக்கிறது என்பதையெல்லாம் அறியாமல், லசந்த கொலை வழக்கின் முக்கியக் குற்றவாளியை இலக்காக வைத்து வியூகம் வகுப்பதில் முழு மூச்சோடு ஈடுபட்டிருந்தார் நிஷாந்த சில்வா.

சுகதபாலா நகலெடுத்த லசந்தவின் நோட்டுப்புத்தகத் தின் மூலம், ராணுவத்தைச் சேர்ந்த மோட்டார் சைக்கிள் களில் கொலையாளிகள் வந்தது உறுதி செய்யப்பட்டு விட்டது. அந்த மோட்டார் சைக்கிள்களை யார் யார் பயன்படுத்தினார்கள் என்பதைத் தெரிந்து கொண்டாயிற்று!

இதை மறைப்பதற்காகவே, அந்த நோட்டுப் புத்தகமும்,

GCIB பதிவும் அழிக்கப்பட்டிருக்கிறது என்பதும், அதற்கான உத்தரவைப் பிறப்பித்தவன் நாணயக்கார என்பதும் சுகதபாலா மற்றும் ஹேமலதா அதிகாரி மூலம் உறுதி செய்யப்பட்டிருக்கிறது.

காரில் நோட்டுப் புத்தகம் இருந்தது என்பதை உறுதி செய்ய, நிர்மலா கன்னங்கரா மட்டுமே போதும். அப்படி எதுவும் காரில் இல்லை - என்று நாணயக்கார பொய் சொன்னதை நிரூபிக்கவும் அவளே போதும்.

நோட்டுப் புத்தகத்தில் எண்களை தன் கைப்பட எழுதியிருப்பவர் லசந்த தான் என்பதை, சக பத்திரிகை யாளர்கள் மூலம் உறுதிசெய்துவிட முடியும்.

அதை அழிக்கும்படி தனக்கு உத்தரவிட்டது யார் என்பதை நாணயக்கார மூடி மறைத்துவிட முடியாது. தன் தலைக்குக் கத்தி வரும்போது, தன்னைக் காப்பாற்றிக் கொள்ள அவர் உண்மையைச் சொல்லிவிடுவார் என்று சில்வா உறுதியாக நம்பினார். இந்த ஒரே காரணத்துக்காக, நாணயக்காரவின் உயிருக்கு ஆபத்து நேர்ந்துவிடாமல் பார்த்துக்கொள்வது முக்கியமென்று தோன்றியது.

லசந்தவின் அலைபேசியை ஒட்டுக்கேட்கும்படி, கொலை நடப்பதற்கு சில வாரங்களுக்கு முன் கோதபாய உத்தரவிட்டிருந்ததை, அரசாங்க ஆவணங்களை வைத்தே சில பத்திரிகைகள் உறுதி செய்திருக்கின்றன.

பியவன்ச மூலம் ஜேசுதாசனின் தேசிய அடையாள அட்டை திருடப்பட்டதும், அதைவைத்து கொலையாளிகள் பயன்படுத்திய 5 அலைபேசிகள் வாங்கப்பட்டதும் உறுதி செய்யப்பட்டுவிட்டது.

அந்த உண்மை வெளிவந்துவிடக் கூடாது என்பதற் காகவே, ஜேசுதாசன் சிறைக்குள் கொல்லப்பட்டிருக்கிறார். அதை நிரூபிக்க மேலதிக ஆதாரங்கள் அவசியமில்லை. பாதிக்கப்பட்ட ஒருவருக்கு நியாயம் வழங்காமல் அவரையும் சட்டவிரோதமாக கைது செய்திருப்பதிலிருந்தே, அவரைச் சிறைக்குள் கொல்லத் திட்டமிட்டிருந்தார்கள் என்பது

சந்தேகத்துக்கு இடமில்லாமல் தெரிந்துவிடுகிறது. ஆக, ஜேசுதாசன் கொலை, ஒரு திட்டமிட்ட கொலை.

குற்றவாளிகளைக் காப்பாற்றி, பழியைப் புலிகள் மேல் போட, அப்பாவித் தமிழ் இளைஞர்கள் இருவர் கொல்லப்பட்டது, வழக்கின் திருப்புமுனை. அவர்கள் பெயரில் மோட்டார் சைக்கிள் இருக்கும் என்று நினைத்து, அவர்களை எரித்துக் கொன்றுவிட்டு, கிரைம் சீனில் அவர் களது வாகனத்தைத் திணித்திருக்கிறார்கள். மோட்டார் சைக்கிளின் உரிமையாளர் தலைமறைவாகிவிட்டதாக ஜோடிக்க நினைத்தவர்களுக்கு, அதன் உரிமையாளரின் கொழும்பு பிரசன்னம் மிகப்பெரிய பின்னடைவு.

வவுனியா இளைஞர்களின் மோட்டார் சைக்கிளை கிரைம் சீனில் கொண்டுவந்தது யார் என்பதை, ஐ.ஜி. விக்கிரமரத்ன மூலம் நிச்சயமாக வெளிக்கொண்டு வந்துவிட முடியும். அதன்பிறகு, லசந்தவைக் கொல்ல உத்தரவிட்டது யாரென்பதை அம்பலப்படுத்துவது கஷ்டமான வேலையாக இருக்காது.

தற்கொலை செய்துகொள்வதற்கு முன்போ, கொலை செய்யப்படுவதற்கு முன்போ, ஜெயமானே யார் யாரைச் சந்தித்தார் என்கிற தகவல்கள் சேகரிக்கப்பட்டு வருகின்றன. அவை, ஜெயமானே தற்கொலை மர்மத்தின் முடிச்சை அவிழ்க்கும்.

லசந்த கொலை வழக்கில், முதல் சந்தேக நபராக உடலகம கைது செய்யப்பட்டிருக்கிறான். நாணயக்காரவும் சுகதபாலவும் கைது செய்யப்பட்டிருக்கின்றனர். பிரபாத் புலத்வத்தே உள்பட கொலைக்குழுவில் இருந்த அனைவரும், கீத் நோய்ஹர் வழக்கில் கைது செய்யப்பட்டிருக்கிறார்கள்.

எல்லாவற்றுக்கும் மேலாக, soft target டாக்டர் சுனில் குமார கைவசம் இருக்கிறார். பிழையான உடற்கூறு ஆய்வு அறிக்கை ஒன்றைத் தரும்படி தமக்கு உத்தரவிட்டவர் யாரென்பதை அவர் மறைக்கப் போவதில்லை. அதிலிருந்து ஆரம்பித்தாலே, சீட்டுக்கட்டு சரிவதைப் போல அனைத்து

மர்மங்களும் விலகிவிடும். குற்றவாளிகளின் தலைவன் யார் என்பது அம்பலமாகிவிடும். போதுமான தரவுகளின் அடிப்படையில், அந்த நபரைக் கைது செய்து கூண்டில் ஏற்றுகிற நடவடிக்கை பூர்த்தியாகிவிடும்.

ராணுவப் புலனாய்வுப் பிரிவுக்கு லசந்தவைக் கொல்ல தனிப்பட்ட காரணங்கள் இருக்க முடியாது. கொலை செய்யும்படி அவர்களுக்கு உத்தரவிட்டது யார் என்கிற கேள்விக்கும், கொலைப்பழியை விடுதலைப் புலிகள் பக்கம் திருப்பத் தூண்டியது யார் என்கிற கேள்விக்கும் விடை கண்டுபிடிப்பது சுலபமாகவே இருக்கும் என்று நினைத்தார் சில்வா. கடினமான பாதைகளைத் தாண்டிவிட்ட மன நிறைவு அவர் முகத்தில் ஜொலித்தது.

இது ஒரு அறிவியல் ரீதியிலான வியூகம். நிதானமாக விரிக்கப்பட்டிருந்தாலும், குற்றவாளியால் எளிதில் தப்பித்துவிட முடியாத அளவுக்கு நெருக்கமாகப் பின்னப்பட்டிருக்கிற வலை.

லசந்த உடலை வெளியே எடுத்துப் புதிய ஆய்வறிக்கையைப் பெற்றதைப் போலவே, எரிக்கப்பட்ட வவுனியா இளைஞர்களின் உடல்களைத் தோண்டியெடுத்து டி.என்.ஏ. ஆய்வு நடத்தப்பட்டு விட்டது. ஒரு சிறிய பிழை கூட குற்றவாளி தப்பித்துவிட காரணமாகிவிடக் கூடாது என்பதாலேயே இவ்வளவையும் செய்ய வேண்டியிருந்தது.

பிரதானக் குற்றவாளியைக் கூண்டில் ஏற்றிவிட முடியும் என்பதில், இப்போது, ஒரே ஒரு வீத சந்தேகம் கூட இல்லை சில்வாவுக்கு!

2018 நவம்பர் 18ம் தேதி, யார்க் வீதியிலுள்ள சி.ஐ.டி. தலைமையகம், விடுமுறை நாள் என்பதற்கான எந்த அறிகுறியும் இல்லாமல் வழக்கம்போல இயங்கிக் கொண்டிருந்தது. மாலை 6 மணிக்கு சிசிராவையும் மற்ற சி.ஐ.டி. அதிகாரிகளையும் தன் அறைக்கு அழைத்த சில்வா, எல்லாவற்றையும் விளக்கினார். நாம் உச்சக் கட்டத்தில் நுழைகிறோம் என்றார்.

நிறுத்தி நிதானமாக நிஷாந்த சில்வா விளக்கிக் கொண்டி ருந்த போதுதான், மிக மிக அவசரம் என்கிற குறிப்புடன் காவல்துறை ஐ.ஜி. அலுவலகத்திலிருந்து அனுப்பப்பட் டிருந்த கடிதம் சில்வாவிடம் ஒப்படைக்கப்பட்டது.

அந்தக் கடிதத்தைப் பிரித்துப் படித்ததும், மௌனமாகி விட்டார் சில்வா. அவரது முகத்தில் ஏற்பட்ட திடீர் மாற்றத்தைக் கவனித்த சிசிரா, அவரது அனுமதிக்காகக் காத்திருக்காமல், அந்தக் கடிதத்தை எடுத்துப் பார்த்தான்.

லசந்த கொலை வழக்கு முதலான முக்கிய விசாரணைகளின் பொறுப்பதிகாரியான நிஷாந்த சில்வா, உடனடியாக அந்தப் பொறுப்புகளிலிருந்து விடுவிக்கப்படுவ தாக அந்தக் கடிதம் தெரிவித்தது. 'அத்தியாவசிய பணித் தேவைகளின் பொருட்டு நாளைமுதல் நீங்கள் நீர்க் கொழும்புக்கு மாற்றப்படுகிறீர்கள்' என்று அந்த உத்தர வில், போலீஸ் ஐ.ஜி. பூஜித ஜெயசுந்தர தெரிவித்திருந்தார்.

அன்று, நவம்பர் 18ம் தேதி, பிரதமர் என்று மைத்திரியால் அறிவிக்கப்பட்டிருக்கும் மகிந்த ராஜபக்சவின் பிறந்த நாள்.

காலையில் அலரி மாளிகைக்கு அருகிலுள்ள பௌத்த விகாரையில் நடந்த பிறந்த நாள் விழா நிகழ்ச்சியில் கலந்துகொண்ட மிக முக்கியப் பிரமுகர்களில், ஜெயசுந்தரவும் ஒருவர்.

அந்த நிகழ்ச்சியில், அவருடன் கலந்துகொண்ட இன்னொரு முக்கியப் பிரமுகர், கோதபாய ராஜபக்ச.

ஜாதகம்-2

பிரகீத் எக்னலிகொட

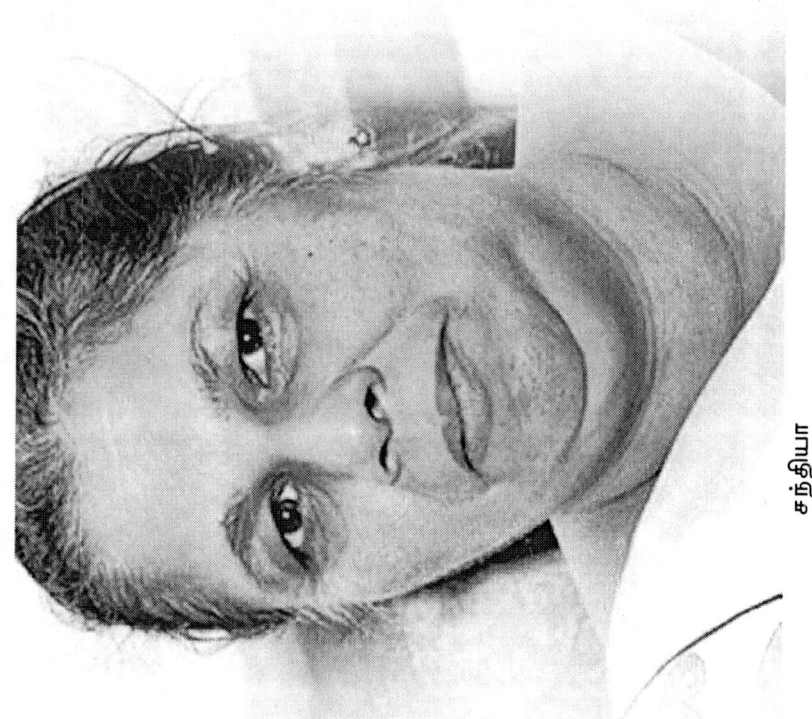

சந்தியா

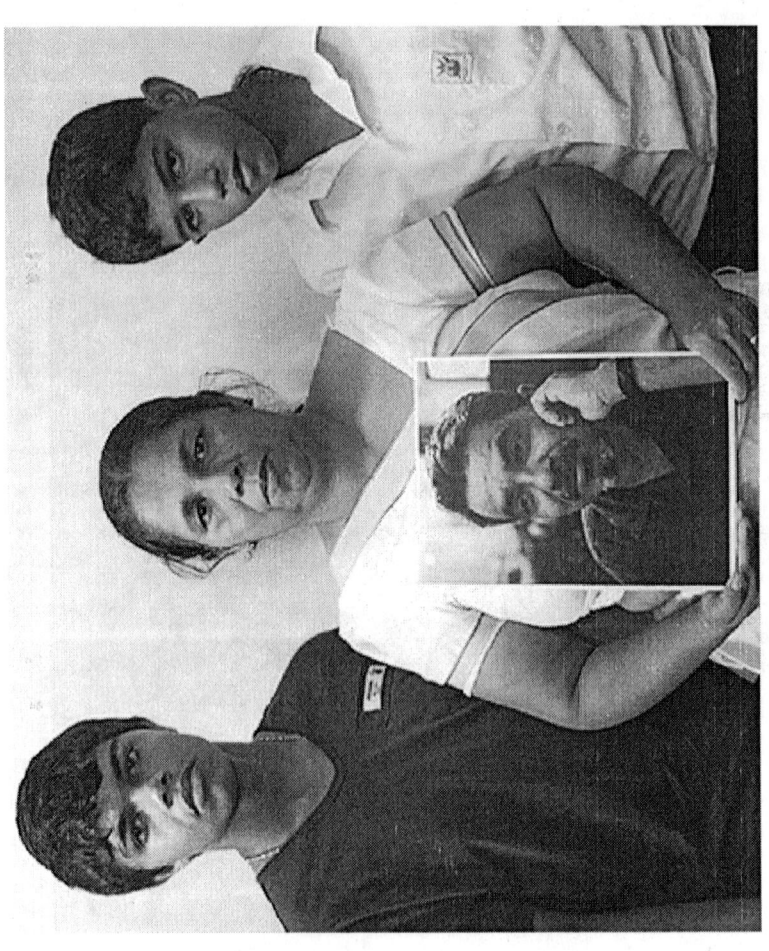

மகன்களுடன் சந்தியா

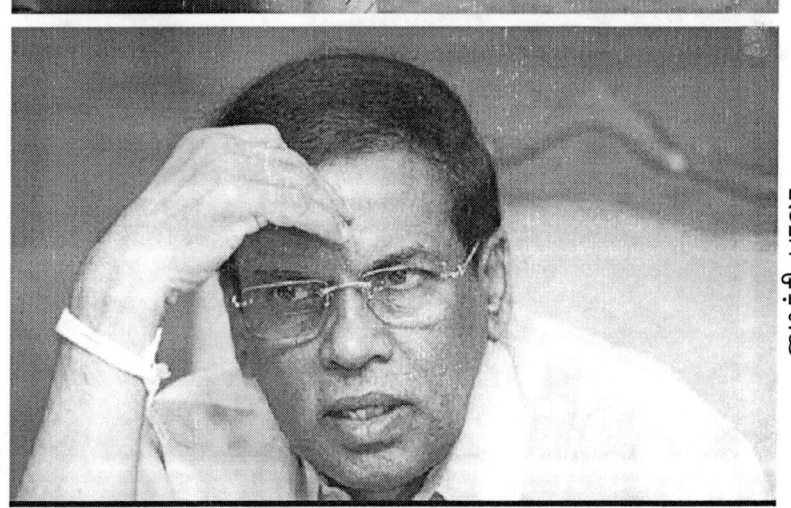

மைத்ரி பாலா

கோதபய ராஜபக்ச

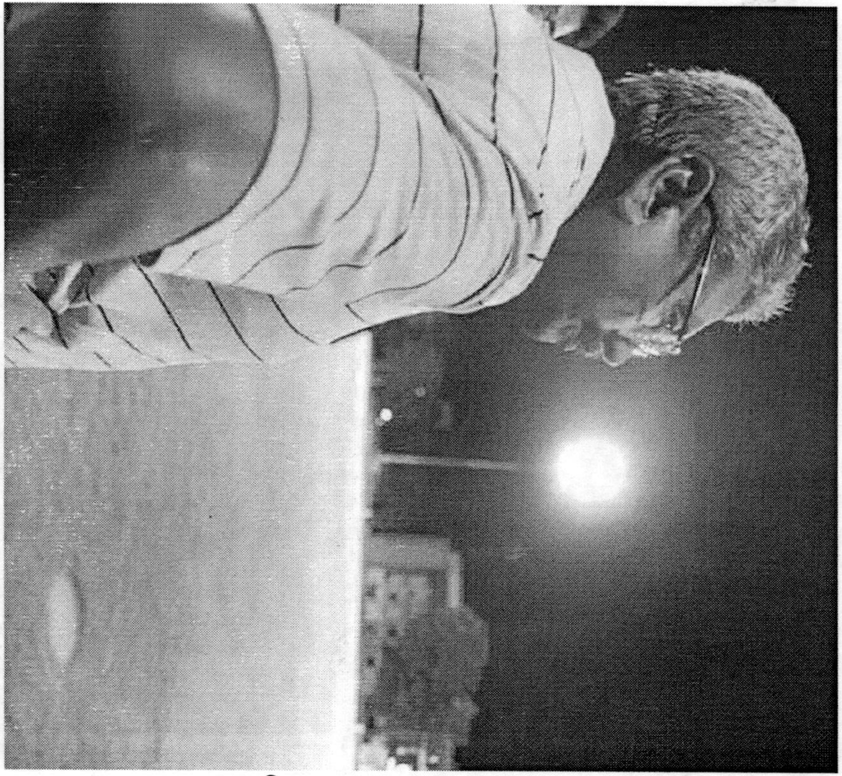

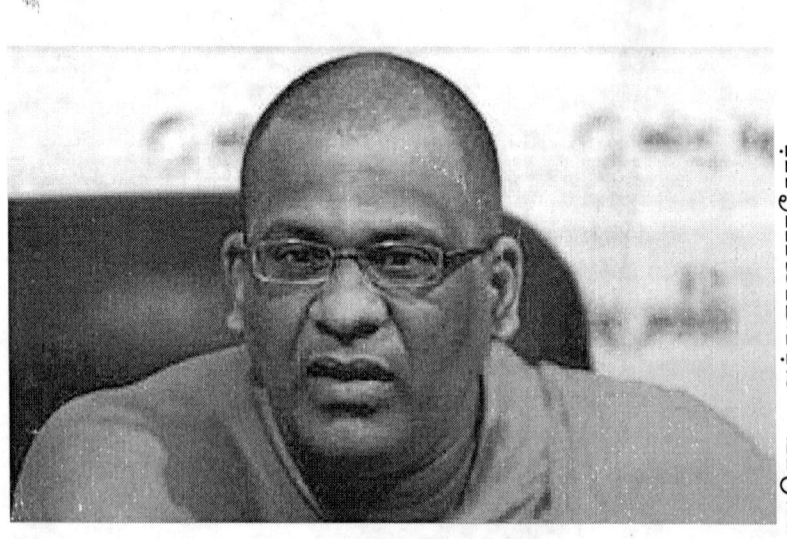

கலகொட அத்தஞானசாரதேரர்

ஐ.ஜி. பூஜித ஜெயசுந்தர

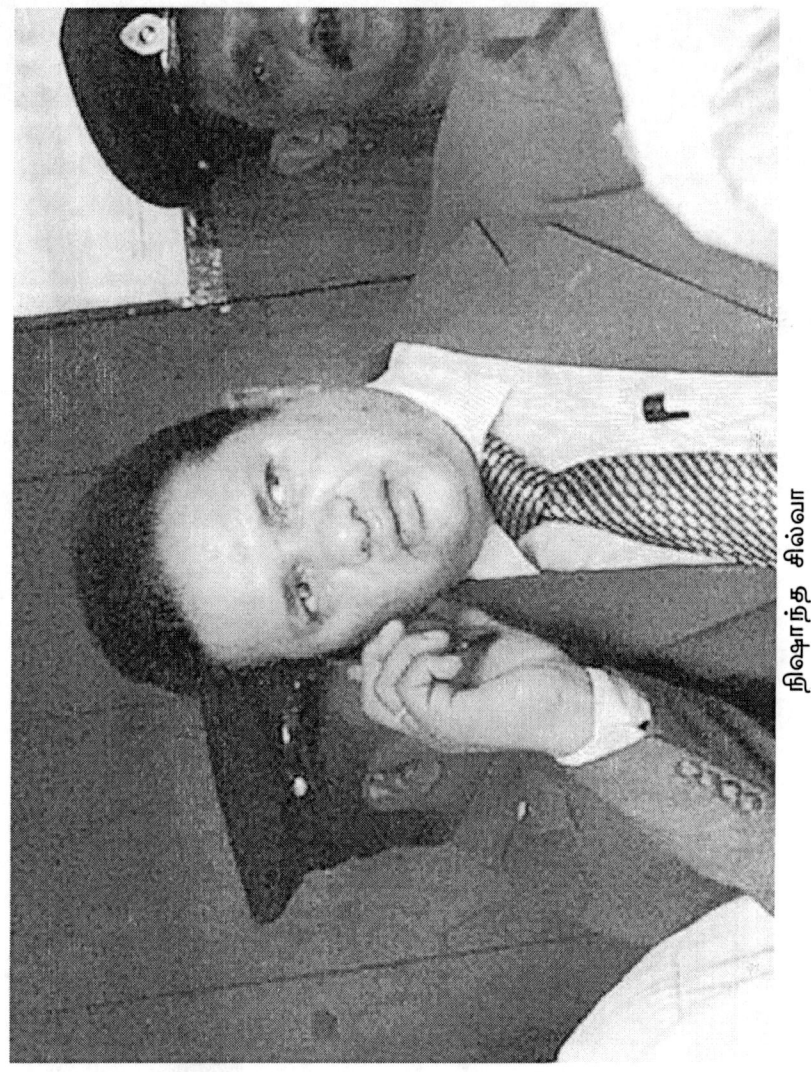

நிஷாந்த சில்வா

விஜய குணரத்ன

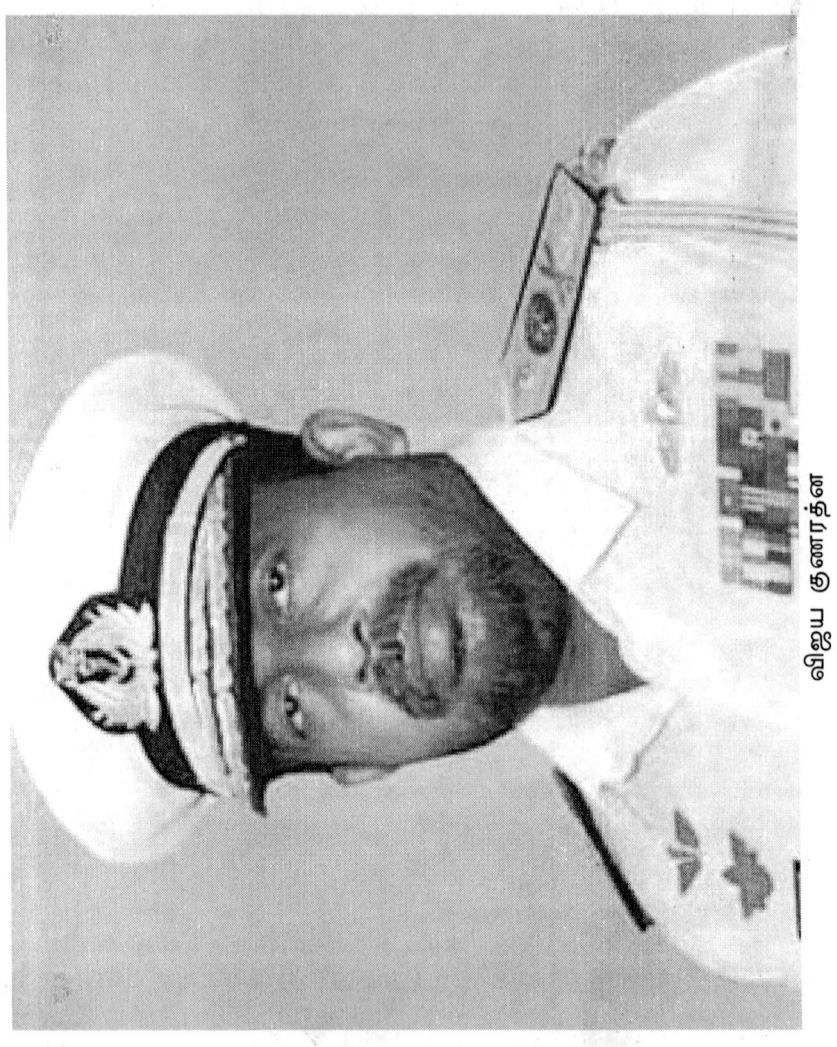

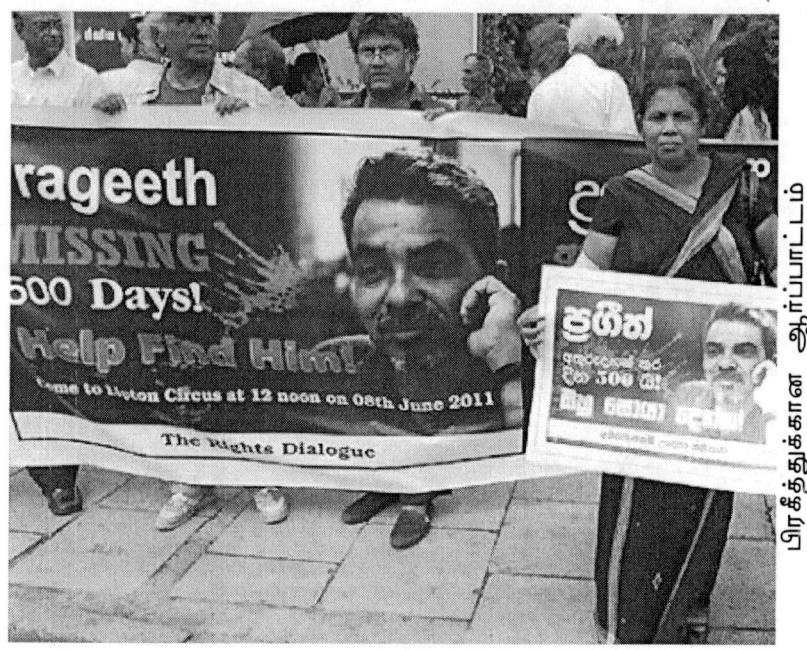

பிரகீத்துக்கான ஆர்ப்பாட்டம்

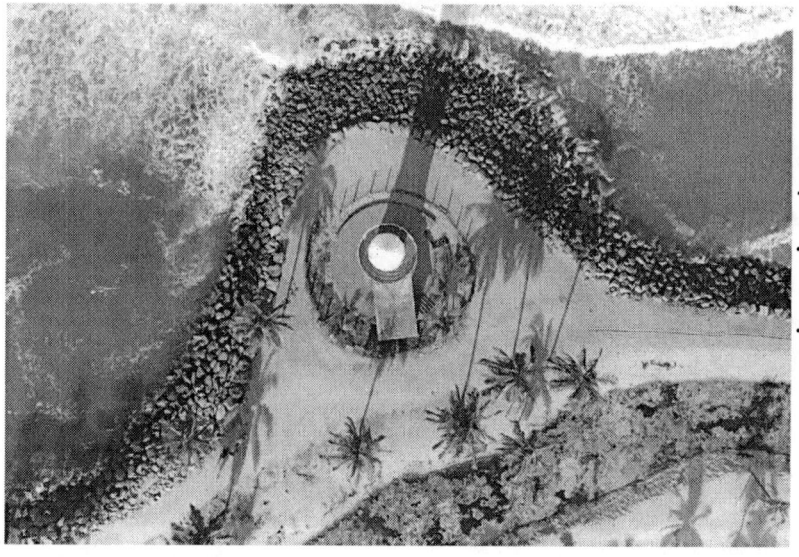

அக்கரைப் பற்று

2010 ஏப்ரல் 27

கார்ட்டூனிஸ்ட் மற்றும் கட்டுரையாளரான சிங்களப் பத்திரிகையாளர் பிரகீத் எக்னலிகொட காணாமல் போன, 94வது நாள்.

மகிந்த ராஜபக்சவையும், கோதபாய ராஜபக்சவையும், தொடர்ந்து விமர்சித்து வந்தவர் பிரகீத். மகிந்தனை எதிர்த்து அதிபர் தேர்தலில் போட்டியிட்ட, ராணுவத் தளபதி சரத் பொன்சேகாவை வெளிப்படையாக ஆதரித்தவர்.

அதிபர் தேர்தல் நடப்பதற்கு 48 மணி நேரமே இருந்த நிலையில், மர்மமான முறையில் காணாமல் போய்விட்ட பிரகீத்தை இதுவரை கண்டுபிடிக்க முடியவில்லை.

தன்னுடைய கேலிச் சித்திரங்கள் மற்றும் கட்டுரைகள் மூலம், ராஜபக்ச அரசின் முறைகேடுகளைக் கண்டித்த துடன், தமிழர் தாயகமான வட மாகாணத்தில், அப்பாவித் தமிழ் மக்களைத் தாக்க, இரசாயன ஆயுதங்களை இலங்கை ராணுவம் பயன்படுத்தியதை, தமிழினப்படுகொலை முழுவீச்சில் தொடங்கிய 2008-ம் ஆண்டிலேயே அம்பலப்படுத்தியவர், பிரகீத்.

ராணுவத்தின் நச்சு ஆயுதத் தாக்குதல் தொடர்பான விவரங்களை, கொழும்பிலுள்ள சில வெளிநாட்டுத் தூதரகங்களுக்கு அவர் அளித்ததாகக் கூறப்படுகிறது. அதை உறுதி செய்வது மாதிரி, 2009 ஆகஸ்டில் வெள்ளை வேன் ஒன்றில் கடத்தப்பட்டவர், ஓரிரு நாளில் விடுவிக்கப் பட்டார்.

இந்த முறை அப்படியில்லை. பிரகீத் எங்கே

இருக்கிறார், என்ன ஆனார், இருக்கிறாரா இல்லையா - என்பது குறித்த விசாரணையில், கடந்த மூன்று மாதங்களில், ஒரு துரும்பளவு கூட முன்னேற முடியவில்லை காவல்துறையால்!

வேறு வழியில்லாமல், அவரது மனைவி சந்தியா எக்னலிகொட சார்பில் ஆட் கொணர்வு மனு தாக்கல் செய்யப்பட்டது. அந்த மனுவின் மீதான விசாரணையில், சந்தியா தரப்பு வழக்கறிஞர் பேசுவதை கனத்த மௌனத்துடன் கேட்டுக் கொண்டிருந்தது கொழும்பு நீதிமன்றம்.

பிரகீத் காணாமல் போனதற்கு யார் காரணமென்பது உறுதியாகத் தெரியவில்லை. எக்னலிகொடவின் வழக்கறிஞரான உங்களாலும் அதை திட்டவட்டமாகக் குறிப்பிட முடியவில்லை ..! இப்படியொரு நிலையில், அவரை நீதிமன்றத்தில் ஆஜர்படுத்தும்படி, காவல் துறைக்கு எப்படி உத்தரவு பிறப்பிக்க முடியும் என்று கேட்டார் நீதியரசர் ரஞ்சித் சில்வா.

பிரகீத் இலங்கையின் குடிமகன். குடிமக்களின் பாதுகாப்புக்குக் காவல்துறை தான் பொறுப்பு என்கிற அடிப்படையில், பிரகீத்தின் பாதுகாப்புக்கும் அவர்கள் தானே பொறுப்பேற்க வேண்டும் என்று நீதிபதியிடம் திருப்பிக் கேட்டார், சந்தியாவின் வழக்கறிஞர். அவரது கேள்வி நியாயமானது என்பதால் அமைதி காத்தார் ரஞ்சித் சில்வா.

பிரகீத் காணாமல் போன ஜனவரி 24ம் தேதி மாலையில், அவருக்கு அலைபேசி அழைப்பு ஒன்று வந்திருக்கிறது. அதன் பிறகே, நண்பர்கள் அழைப்பதாக அலுவலகத்தில் தெரிவித்துவிட்டுப் புறப்பட்டிருக்கிறார். அவரை அலைபேசியில் அழைத்தவர்கள் யாரென்பதை, காவல்துறை நிச்சயமாகக் கண்டுபிடித்திருக்கும். ஆனால், அது யாரென்பதையோ, அந்த எண்ணையோ அவரது துணைவியார் சந்தியாவுக்குத் தெரிவிக்க மறுக்கின்றனர்

அதைத் தெரிவிப்பது, விசாரணையைப் பாதிக்கும் என்கிறது காவல்துறை ..! அப்படியென்றால், அந்த எண்ணை வைத்து அவர்கள் என்ன கண்டுபிடித்திருக்கிறார்கள் என்பதையாவது தெரிவிக்க வேண்டும். காவல்துறையின் மௌனம் கவலையளிக்கிறது இப்படியொரு நிலையில், பிரகீத் குறித்து காவல்துறையிடம் கேட்காமல் வேறெவரிடம் கேட்க முடியும் என்று சந்தியாவின் வழக்கறிஞர் கேட்க, நீதிமன்றத்தில் பரிபூரண நிசப்தம்.

இதற்கு பதிலளிக்கும்படி காவல்துறைக்கு உத்தரவிட்ட நீதிமன்றம், வழக்கின் விசாரணையை வேறொரு நாளுக்கு ஒத்திவைத்தது.

தொடக்கத்தில், பிரகீத் கடத்தப்பட்டிருக்கிறார் - என்பதையே ஏற்க மறுத்தது இலங்கை அரசு.

சுய விளம்பரத்துக்காக, பிரகீத் எங்கேயோ ஒளிந்து கொண்டிருக்கிறார். போதிய விளம்பரம் தேடிக் கொண்டதும், அவராகவே வெளியே வந்துவிடுவார் என்று வெந்த புண்ணில் வேலைப் பாய்ச்சினார், மகிந்த ராஜபக்ச அரசின் ஊடகத் துறை அமைச்சர் லக்ஷ்மண் யாப்பா.

ஐ.நா. மனித உரிமைகள் பேரவைக் கூட்டத்தில் கலந்துகொள்ள ஜெனிவா சென்றிருந்த இலங்கை அரசின் தலைமை வழக்கறிஞர் மோகன் பெரீஸ், பிரகீத் தொடர்பிலான கேள்விகளை எதிர்கொள்ள வேண்டியிருந்தது.

ஜெனிவா என்பது கொழும்பு அல்ல. அது சர்வதேச நாடுகளின் மனித உரிமைக் களம். பத்திரிகைச் சுதந்திரத்தைக் காப்பாற்றுவதில், உலக அளவில் இலங்கை மிகவும் பின்தங்கி இருந்ததால், பிரகீத் தொடர்பான சர்வதேசத்தின் கேள்விகளை பெரீஸால் தவிர்க்க முடியவில்லை. நீதி நியாயத்தை நிலைநிறுத்த வேண்டிய பொறுப்பில் இருந்த அவரும், திசை திருப்பும் விதத்தில்தான் பதிலளித்தார்.

'பிரகீத்துக்கு ஒன்றும் ஆகவில்லை அவர்

வெளிநாட்டில் தஞ்சம் புகுந்துள்ளார்' என்றார், பெரீஸ். அப்படி அவர் சொன்னதற்கு எந்த ஆதாரமும் இல்லை என்பது, அவருக்கே தெரிந்திருந்தது.

அரசு பொய்ப் பிரச்சாரத்தைத் தொடங்கிவிட்டது... . என்று குற்றஞ்சாட்டினார் சந்தியா எக்னலிகொட.

பிரகீத் வெளிநாட்டில் தஞ்சம் புகுந்திருப்பதாக, ஐ.நா. மனித உரிமைகள் பேரவையில் மோகன் பெரீஸ் தெரிவித்திருக்கிறார். அவர் அப்படிப் பேசியதிலிருந்து, அரசுதான் பிரகீத்தைக் கடத்தியிருக்கிறது என்பது தெளிவாகத் தெரிகிறது. பெரீஸ், சாமானியர் அல்ல! அரசின் தலைமை வழக்கறிஞர். ஜெனிவாவில் அவர் சொன்னது உண்மை தானென்றால், அது எந்த நாடு என்கிற விவரத்தை கொழும்பு நீதிமன்றத்தில் உடனடியாகத் தெரிவிக்க வேண்டும் என்றார் சந்தியா.

உண்மை என்பது, ஜெனிவாவில் ஒரு மாதிரியும், கொழும்பில் வேறு மாதிரியும் இருக்க முடியாது என்பது சந்தியாவின் வாதம். ஆனால், ஜெனிவாவில் பேசிய பெரீஸ், கொழும்பு திரும்பிய பிறகு, அதுபற்றி வாயே திறக்கவில்லை.

அதன்பிறகு, இலங்கை உச்ச நீதிமன்றத் தலைமை நீதியரசர் பொறுப்பில் அமர்த்தப்பட்ட பெரீஸ், பிரகீத் வெளிநாட்டில் இருப்பதாக தனக்குத் தகவல் கொடுத்தவர் யாரென்பது நினைவில்லை... பிரகீத் எங்கே இருக்கிறார், என்ன ஆனார் என்பது கடவுளுக்கே வெளிச்சம் என்று முன்னுக்குப் பின் முரணாகப் பேசினார். அது, சந்தியாவின் குற்றச்சாட்டை உறுதி செய்வதாக இருந்தது.

பிரகீத் வழக்கு எப்படிக் கையாளப்படும் என்பதை, அவர் காணாமல் போன மறுநாளே சந்தியாவால் உணர முடிந்தது.

பிரகீத் 2009ல் முதல்முறையாகக் கடத்தப்பட்ட திலிருந்தே, சந்தியா மிகுந்த எச்சரிக்கையுடன்தான் இருந்தார். இரவு ஒன்பதரைக்குள் பிரகீத் வீட்டுக்குத் திரும்பாவிட்டால், Lanka e News.com அலுவலகத்தைத்

தொடர்புகொண்டு, அவர் வீட்டுக்குப் புறப்பட்டுவிட்டாரா என்பதை உறுதி செய்துகொள்வார்.

ஜனவரி 24ம் தேதி, நண்பர் ஒருவரைப் பார்ப்பதற்காக அலுவலகத்திலிருந்து இரவு எட்டரை மணிக்குப் புறப்பட்டிருந்த பிரகீத், திரும்பி வராததை அடுத்து, மீண்டும் மீண்டும் அவரது அலைபேசிக்குத் தொடர்புகொள்ள முயன்றார். அலைபேசி அணைத்து வைக்கப்பட்டிருந்தது. சந்தியா அச்சத்தில் ஆழ்ந்தார். இரவெல்லாம் அவர் தூங்கவில்லை.

காலையிலும் பிரகீத்தின் அலைபேசியைத் தொடர்பு கொள்ள இயலவில்லை. உடனடியாக, தாங்கள் வசிக்கிற ஹோமாகம பகுதியிலுள்ள காவல் நிலையத்துக்குச் சென்றார். விஷயத்தைச் சொன்னார். அங்கேயிருந்த காவலர் ஒருவர், காவல்நிலையத் தொலைபேசி மூலம் யாரிடமோ பேசினார். அதன்பிறகு, புகார் மனுவை எழுதிக் கொடுங்கள் என்றார்.

புகார் மனுவைக் கொடுப்பதற்குள், காவல்நிலையத்தின் பொறுப்பதிகாரி வந்துவிட்டான். 'எனக்கென்னவோ, இதற்குள் பிரகீத் வீட்டுக்குத் திரும்பியிருக்கக்கூடும் என்று தோன்றுகிறது.' என்றான். 'நீங்கள் ஒரு நடை வீட்டுக்குப் போய்ப் பார்த்துவிட்டு வந்துவிடுங்கள்' என்று அவன் சந்தியாவை அங்கிருந்து அனுப்ப முயல, மறுத்துவிட்டார் சந்தியா.

வேண்டுமானால், காவல் நிலையத்திலிருந்து யாரையாவது எங்கள் வீட்டுக்கு அனுப்பி, பார்த்துவிட்டு வரச் சொல்லுங்கள் என்றார்.

அந்தப் பொறுப்பதிகாரி, பொறுப்பைத் தட்டிக் கழிப்பதிலேயே குறியாக இருந்தான். 'இப்போது இது பேஷனாகிவிட்டது. கடத்தப்பட்டதாகச் சொல்லி விளம்பரம் தேடிக் கொள்வது அதிகரித்துவிட்டது' என்றான்.

பிரகீத் பணத்துக்காகவோ புகழுக்காகவோ அவ்வளவு

கீழ்த்தரமாக நடந்துகொள்கிறவர் இல்லை என்பதை சந்தியா அந்த அதிகாரியிடம் விளக்க வேண்டியிருந்தது.

அதன்பின், தன்னுடைய கடைசி அஸ்திரத்தைப் பயன்படுத்தினான் அந்த அதிகாரி.

புகாரை வாங்கிப் படித்துப் பார்த்தவன், கொஸ்வத்த பகுதியில் நடந்த சம்பவம் என்பதால், நீங்கள் அங்கே தான் புகார் செய்ய வேண்டியிருக்கும் என்றான். நாங்கள் வசிக்கும் பகுதி ஹோமாகம என்பதால்தான் இங்கே புகார் கொடுக்கிறேன் என்றார் சந்தியா.

'நீங்கள் இங்கே புகார் கொடுத்தாலும், நான் அங்கே தான் அனுப்பிவைப்பேன்' என்று அந்த அதிகாரி பிடிவாதம் பிடிக்க, வேறு வழியில்லாமல், கொஸ்வத்த காவல்நிலையத்துக்குப் போய், சந்தியா புகார் கொடுக்க வேண்டியிருந்தது.

கொஸ்வத்த காவல் நிலையத்தில் ஜனவரி 25ம் தேதி புகார் கொடுத்தும், இரண்டு வாரங்கள் கழித்தே போலீசார் அதைப் பதிவு செய்தனர். பதிவு செய்யப்பட்ட புகாரின் நகல் கூட சந்தியாவுக்குத் தரப்படவில்லை. மீண்டும் மீண்டும் அவர் கேட்டபிறகு, புகார்ப் பதிவுப் புத்தகம் தொலைந்துவிட்டது தேடிக் கொண்டிருக்கிறோம் என்கிற பதில் மட்டுமே கிடைத்தது, காவல் நிலையத்திலிருந்து!

தலங்கம - கொஸ்வத்த சந்தியில் இருக்கிறது, புகார்ப் பதிவுப் புத்தகத்தையே தொலைத்துவிட்டுத் தேடிக் கொண்டிருக்கிற அந்தக் காவல் நிலையம்.

கொஸ்வத்த பகுதியில் தான் சம்பவம் நடந்திருக்கிறது என்பதற்கு, அங்கிருந்துதான் பிரகீத் எக்னலிகொட கடத்தப்பட்டிருக்கிறார் என்று அர்த்தம். 24ம் தேதி இரவு, Lanka e News.com அலுவலகத்திலிருந்து புறப்பட்ட பிரகீத், கொஸ்வத்த போனது எப்படி?

ஜனவரி 24ம் தேதி இரவு, கேஹலிய பௌத்த விகாரையில் சரத் பொன்சேகாவின் தேர்தல் வெற்றிக்காக சிறப்பு பூஜை ஒன்றுக்கு ஏற்பாடு செய்யப்பட்டிருந்தது.

அந்தப் பூஜையில் கலந்துகொள்வதுதான், பிரகீத்தின் நிகழ்ச்சி நிரல். தம்புல்லவுக்கு வருமாறு பழைய நண்பர் ஒருவர் அழைத்ததையடுத்து, பூஜைக்கு வரவில்லை என்று மனைவிக்குத் தகவல் கொடுத்துவிட்டார் பிரகீத்.

காமினி என்கிற நெருங்கிய நண்பர் தான், பிரகீத் பயணம் செய்வதற்குத் தேவையான வாகனத்தை ஏற்பாடு செய்வார். காமினியைத் தொடர்பு கொண்ட பிரகீத், பழைய நண்பர் ஒருவரைப் பார்க்கப் போவதாகவும், தெரிந்த ஆட்டோ எதையாவது அனுப்பிவைக்கும்படியும் கேட்டுள்ளார். கடைசி நிமிடத்தில் தெரிந்த ஆட்டோ டிரைவர் யாரையும் தொடர்பு கொள்ள இயலாத நிலையில், ஆட்டோ கிடைக்கவில்லை என்று காமினி தெரிவித்துள்ளார்.

சிறிது நேரம் கழித்து, தெரிந்த ஆட்டோ ஒன்று கிடைத்துவிட, மீண்டும் பிரகீத்தைத் தொடர்பு கொண்டுள்ளார் காமினி. ஆட்டோவை அனுப்பி வைக்கிறேன் என்று அவர் சொல்ல, தான் ஏற்கெனவே வேறு வாகனத்தில் போய்க்கொண்டிருப்பதாகத் தெரிவித்துள்ளார் பிரகீத். 'எங்கேயிருக்கிறாய்' என்கிற காமினியின் கேள்விக்கு, 'கொஸ்வத்த' என்று பதிலளித்திருக்கிறார்.

காமினியுடன் பிரகீத் பேசிய கடைசி வார்த்தை அதுதான் என்றாலும், அதைத் தொடர்ந்து 'இது கொஸ்வத்த போகிற வழியில்லை' என்று யாரிடமோ அவர் சொன்னது காமினிக்குத் தெளிவாகக் கேட்டது. அதுதான் காமினி கேட்ட பிரகீத்தின் கடைசிக் குரல். அதன் பிறகு, பிரகீத்தின் அலைபேசி இணைப்பு துண்டிக்கப்பட்டு விட்டது.

வடக்கில் அப்பாவித் தமிழ்மக்களை இரசாயன ஆயுதங்களைப் பயன்படுத்தி ராணுவம் கொன்று குவித்ததை அம்பலப்படுத்தியதும், வெளிநாட்டுத் தூதரகங்களுக்கு அதைத் தெரிவித்ததுமே பிரகீத் கடத்தப்பட்டதற்கு முக்கியக் காரணம் என்று வெளிப்படையாகவே

குற்றஞ்சாட்டினார், சந்தியா. கணவர் பிரகீத்தைப் போலவே, நேர்படப் பேசினார்.

சரத் பொன்சேகாவைத் தீவிரமாக ஆதரித்ததும், மகிந்த ராஜபக்சவின் குடும்ப அரசியலைத் தோலுரித்ததும் பிரகீத் கடத்தலுக்கான கூடுதல் காரணங்கள் என்றார்,

மகிந்த ராஜபக்ச தொடர்பான கார்ட்டூன்களின் கீழ், கையெழுத்து கூட போடமாட்டார் பிரகீத் .. தாக்கப்படலாம் என்கிற அச்சமே அதற்குக் காரணம்! அப்படியும், அரசு அவரைக் கண்காணித்தபடியே இருந்தது. எழுதுவதை நிறுத்து என்று தன்னை மிரட்டுவதாகவும், அரசின் ஹிட் லிஸ்டில் தமது பெயர் இருப்பதாகவும் பிரகீத் என்னிடம் தெரிவித்திருந்தார் என்றார், வேதனையுடன்!

கடத்தல் நடந்த ஜனவரி 24ம் தேதி காலையில் கூட, தான் வெளியிட இருந்த FAMILY TREE நூலின் கையெழுத்துப் பிரதியைச் சரிபார்த்துக் கொண்டிருந்தார். அது, மகிந்த ராஜபக்சவின் குடும்பம் இலங்கை அரசாங்கத்தை ஆக்கிரமித்திருப்பதை விளக்குகிற நூல் என்று பெருமையுடன் குறிப்பிட்ட சந்தியா, கணவரின் வழியில், வடக்கிலுள்ள தமிழ் மக்களுக்காகக் குரல் கொடுக்கத் தொடங்கியது, பிரகீத் காணாது போன பிறகுதான்!

2011ல், ஐ.நா. மனித உரிமைகள் பேரவைக் கூட்டம் நடந்த சமயத்தில் ஜெனிவா போயிருந்த சந்தியா, சர்வதேச மனித உரிமை ஆர்வலர்களைச் சந்தித்தார். இலங்கையின் வடகிழக்கில் தமிழர் பகுதிகளை ராணுவம் ஆக்கிரமித்திருப்பதை புகைப்பட ஆதாரங்களுடன் விளக்கினார்.

தங்களது சொந்தத் தாய்மண்ணில், தங்களுக்கு உரித்தான வாழ்விடங்களை இழந்து, குடிசைகளிலும் முகாம்களிலும் கொட்டகைகளிலும் இடிந்து சிதைந்த இடங்களிலும் தமிழ்மக்கள் வாழ்வதையும் புகைப்படங்களுடன் சந்தியா எடுத்துச் சொன்னார். அதற்கு நேர்மாறாக, ஆடம்பர சொகுசு ஹோட்டல்களும், பிரமாண்டமான போர் நினைவுச் சின்னங்களும் அந்தப் பகுதிகளில்

அதிகரித்து வருவதையும் ஆதாரங்களுடன் சுட்டிக் காட்டினார்.

தேசத் துரோகி

சந்தியாவை இப்படித்தான் அழைத்தனர் அவரது சிங்களச் சகோதரர்கள். இரண்டு ஆண்டுகளாக, தன்னுடைய கணவருக்கு சந்தியா நியாயம் கேட்டபோது அவருக்கு அவர்கள் துணை நிற்கவில்லை. தமிழர்களுக்கு அவர் நியாயம் கேட்ட அடுத்த நொடியே தேசத் துரோகி என்று பட்டம் சூட்டிவிட்டனர்.

தேசத் துரோகி என்று தன்னைப் பார்த்து ஜெனிவாவில் குரல்கொடுத்த சிங்களச் சகோதரர்களின் கோபத்தைப் பார்த்து சந்தியா கவலைப்படவில்லை. அவர்கள், புலம்பெயர் சிங்கள உறவுகள் அதிலும் குறிப்பாக லண்டனில் வசிப்பவர்கள் . லண்டன் சிங்களர் பேரவையினர்.

நாகரிகமான நாடு ஒன்றில் வாழ நேர்கிற நிலையிலும், மகாவம்ச மனநிலையிலிருந்து அவர்கள் மாறாமலேயே இருப்பதுதான் சந்தியாவுக்குக் கவலையளித்தது. பிரகீத்துக்கும் தமிழ் மக்களுக்கும் நீதி கேட்கிற கடமையிலிருந்து விலகவே கூடாது என்கிற உறுதியை, இத்தகைய எதிர்ப்புகள் வலுப்படுத்தின. தன்னுடைய சொந்தச் சகோதரர்களைப் பார்த்து அமைதியாகப் புன்னகைத்தார்

“BASTARDS” என்று மகிந்த ராஜபக்சவின் கைத்தடியான மேர்வின் சில்வா பாசத்துடன் குறிப்பிட்டது, பத்திரிகையாளர்களை! பொதுக்கூட்ட மேடையாயிற்றே என்றெல்லாம் அவன் யோசிக்கவில்லை. சந்தியா தொடர்பான ஜெனிவா செய்திகளை சில இலங்கைப் பத்திரிகைகள் வெளியிட்டிருந்ததால் கொதித்துப் போயிருந்தான் அவன். அமைச்சர் என்பதையே மறந்து, ஏக வசனத்தில் அவன் ஏச, திரண்டிருந்த கூட்டம் ஆரவாரம் செய்து அதை வரவேற்றது.

அந்த ஆரவாரமான வரவேற்பு, மேர்வின் சில்வாவை மேலும் பேசவைத்தது. தனக்குப் பயந்து எத்தனை பத்திரிகையாளர்கள் நாட்டை விட்டே ஓடியிருக்கிறார்கள் என்று விவரிக்கத் தொடங்கிவிட்டான்.

'பொத்தல ஜெயந்தவை நாலு தட்டு தட்டி நாட்டை விட்டே விரட்டியவன் நான்தான்' என்று மேர்வின் சொல்ல, கூட்டத்தில் மிக அதிக ஆரவாரம். இங்கேயிருந்து ஓடிப்போன பத்திரிகையாளர்கள் மீண்டும் இலங்கைக்குத் திரும்பினால், அவர்கள் முழங்காலை முறித்துவிடுவேன் என்று ஊடகத் துறை அமைச்சரான அவன் உரத்தகுரலில் அறிவிக்க, அவன் முன்மொழிந்ததை வழிமொழிவது போல் பேரோசை எழுப்பியது கூட்டம்.

பிரகீத்தை நீதிமன்றத்தில் ஆஜர்படுத்தும் படி காவல்துறைக்கு உத்தரவிடக் கோரும் சந்தியாவின் மனு மீதான விசாரணை, திட்டமிட்டு இழுத்தடிக்கப் பட்டது.

2010ல் அவர் சார்பில் தாக்கல் செய்யப்பட்ட மனு, 2011ல் தான் விசாரணைக்கே எடுத்துக்கொள்ளப்பட்டது. அதற்குப் பிறகும், பிரகீத் குறித்து பேசாமல், வேறு திசையில் போய்க் கொண்டிருந்தது.

எதற்காக ஜெனிவா போனீர்கள்...? உங்களது பயணச் செலவையும், ஜெனிவா செலவுகளையும் யார் ஏற்றுக் கொண்டது? ஜெனிவாவில் நீங்கள் இருக்க, ஒவ்வொரு நாளும் எவ்வளவு தொகை தரப்பட்டது என்றெல்லாம் அரசு வக்கீல் மீண்டும் மீண்டும் கேட்க, இந்தக் கேள்விகளுக்கும் இந்த வழக்குக்கும் என்ன சம்பந்தம் என்று நீதிமன்றம் கேட்கவேயில்லை.

'நீங்கள் சர்வதேச அளவில் இலங்கை அரசுக்கு எதிராக பிரச்சாரம் செய்கிறீர்கள்' என்று சந்தியா மீது அரசு வக்கீல் குற்றஞ்சுமத்த, நீதிமன்றம் வேடிக்கை பார்த்தது.

சந்தியா துவண்டு விடவில்லை. சர்வதேசத்தின்

கவனத்துக்கு பிரகீத் விவகாரத்தைக் கொண்டு செல்வதற்கான அடுத்த வாய்ப்புக்காகக் காத்திருந்தார். 2011ல் இலங்கையின் காலி நகரில் நடந்த, சர்வதேச இலக்கியத் திருவிழா அதற்கான அடுத்த களமாயிற்று.

இலங்கையில் பத்திரிகையாளர்கள் மீதும், மனித உரிமைகளுக்காகப் போராடுவோர் மீதும் தாக்குதல்கள் தொடர்வதைக் கண்டித்து, அருந்ததி ராய் போன்ற முற்போக்கு எழுத்தாளர்கள் காலி விழாவைப் புறக்கணித்திருந்தனர். அதனால், ராஜபக்ச அரசுக்கு அது ஒரு கௌரவப் பிரச்சினையாக மாறியிருந்தது. விழாவை எப்படியாவது நடத்துவது என்பதில், அரசு தீவிரம் காட்டியது.

இலக்கிய விழா அரங்கின் நுழைவாயிலிலேயே, கணவர் பிரகீத்தின் உருவப்படத்துடன் நின்றுகொண்டிருந்தார் சந்தியா. அவருடன், அவருடைய மூத்தமகன் சத்யஜித் சஞ்சயாவும் இருந்தான். விழாவில் கலந்துகொண்ட சர்வதேச எழுத்தாளர்களிடம், பிரகீத்தைக் கண்டுபிடிக்க இலங்கை அரசுக்கு அழுத்தம் கொடுக்கும்படி கேட்டுக்கொண்டார் சந்தியா.

சந்தியா விநியோகித்த ஒரு துண்டறிக்கை, விழாவில் பங்கேற்ற எழுத்தாளர்களின் இதயத்தைத் தொடுவதாக இருந்தது.

'ஒரு செய்தியாளரின் கடமையை நிறைவேற்றியதற் காகக் கொலை செய்யப்பட்ட, தாக்கப்பட்ட, கடத்தப்பட்ட, நாட்டைவிட்டே விரட்டப்பட்ட இலங்கைப் பத்திரிகை யாளர்களின் மனைவியர், குழந்தைகள் மற்றும் குடும்பத்தினர் சார்பில் உங்களை வரவேற்கிறேன்..'

'இனத்தின் அடிப்படையில் கொல்லப்பட்ட / காணாமல் ஆக்கப்பட்ட உறவுகளுக்காக வெளிப்படையாக அழக் கூட முடியாமல், தமிழ்ப் பெண்களும் குழந்தைகளும் சத்தமில்லாமல் கண்ணீர் சிந்துகிற ஒரு தேசத்தின் சார்பில் உங்களை வரவேற்கிறேன்...'

'எங்கள் சிறிலங்காவுக்கு வருக வருக...'

என்று தொடங்கிய சந்தியாவின் துண்டறிக்கை, பிரகீத்துக்கு மட்டுமின்றி, ஒரு கொடிய அரசால் வேட்டையாடப்பட்ட ஒவ்வொருவருக்கும் நீதி கேட்டது.

சர்வதேச எழுத்தாளர்களின் முன்னிலையில், சந்தியாவை அங்கிருந்து வலுக்கட்டாயமாக அகற்ற முடியாத நிலை. கையறு நிலையில் நின்றுகொண்டிருந்தது இலங்கைக் காவல்துறை.

சிங்கள பௌத்த வெறியரான கலகொட அத்த ஞானசார தேரரின் அடியாள் போன்றே செயல்பட்டவன், பிரபல ரவுடி தமித்தகொட சமிந்த. கோதபாயவின் கைத்தடியான அவன், பல கொலைவழக்குகளில் தொடர்புடையவன். பிரபலமான போக்கிரி.

கோதபாயவின் ரகசிய கொலைக் குழுவில் சமிந்தவும் இருந்தான். அதை வெளிப்படையாகச் சொல்லிக் கொள்ள அவன் தயங்கியதுமில்லை. நான் அலரி மாளிகையின் கொலைக் குழுவில் இருக்கிறேன் என்று பெருமையடித்துக் கொண்டவன் அவன்.

கோதபாய ராஜபக்சவின் இன்னொரு கைத்தடியான நாடாளுமன்ற உறுப்பினர் துமிந்த சில்வா, சமிந்தவின் இணைபிரியாத் தோழன். இருவரும், இரட்டையர் போலவே செயல்பட்டவர்கள்.

நாடாளுமன்ற உறுப்பினர் பாரத லட்சுமண் பிரேமசந்திராவைக் கொன்றவர்கள், சமிந்த, துமிந்த உள்பட ஐவர். சட்டத்தின் பிடியிலிருந்து அவர்களைக் காப்பாற்றுவதற்கு மகிந்த ராஜபக்ச அரசாங்கம் படாத பாடு பட்டது. (பின்னர் ஐவருக்கும் மரணதண்டனை அறிவித்தது நீதிமன்றம்.)

சமிந்த அதிகமாகப் பேசுவது, அவனது உயிருக்கே உலை வைத்து விடுகிற அளவுக்குப் போனது. 2016ல் அவனைக் கொலை செய்ய முயற்சி நடந்தது. பிரேமசந்திரா கொலைவழக்கில் சிறைவைக்கப்பட்டிருந்த சமிந்த,

கொழும்பு நீதிமன்றத்திலிருந்து வெலிக்கடை சிறைக்கு சிறைப் பேருந்தில் கொண்டு செல்லப்பட்டபோது, அவனைக் குறிவைத்து, 2 மர்ம நபர்கள் துப்பாக்கிச் சூடு நடத்தினர்.

சமிந்த மீது துப்பாக்கிக் குண்டுகள் பாய்ந்தன என்றாலும், குண்டுக் காயங்களுடன் அவன் தப்பித்துவிட்டான். இந்தச் சம்பவத்தில், சிறை வாகனத்தில் இருந்த காவலர்களில் ஒருவர்கூட காயமடையவில்லை. அந்த அளவுக்கு முன்னெச்சரிக்கையுடன் அந்தத் தாக்குதல் நடந்திருந்தது.

கோதபாயவும் துமிந்தவும் சொன்னதால், பிரகீத் எக்னலிகொடவின் சடலத்தை நாங்கள் கடலில் வீசி விட்டோம்... என்று எப்போதும் போல் சமிந்த உளறப் போய், பிரகீத் வழக்கு பரபரப்பாகி விட்டது.

சமிந்த ஒரு சமூக விரோதி. கொலைக் குற்றவாளி. பாதாள உலக பயங்கரக் குழுக்களில் இருந்து அலரி மாளிகைக்கு வந்தவன். அவன் சொல்வதை நம்புவதா வேண்டாமா என்கிற குழப்பம் பலருக்கும் ஏற்பட்டாலும், சந்தியா தெளிவாக இருந்தார்.

அந்த சமூக விரோதியின் கூற்றை நம்புவதா வேண்டாமா என்பதைத் தீர்மானிக்க என்னால் முடியவில்லை. என்னைப் பொறுத்தவரை, பிரகீத் உயிருடன்தான் இருக்கிறார் என்று உறுதியாக நம்புகிறேன் அதுதான் என்னை இயங்க வைக்கிறது என்றார் நம்பிக்கையுடன்!

என் கணவருக்கு நீதி கேட்டு தொடுத்திருக்கும் போரில் நான் தோற்றுவிட்டதாக நினைக்கவில்லை .. அவர் என்னுடனேயே இருக்கிறார். என் இதயத்துக்குள் இருக்கிறார் என்று செய்தியாளர்களிடம் சொல்வதற்குள், சந்தியாவின் குரல் சுக்குநூறாக நொறுங்கிவிட்டது. அவரது நம்பிக்கை மட்டுமே நொறுங்காமலிருந்தது.

பிரகீத்தின் உடலைக் கடலில் வீசி விட்டோம் -

என்கிற சமிந்தவின் கூற்று, ஒரு கலிகால கூற்றுவனின் கூற்று என்பதால், கவலையில் ஆழ்ந்தான் ரணபந்த. இதே கிரிதல முகாமுக்கு, பிரகீத் அழைத்து வரப்பட்டது நேற்றுதான் நடந்ததைப் போல இருந்தது அவனுக்கு!

பிரகீத்தை தம்புல்லாவுக்கு அழைக்க, ரணபந்தவின் அலைபேசிதான் பயன்படுத்தப்பட்டது. அந்தத் தேதியைக் கூட அவன் மறக்கவில்லை.

அது, 2010 ஜனவரி 24.

அன்று முற்பகலில் முகாமின் கட்டளை அதிகாரி சம்மி குமாரரத்ன, ரணபந்தவை அழைத்துப் பேசினான். அதைத் தொடர்ந்து, சுரேஷ்குமார் மூலம் பிரகீத்தை அலைபேசியில் பிடித்தார்கள். சுரேஷ்குமார் இல்லா விட்டால், பிரகீத்தைப் பிடித்திருக்க முடியாது. அவன்தான் பிரகீத்தின் பழைய நண்பன்.

சுமதிபாலா சுரேஷ்குமார் என்கிற தவேந்திரன், விடுதலைப் புலிகள் அமைப்பைச் சேர்ந்தவன். 2001ல், மன்னார் மாவட்டம் மடு நகருக்கு நாடாளுமன்ற உறுப்பினர் ஒருவருடன் சென்றிருந்த செய்தியாளர் பிரகீத்தை, சுரேஷ் மடுவில் தான் சந்தித்தான். ஒரு செய்தியாளராக நிறைய தகவல்களை அவனிடம் கேட்டுத் தெரிந்துகொண்டார் பிரகீத். இருவருக்கும் இடையே நட்பு ஏற்பட்டது.

கொழும்பு திரும்பியபிறகும், செய்திகள் சேகரிக்கும் பொருட்டு, சுரேஷிடம் பிரகீத் தொடர்பில் இருந்தார். சமயத்தில் சுரேஷும் அவரைத் தொடர்பு கொள்வதுண்டு.

ஒரு கட்டத்தில், சுரேஷ்குமார், இலங்கை ராணுவத்திடம் சரணடைய நேர்ந்தது. அவனை விசாரித்த ராணுவம், தன்னுடைய INFORMER ஆக்கிக் கொண்டது. அது, பிரகீத்துக்குத் தெரியாது.

பிரகீத்தின் அலைபேசி எண், சுரேஷ்குமாரின் அலைபேசியில் இருந்ததைப் பார்த்த ராணுவ அதிகாரிகள், அந்தத் தொடர்பை அறுத்துக் கொள்ள வேண்டாமென்றும், தொடர்ந்து அவரோடு தொடர்பில்

இருக்கும்படியும் கூறினர்.

கிரிதல ராணுவ முகாமிலிருந்து இயங்கிய சுரேஷ், அங்கிருந்து பிரகீத்துடன் பேசி வந்தான். அந்த முகாமில், ரணபந்த தான், சுரேஷின் பொறுப்பதிகாரி. ரணபந்தவின் கட்டுப்பாட்டில் சுரேஷ் வந்தது இப்படித்தான்!

ஜனவரி 24ம் தேதி, ரணபந்தவை அழைத்த கிரிதல முகாமின் கட்டளை அதிகாரி சம்மி குமாரரத்ன, சுரேஷ் மூலம் பிரகீத்துக்கு வலை விரிக்கச் சொன்னான்.

ரணபந்தவின் அலைபேசியிலிருந்து பிரகீத்தை சுரேஷ் அழைத்தபோது, ரணபந்த அவன் அருகிலேயே இருந்தான்.

உங்களைப் பார்க்க வேண்டும் பேச வேண்டும் என்று சுரேஷ் கேட்டவுடன், பிரகீத் ஒப்புக்கொண்டார். இரவு சந்திப்பதென்று முடிவு செய்யப்பட்டாலும், எந்த இடமென்பது முடிவு செய்யப்படவில்லை.

பிரகீத்தைச் சந்திக்க சுரேஷ் கொழும்பு போகப் போவதில்லை என்பதே ரணபந்தவுக்குத் தெரியாது. அதிகாரிகள் சிலர் கொழும்புக்குப் போய், தம்புல்லாவில் சுரேஷ் இருப்பதாகத் தெரிவித்து, பிரகீத்தை கிரிதலவுக்கு அழைத்து வரப் போகிறார்கள் என்பதும் அவனுக்குத் தெரியாது. பிரகீத்துடன் அவர்கள் கிரிதல திரும்பியபிறகே இந்த நாடகத்தை அறிந்தான் அவன்.

ஜனவரி 25 அதிகாலையில், கட்டளை அதிகாரி சம்மி குமாரரத்ன, பிரியந்த குமார ராஜபக்ச நதன், ரூபசேனா உள்ளிட்டோர், கிரிதல முகாமுக்கு பிரகீத்தை அழைத்துவந்தனர்.

மகிந்த ராஜபக்ச மற்றும் கோதபாய ராஜபக்ச ஆகியோர் தொடர்பான கார்ட்டூன்கள் குறித்து பிரகீத்திடம் விசாரிக்கும்படி ரணபந்தவுக்கு உத்தரவிட்டான், சம்மி குமாரரத்ன.

விசாரணை செய்ய பிரகீத்தை வேறு அறைக்கு அழைத்துச் செல்ல வேண்டியிருந்தது. பிரகீத்தை விசாரிக்க நீண்ட நேரம் தேவைப்படவில்லை. அந்த கார்ட்டூன்களை

வரைந்தது தான்தான் என்பதை அவர் ஒப்புக்கொண்டார். அதிகாரத்தைக் கையில் வைத்திருக்கிற குடும்பத்தினரின் ஊழல்களையும் முறைகேடுகளையும் அம்பலப்படுத்துவதே தனது நோக்கம் என்பதையும் தெரிவித்தார்.

ரணபந்த விசாரிப்பதைப் பார்த்துக் கொண்டிருந்த பிரியந்தவும் ரூபசேனாவும் தங்களுக்குள் ஏதோ பேசியபடி அறையிலிருந்து வெளியே சென்றார்கள். சிறிதுநேரம் கழித்து திரும்பி வந்தவர்கள், விசாரித்தது போதுமென்றும், பிரதீப்பை அழைத்து வருமாறு கட்டளை அதிகாரி தங்களிடம் தெரிவித்ததாகவும் கூறி, அவரை அழைத்துச் சென்றனர்.

அதன்பிறகு பிரகீத்தை ரணபந்த பார்க்கவில்லை.

என்றாலும். அவர் என்ன ஆனார் என்கிற கவலை இத்தனை ஆண்டுகளாக மனத்தை அரித்துக்கொண்டே இருந்தது. கடலில் வீசி விட்டோம் என்கிற சமிந்தவின் கூற்று, அந்தக் கவலையைப் பல மடங்காக்கிவிட்டது.

அதிகாரத்தில் இருக்கிற குடும்பத்தின் முறைகேடுகளை அம்பலப்படுத்தியது தவறா ரணபந்த -என்கிற பிரகீத்தின் குரல் வங்காள விரிகுடாவுக்கு அடியிலிருந்து கேட்பதைப் போல உணர்ந்த நொடியில் ரணபந்தவுக்கு வியர்த்துவிட்டது.

“**பி**ரகீத் எக்னலிகொடவை இந்த ஆண்டு (2013) ஜனவரியில் பிரான்ஸில் சந்தித்தேன். பிரான்ஸில் அரசியல் தஞ்சம் புகுந்திருக்கும் இலங்கைப் பத்திரிகையாளர் மஞ்சுளா வெடிவர்தன, பாரீஸ் விமான நிலையத்தில் என்னை அவருக்கு அறிமுகப் படுத்தினார். கொழும்பிலுள்ள பிரான்ஸ் தூதரகத்தின் மூலம்தான், பிரகீத் பாரீஸ் போயிருக்கிறார்” என்று, இலங்கை எம்.பி.யான அருந்திகா பெர்னாண்டோ, நாடாளுமன்றத்தில் தெரிவிக்க, அடுத்த கட்டப் பரபரப்பு பற்றிக் கொண்டது.

பிரான்ஸ் தூதுவரகம் இந்தக் குற்றச்சாட்டை உடனடியாக மறுத்தது.

ராஜபக்ச அரசின் பிடியிலிருந்து தப்பிப் பிழைத்து, பிரான்ஸில் அடைக்கலம் புகுந்துள்ள பத்திரிகையாளர் மஞ்சுளா வெடிவர்தனாவும் இதை மறுத்தார்.

நான் பிரான்ஸில் மூன்று ஆண்டுகளாக இருக்கிறேன். இந்த மூன்று ஆண்டுகளில் அருந்திகாவைச் சந்தித்ததே இல்லை. அவரது பெற்றோர் இங்கே இருப்பதால், அவர் அடிக்கடி இங்கே வந்துபோவது தெரியும். 2013 மார்ச்சில், என்னை அலைபேசியில் தொடர்புகொண்டு நலம் விசாரித்தார். அவ்வளவுதான்! அவரும் நானும் ஒரே பள்ளியில் படித்தவர்கள் என்பது உண்மை. ஆனால், ஒருபோதும் நாங்கள் நெருங்கிப் பழகியதில்லை. நண்பர்களாக இருந்ததுமில்லை என்றார், மஞ்சுளா வெடிவர்தனா.

பிரகீத் என்ன ஆனார் என்பது, மகிந்த ராஜபக்ச அதிபராக இருந்த 2014 வரை மர்மமாகவே இருந்தது. அவரது இருப்பு குறித்த சந்தேகங்கள், கேள்விகள், குழப்பங்கள் நீடித்தன. அரசுத் தரப்பிலிருந்தே, குளறுபடியான விளக்கங்கள் தரப்பட்டன. அது பிரச்சினையை மேலும் சிக்கலாக்கியது. இதற்கு முற்றுப்புள்ளி வைத்தது 2015ல் ஏற்பட்ட அதிரடி அரசியல் திருப்பம்.

2015 ஜனவரி 8ம் தேதி நடந்த தேர்தலில், மகிந்த ராஜபக்சவை வீழ்த்தி மைத்திரிபாலா சிறிசேனா அதிபரான பிறகு, கிடப்பிலேயே போடப்பட்டிருந்த பல முக்கிய வழக்குகளுடன் சேர்த்து, பிரகீத் வழக்கும் சி.ஐ.டி.யிடம் ஒப்படைக்கப்பட்டது. இந்த வழக்குக்கும், நிஷாந்த சில்வாவே பொறுப்பதிகாரி ஆனார்.

நிஷாந்த சில்வா, எதையும் அறிவியல் பூர்வமாக நிரூபிக்க முயல்பவர். ஆனால், சில்வா தலைமையிலான சி.ஐ.டி. குழுவினரால் கூட, பிரகீத் விசாரணையில் வேகமாக முன்னேற முடியவில்லை. புலனாய்வுக்கு, பல்வேறு வழிகளில் முட்டுக்கட்டை போடப்பட்டது. விசாரணையைச் சீர்குலைக்கும் சதிகள் அரங்கேற்றப்

பட்டன. விசாரணைக்கு ஒத்துழைக்க மாட்டோமென்று, அடம்பிடித்தது ராணுவம்.

பிரகீத் வழக்கு தொடர்பான தடயங்கள் திட்டமிட்டு அழிக்கப்பட்டிருப்பதையும் மறைக்கப்பட்டிருப்பதையும் சி.ஐ.டி. விசாரணைகள் தெளிவுபடுத்தின. புலனாய்வுக்குத் தேவைப்படுகிற ராணுவ அதிகாரிகளின் அலைபேசி / தொலைபேசி தொடர்புப் பதிவுகள் கூட அழிந்துவிட்டதாக சி.ஐ.டி.க்குத் தெரிவிக்கப்பட்டது. அப்படியே அவை இருந்தாலும், அவற்றைத் தெரிவிப்பது தேசப் பாதுகாப்புக்கு உகந்ததல்ல - என்று விதண்டாவாதம் செய்தது ராணுவம்.

தேர்தல் வாக்குறுதியைக் காப்பாற்று - என்கிற குரல்கள் ஓங்கி ஒலித்ததால், இழுத்தடிக்கப்பட்டு வந்த முக்கிய வழக்குகளை சி.ஐ.டி.யிடம் ஒப்படைத்த மைத்திரி அரசு, வழக்கு விசாரணைகளில் ஒத்துழைக்கும்படி ராணுவத்தை வலியுறுத்த ஒரு துரும்பைக் கூட தூக்கிவைக்கவில்லை.

காவல்துறை, ராணுவம் இரண்டுமே அரசின் அங்கங்கள். ஆனால், அரசின் ஒரு அங்கமான காவல்துறையின் விசாரணையை, இன்னொரு அங்கமான ராணுவம் குறுக்கே விழுந்து தடுத்தது. வழக்கு தொடர்பான ஒவ்வொரு விவரத்தையும், நீதிமன்றத்தில் போராடியே, ராணுவத்திடமிருந்து பெறவேண்டிய நிலைக்குத் தள்ளப்பட்டது, சி.ஐ.டி.

சி.ஐ.டி.யும் ராணுவமும் பரம வைரிகள் போல, நீதிமன்றத்தில் எதிரும் புதிருமாக நின்றனர். தேவையற்ற இந்த சட்டப் போராட்டம், வழக்கு விசாரணையை அநியாயத்துக்குத் தாமதப்படுத்தியது.

இன்னொரு புறம், பிரகீத் வழக்கு தொடர்பான நகர்வுகளை வன்முறைகள் மூலம் திசை திருப்பும் வேலையில் பௌத்த தேரர்கள் களமிறக்கப்பட்டனர். முக்கிய சாட்சிகளை மிரட்டுகிற வேலையும் தொடங்கியது.

பிரகீத் காணாமல் போனதில் இருந்த மர்மத்தை

உடைக்க, சி.ஐ.டி. முழுமூச்சில் களமிறங்கியதென்றால், பிரகீத் வழக்கையே இல்லாமல் ஆக்க முழுமூச்சோடு களமிறங்கினார்கள் கோதபாய ராஜபக்சவின் ஆதரவாளர்கள்.

இவ்வளவு எதிர்ப்புகளையும் தடைகளையும் கடந்து, பிரகீத் வழக்கில் ராணுவப் புலனாய்வுப் பிரிவு உயரதிகாரி சம்மி குமாரரத்ன முதலான 11 பேரை, சி.ஐ.டி. கைது செய்தபோது, ராணுவ வட்டாரங்களும், அலரி மாளிகையும் அதிர்ச்சியில் ஆழ்ந்தன.

11 பேர் கைதுக்குக் காரணமாக இருந்த நிஷாந்த சில்வா குழுவினரின் புலனாய்வுத் திறன், பிரகீத்துக்கு நீதி கேட்டுப் போராடியவர்களையும், பத்திரிகையாளர்களையும் வியப்பில் ஆழ்த்தியது. என்றாலும், சி.ஐ.டி.யின் வெற்றிக்கு தொடக்கப்புள்ளி எது என்பது அவர்களுக்குத் தெரியாது.

உண்மையில், சம்மி குமாரரத்னவின் பொய் வாக்குமூலம் தான் அதன் தொடக்கப்புள்ளி என்பதை அவர்களில் எவரும் அறிந்திருக்கவில்லை. அவன்தான், கைதான 11 பேரில் ஆகப் பெரிய பதவியில் இருப்பவன். கிரிதல ராணுவப் புலனாய்வுப் பிரிவின் கட்டளை அதிகாரி.

ரணபந்தவின் அலைபேசி எண்ணிலிருந்து, பிரகீத்தை சுரேஷ்குமார் தொடர்பு கொண்டிருந்ததால், அவர்கள் இருவரிடமிருந்தும் விசாரணையைத் தொடங்கியது சி.ஐ.டி.

சுரேஷ்குமார், ரணபந்த இருவரும் நடந்தது என்ன என்பதை ஒளிவு மறைவில்லாமல் தெரிவித்தனர். பிரகீத்தைத் தொடர்புகொண்டது எப்போது என்பதையும், என்ன பேசினார்கள் என்பதையும் கூறினர். இருவரையும் தனித்தனியாக விசாரித்தபோதிலும், இருவரது வாக்குமூலமும் ஒரேமாதிரிதான் இருந்தது. எந்த முரணும் இல்லை. அலைபேசித் தொடர்பு பதிவுகள் மூலமும், அவர்கள் சொல்வது உண்மையென்பதை உறுதி செய்துகொண்டது சி.ஐ.டி.

கார்ட்டூன்கள் தொடர்பாக பிரகீத்தை நான்தான்

விசாரித்தேன் -என்று தெரிவித்த ரணபந்த, கட்டளை அதிகாரியின் உத்தரவின்படி விசாரணை அறையிலிருந்து அவர் அழைத்துச் செல்லப்பட்ட பிறகு, தான் அவரைப் பார்க்கவேயில்லை என்பதையும் தெளிவாகக் கூறினான்.

சம்மி குமாரரத்ன, இதற்கு நேர்மாறாகப் பேசினான். பிரகீத் விவகாரத்தில் தனக்கு எந்தத் தொடர்பும் இல்லை என்றான்.

குமாரரத்ன, தன்னுடைய ஜீப் டிரைவர் பிரசாத் கமகே உடன், ஜனவரி 24ம் தேதி, கொழும்பு போயிருப்பதையும், இரவே அங்கிருந்து திரும்பியிருப்பதையும் அவர்களது அலைபேசித் தொடர்புப் பதிவுகள் மூலம் அறிந்துவைத்திருந்த சி.ஐ.டி. அந்த ஆதாரங்களை நீதிமன்றத்தில் சமர்ப்பித்தது.

வேறு வழியில்லாமல், 24ம் தேதி கிரிதலவிலிருந்து கொழும்பு போனதையும், 25ம் தேதி அதிகாலை பிரகீத் துடன் கிரிதலவுக்குத் திரும்பி வந்ததையும் குமாரரத்ன ஒப்புக்கொண்டான். ஆனால், நாங்கள் பிரகீத்தைக் கடத்திக் கொண்டு வரவில்லை . சுரேஷைப் பார்க்க வேண்டுமென்று அவரே விரும்பித்தான் வந்தார் என்றான்.

கிரிதல வந்ததும், விசாரணையின் பொருட்டு பிரகீத்தை ரணபந்தவிடம் ஒப்படைத்தேன் -என்றவன், ‘அதன்பிறகு பிரகீத்தைப் பார்க்கவேயில்லை’ என்றான்.

குமாரரத்னவுடன் 24ம் தேதி கொழும்புக்குச் சென்றிருந்தவனும், விசாரணை அறையிலிருந்து பிரகீத்தை அழைத்துச் சென்றவனுமான பிரியந்த குமார நதன், நடந்த எதுவுமே தனக்கு நினைவில்லை என்று கூறி, வாய்திறக்க மறுத்துவிட்டான்.

பிரகீத்தின் அலைபேசியில், 24ம் தேதி, கொழும் பிலிருந்து நதன் அழைத்த பதிவுகள் இருந்ததிலிருந்து, அவனும் கொழும்பு போயிருந்தது உறுதி செய்யப்பட்டது.

விசாரணை அறையிலிருந்து வெளியே அழைத்துச் செல்லப்பட்ட பிறகு, பிரகீத் என்ன ஆனார்? அதுதான்

மர்மமாக இருந்தது. அந்த மர்ம முடிச்சை, அறிவின் துணையோடும் அறிவியலின் துணையோடும் அவிழ்த்த நிஷாந்த சில்வாவின் புலனாய்வுக் குழு, நான்கு உண்மைகளை அறிந்துகொண்டது.

1. 25ம் தேதி பிற்பகலில், பிரகீத், கிரிதலவிலிருந்து அக்கரைப்பற்றுக்கு அழைத்துச் செல்லப்பட்டிருக்கிறார்.

2. பிரகீத்தை அக்கரைப்பற்றுக்கு அழைத்துச் சென்ற குழுவில், சம்மி குமாரரத்ன, பிரசாத் கமகே, குணரத்ன, ரூபசேனா ஆகியோர் இருந்தனர்.

3. அக்கரைப்பற்றில் குமாரரத்ன குழு, 24 மணி நேரம் இருந்திருக்கிறது.

4. 26ம் தேதி தான் அந்தக் குழு, கிரிதலவுக்குத் திரும்பியிருக்கிறது.

அக்கரைப்பற்றில், அந்த 24 மணி நேரத்தில் என்ன நடந்தது என்பதை மட்டும் தான், சில்வாவின் குழு அறிந்துகொள்ள வேண்டியிருந்தது.

அக்கரைப்பற்று, கிழக்கு மாகாணத்தில், அம்பாறை மாவட்டத்தில், வங்காள விரிகுடாவை ஒட்டி இருக்கிறது. கொழும்பிலிருந்து 160 மைல்.

அக்கரைப்பற்றுக்குப் போகவேயில்லை என்று உறுதியாக மறுத்தார்கள், குமார ரத்னவும் மற்ற மூவரும்! இல்லாத ஒன்றை ஜோடிக்க முயல்வதாக சி.ஐ.டி. மீது பாய்ந்தனர்.

அதையடுத்து, அவர்களது கள்ளத்தனத்தை நிரூபிக்க, இரண்டு முக்கிய ஆதாரங்களை நீதிமன்றத்தில் சமர்ப்பித்தது சி.ஐ.டி.

1. குமாரரத்ன முதலான நால்வரது அலைபேசித் தொடர்புப் பதிவுகளும், அவர்கள் பொய் சொல்வதை உறுதி செய்தன. நால்வரது அலைபேசிகளும், 25 மற்றும் 26 தேதிகளில், அக்கரைப்பற்றிலிருந்து பயன்படுத்தப் பட்டிருந்தன.

2. 26ம் தேதி அக்கரைப்பற்றில் உள்ள ராணுவ முகாம்

ஒன்றில், ARMY 48597 என்ற லைசென்ஸ் பிளேட் பொருத்தப்பட்ட வாகனம் எரிபொருள் நிரப்பியிருக்கிறது. அது, குமார ரத்னவின் அதிகாரபூர்வ ராணுவ வாகனம். வாகனத்தின் எண்ணுடன், அதன் ஓட்டுநர் கமகே என்கிற விவரமும் எரிபொருள் பதிவேட்டில் பதிவாகியிருந்தது.

சி.ஐ.டி. தாக்கல் செய்த ஆதாரங்களை உறுதி செய்துகொண்ட நீதிமன்றம், சம்மி குமாரரத்ன, பிரியந்த குமார நதன், பிரசாத் கமகே, ரவீந்திர ரூபசேனா, ரணபந்த, சுரேஷ்குமார் உள்ளிட்ட 11 பேரை, கடத்தல், கொலைச் சதி மற்றும் கொலைக் குற்றச்சாட்டுகளின் கீழ், நீதிமன்றக் காவலில் வைக்க உத்தரவிட்டது.

பிரகீத் வழக்கில் ராணுவம் போட்ட முட்டுக் கட்டைகளைத் தகர்க்க, பல முனைகளில் சி.ஐ.டி. போராட வேண்டியிருந்தது.

சந்தேகத்துக்குரிய ராணுவ அதிகாரிகளின் தொலை பேசி மற்றும் அலைபேசித் தொடர்பு பதிவுகள், தொலைத் தொடர்பு நிறுவனங்களிடமிருந்து பெறப்பட்டது.

சம்பந்தப் பட்டவர்களின் வாகன நடமாட்டம் குறித்து அறிந்துகொள்ள ராணுவ வாகனங்களின் போக்குவரத்து தொடர்பான பதிவுகளைப் ஆய்வு செய்தது.

அந்த வாகனங்களில் எரிபொருள் நிரப்பியது தொடர்பான பதிவுகளைக் கூட சி.ஐ.டி. விட்டுவைக்கவில்லை.

அந்த வாகனங்கள், குறிப்பிட்ட நாட்களில் எத்தனை கிலோமீட்டர் பயணம் செய்திருக்கின்றன என்கிற தகவல்களையும் சி.ஐ.டி. பயன்படுத்திக் கொண்டது.

சந்தேக நபர்கள் எந்தெந்த நாட்களில் விடுப்பில் இருந்தனர் என்பதும் கணக்கில் எடுத்துக் கொள்ளப்பட்டது.

எல்லாவற்றுக்கும் மேலாக, வழக்கில் சாட்சியம் அளிப்பவர்களுக்குப் பாதுகாப்பு அளிக்கும் பணியிலும் சி.ஐ.டி. ஈடுபட வேண்டியிருந்தது. அவர்களில் பலரும் மர்ம நபர்களால் மிரட்டப்பட்டிருந்தவர்கள்.

தொடக்கத்தில், பிரகீத் விவகாரத்தில் கிரிதல முகாம் பயன்படுத்தப்பட்டிருப்பது ஏன் என்கிற கேள்வி கூட எழுந்தது. ஏனென்றால், இதுபோன்ற சட்ட விரோதச் செயல்களுக்கு திரிபோலி ராணுவப் புலனாய்வு முகாம் தான் வழக்கமாகப் பயன்படுத்தப்பட்டு வந்தது.

2009ல் லசந்த விக்கிரமதுங்க படுகொலை

2008ல் கீத் நோய்ஹர் கடத்தப்பட்டுத் தாக்கப்பட்டது.

தொடர்ந்து உபாலி தென்னக்கூன், நமல் பெரேரா ஆகியோர் மீதான தாக்குதல்கள்

இவை அனைத்திலும் திரிபோலி முகாம் சம்பந்தப்பட்டிருந்தது. அதன் கட்டளை அதிகாரி பிரபாத் புலத்வத்தேக்கு இதிலெல்லாம் தொடர்பிருந்ததாக செய்தி பரவியது. சட்டவிரோத நிழல் நடவடிக்கை என்றாலே திரிபோலி முகாம் தான் - என்று சொல்கிற அளவுக்கு அதன் பெயர் பிரபலமாகிவிட்டிருந்தது.

அதனாலேயே, திரிபோலியைத் தவிர்த்துவிட்டு, பிரகீத் ஆபரேஷனுக்கு கிரிதல முகாம் பயன்படுத்தப்பட்டது.

பிரகீத் உயிருடன் இல்லை.....

என்கிற முடிவுக்கு சி.ஐ.டி. வந்ததற்கு, விசாரணையின் போக்கே காரணம்.

விசாரணைகளிலிருந்தும், சேகரித்த விவரங்களிலிருந்தும், பிரகீத் கொல்லப்பட்டிருப்பது தெரிய வருவதாக ஹோமாகம நீதிமன்றத்தில் சி.ஐ.டி. தெரிவித்தது.

என்ன நடந்திருக்கிறது என்பதை காலக்கிரமமாகப் பட்டியலிட்டது சி.ஐ.டி.

2010 ஜனவரி 24ம் தேதி இரவு, கிரிதலவிலிருந்து கொழும்புக்கு வந்த கொலைக் குழு, பிரகீத்தைக் கடத்தியிருக்கிறது.

அன்று இரவே, பிரகீத்தை கிரிதல முகாமுக்குக் கொண்டுபோய்விட்டனர்.

25ம் தேதி, கிரிதல முகாமில், பிரகீத்திடம் விசாரணை

நடத்தப்பட்டிருக்கிறது.

விசாரணையில், மகிந்த ராஜபக்சவை விமர்சிக்கும் கார்ட்டூன்களை வரைந்தது தான்தான் என்பதை பிரகீத் ஒப்புக் கொண்டிருக்கிறார்.

25ம் தேதியே, கிரிதல முகாமிலிருந்து, பிரகீத்தை அக்கரைப்பற்றுக்கு அழைத்துச் சென்றுவிட்டனர்.

அக்கரைப்பற்றில், பிரகீத் கொலை செய்யப்பட்டார். அவரது உடல் அங்கேயே புதைக்கப்பட்டது அல்லது கடலில் எறியப்பட்டது.

கொழும்பில் உயிரோடு ராணுவத்தின் வலையில் சிக்கிய பிரகீத் எக்னலிகொட என்கிற பத்திரிகையாளர், கொழும்பிலிருந்து 160 மைல் தொலைவிலுள்ள அக்கரைப்பற்றில் கொல்லப்பட்டிருக்கிறார்.

தேசத் துரோகியே! நாட்டுக்காகத் தங்களை அர்ப்பணித்த படை வீரர்களை அவமதிக்காதே! அவர்கள் மீது களங்கம் கற்பிக்காதே ..

வெறிபிடித்தவரைப் போல உரத்த குரலில் கலகொட அத்த ஞானசார தேரர் குரல் எழுப்ப, நீதிமன்றத்திலிருந்து அப்போதுதான் வெளியே வந்த சந்தியா, அதிர்ச்சி அடைந்தார். காவி உடையிலிருந்தாலும் வெறிபிடித்த மனநிலையில் இருக்கிற அந்தத் தேரர், தன்னைத் தாக்கக் கூடும் என்கிற அச்சம் எழ, மீண்டும் நீதிமன்றத்துக்குள் ஓடினார் சந்தியா.

நீதி மன்றத்துக்கு வெளியே மட்டுமில்லாமல், நீதிமன்றத்துக்கு உள்ளேயே கூட அடாவடி நடவடிக்கைகளில் தேரர் இறங்குவதுண்டு. அவர் கோதபாயவின் தயாரிப்பு. யாருக்கும் எதற்கும் அஞ்சுவதில்லை. பொதுபல சேனா என்கிற தேரரின் பௌத்த சிங்களத் தீவிரவாத அமைப்பு, கோதபாயவின் செல்லப்பிள்ளை. இதையெல்லாம் அறிந்திருந்ததால்தான், அஞ்சினார் சந்தியா.

நீதிபதிகளும் காவல்துறையினரும் கூட, தேரரின்

அடாவடியைக் கண்டும் காணாததைப் போல் போய்விடுவதுண்டு. ஆனால், இன்று தேரருக்கு நேரம் சரியில்லை. தேரர் ஒருவர் தம்மைத் தாக்க முயல்கிறார் - என்கிற சந்தியாவின் புகாரை நீதிபதி ஏற்றுக்கொண்டார்.

நீதிமன்றத்துக்குள் நுழைந்து, கைது செய்யப்பட்ட ராணுவ அதிகாரிகளுக்கு ஜாமீன் கொடுக்காமல் இழுத்தடிக்கிறீர்களா என்று நீதிபதியையும் அரசு வழக்கறிஞரையும் பார்த்து சத்தம் போட்டவர், இதே தேரர் தான். நீதிபதி, நிச்சயமாக அதை மறந்திருக்க முடியாது.

தேரர் மீது நீதிமன்ற அவமதிப்பு வழக்கு தொடரப்பட்டது.

பிரகீத் வழக்கில் கலகொட அத்த ஞானசார தேரர் குறுக்கிட்டது, பிரகீத்தின் நண்பர்களுக்கு வியப்பளிக்க வில்லை. கோதபாய மீது சந்தேகம் படர்கிற ஒரு வழக்கில் தேரர் தலையிடுவதில் ஆச்சரியப்பட ஒன்றுமில்லை. பிரகீத் தொடர்பான தேவையற்ற சர்ச்சைகளை, பத்திரிகை யாளர்கள் சிலரே கிளறிவிட்டது தான் வியப்பளித்தது.

பிரகீத், பிரபலமான பத்திரிகையாளர் இல்லை

நிறைய பத்திரிகையாளர்களுக்கு அவரைத் தெரியவே தெரியாது .

பிரகீத் அப்படியொன்றும் பெரிதாக எழுதிவிடவில்லை

அவர் போட்ட கார்ட்டூன்கள் மிக மிகக் குறைவு ..

என்றெல்லாம் அவதூறாக எழுதினார்கள்.

அவர் போட்ட கார்ட்டூன்களால்தான் அவர் காணாமல் போயிருக்கிறார் - என்கிற உண்மையைக் கூட வெளியே சொல்லத் தயங்கினர்.

'பிரகீத்தைக் கண்டுபிடியுங்கள்' என்கிற குரல் ஓங்கி ஒலிக்கிற நிலையில், அவர் கார்ட்டூனிஸ்டும் இல்லை, பத்திரிகையாளரும் இல்லை என்று ராங் நோட்ஸ் வாசிப்பவர்கள் யார்? அவர்களது நோக்கமென்ன? அவர் எங்கே போனாரென்று தேடிக் கண்டுபிடிக்க வேண்டிய

அளவுக்கு பிரகீத் முக்கியமானவர் இல்லை என்கிறார்களா?

பாதிக்கப்பட்ட ஒருவருக்குப் பரிந்துபேசாமல், அவரைச் சிறுமைப்படுத்த முயல்கிறார்களென்றால், அதற்கு இரண்டு காரணங்கள் தான் இருக்க முடியும். ஒன்று, இவர்களுக்கும் பிரகீத்துக்கும் இடையே தனிப்பட்ட விரோதம் இருந்திருக்கலாம். இல்லையேல், பிரகீத்தைக் கடத்தியவர்களுக்கும் இவர்களுக்கும் ரகசிய நட்பு இருக்கலாம்.

இரண்டாவது காரணம் தான் உண்மையாக இருக்கும் என்பதை உறுதி செய்வதாக இருந்தது, அவர்கள் முன்வைத்த இன்னொரு வினோதமான வாதம்.

ரசாயன ஆயுதங்களை ராணுவம் பயன்படுத்தியதாக பிரகீத் எழுதியதற்கும், அவரது கடத்தலுக்கும் எந்தத் தொடர்பும் இல்லை .. என்று அவர்கள் எழுதத் தொடங்கினர். இந்த ரகசியம் எப்படி தங்களுக்குத் தெரியவந்தது என்பதைக் குறிப்பிடவேயில்லை.

இரசாயன ஆயுதங்களை நாங்கள் பயன்படுத்தவேயில்லை. என்று ராணுவமும் இலங்கை அரசும் மீண்டும் மீண்டும் மறுத்து வருகின்றன. ராணுவம் சொல்வது பொய்யென்று நிரூபிக்க முயல்கிறார் பிரகீத். தமிழர்களைத் தாக்க இரசாயன ஆயுதங்களை ராணுவம் பயன்படுத்தியது என்கிறார், ஆதாரங்களுடன்! வெளிநாட்டுத் தூதரகங்களுக்கும் இதைத் தெரிவிக்கிறார். இப்படியொரு நிலையில், அவர் காணாமல் போகிறார்.

சர்வதேசத்தாலும் தடை செய்யப்பட்டிருக்கிற ரசாயன ஆயுதங்களை, ஒரு குறிப்பிட்ட இனத்தைச் சேர்ந்த மக்கள் மீது பயன்படுத்தியிருந்தால் சர்வநிச்சயமாக அது போர்க்குற்றம். அந்தக் குற்றத்தை மூடி மறைக்க முயல்கிற எவருக்கும், அதை அம்பலப்படுத்த முயல்கிறவர்கள் மீது கடுமையான கோபம் எழும்.

இந்த அடிப்படையில்தான், பிரகீத் கடத்தலில்

கோதபாயவுக்கும் ராணுவத்துக்கும் தொடர்பிருக்கலாம் என்கிற ஐயம் எழுந்தது. அது ஒரு நியாயமான சந்தேகம்.

ரசாயன ஆயுதக் குற்றச்சாட்டு தொடர்பில் பிரகீத் கடத்தப்படவில்லை - என்று சொன்னவர்கள், அந்த சந்தேகத்தை நீர்த்துப் போகச் செய்வதற்குப் பதிலாக, வலுப்படுத்தி விட்டனர். எங்க அப்பன் குதிருக்குள் இல்லை என்பதைப் போலிருந்தது அவர்களது அணுகுமுறை.

கடத்தியவர்கள் யாரென்று தெரிந்தால்தான், எதற்காகக் கடத்தினார்கள் என்பதைத் தெரிந்துகொள்ள முடியும். அது தெரிந்தால்தான், எதற்காகக் கடத்தவில்லை - என்பதை அறிந்துகொள்ள முடியும்.

கடத்தியவர் யார் என்பதையும், ஏன் கடத்தினார்கள் என்பதையும் தெரிந்து கொள்ளாமல் திட்டவட்டமாக இப்படி எழுத முடியுமா? அதையெல்லாம் அறிந்திருந்தால், அந்த உண்மைகளை ஏன் மூடிமறைக்கிறார்கள்?

பிரகீத்தைப் பத்திரிகையாளராக ஏற்பதும் ஏற்காததும் அவர்கள் விருப்பம். பிரகீத் என்பவரை ஒரு இலங்கைக் குடிமகனாகவாவது ஏற்று, அவரைக் கடத்தியது யார் என்கிற உண்மையை வெளியே சொல்ல வேண்டாமா? அதற்காகக் கடத்தவில்லை - என்று உரக்கப் பேசுபவர்கள், எதற்காகக் கடத்தப்பட்டார் என்பதை ரகசியமாகவாவது தெரிவித்திருக்க வேண்டாமா?

இதைப்பற்றியெல்லாம் கவலைப்படாதவர்கள், பிரகீத் விவகாரத்தில் அடுத்தகட்ட வேலையை ஆரம்பித்து விட்டார்கள். அது, வடக்கில் ராணுவம் ரசாயன ஆயுதங்களைப் பயன்படுத்தவேயில்லை என்று சான்றிதழ் வழங்குகிற வேலை.

பிரகீத் மீதான அவதூறுகளை முன்மொழிந்தவர்கள், இரசாயன ஆயுதங்களைப் பயன்படுத்தவே இல்லை என்று ராணுவம் சொன்னதை வார்த்தைக்கு வார்த்தை வழிமொழிந்தனர். இது, அடிப்படையில் பல சந்தேகங்களை

எழுப்பியதுடன், அவர்கள் யாருடைய ஊதுகுழல் என்பதையும் உணர்த்தியது. பிள்ளையார் பிடிக்கப் போய் குரங்காய் முடிந்த கதையாக, பிரகீத் காணாமலாக்கப் பட்டதில் கோதபாயவுக்குத் தொடர்பிருக்கலாம் என்கிற ஐயம், இதனால் வலுப்பட்டது.

இது அரசியல் நோக்கத்துடன் நடந்திருக்கும் கொலை என்று நீதிமன்றத்தில் சி.ஐ.டி. தெளிவாகத் தெரிவித்ததையடுத்து, ஏற்கெனவே இருந்த சந்தேகங்கள் மேலும் வலுப்பட்டன.

இவ்வளவுக்குப் பிறகும், எதையுமே அறியாதவர்களைப் போல், அதற்காக அவர் கடத்தப்படவில்லை என்பதையே சிலர் மீண்டும் மீண்டும் சொல்வது ஏன்? அவர்களது பின்னணி என்ன? பிரகீத்தின் நண்பர்களால் இதற்கெல்லாம் விடை காண முடியவில்லை.

பிரகீத் வழக்கில், கோதபாய ராஜபக்சவையும் மகிந்த ராஜபக்சவையும் கைது செய்ய மைத்திரிபாலா அரசு முயற்சிக்கிறது சிறை வைக்கப்பட்டிருக்கிற ராணுவ அதிகாரிகளை மிரட்டி வெள்ளைத் தாளில் கையெழுத்து வாங்க முயற்சிக்கிறது –

என்கிற குற்றச்சாட்டை சில சிங்கள பௌத்த அமைப்புகள் எழுப்ப, அதிபர் மைத்திரிபாலா சிறிசேனா அதிர்ந்துபோனார். அவர்கள் கோதபாயவின் ஆதரவாளர்கள் என்பது அவருக்குத் தெரியும்.

இந்த வழக்கில் விசாரணையை இழுத்தடிக்கவும், இந்த வழக்குகளிலிருந்து கோதபாயவைக் காப்பாற்றவும், தலைகீழாக நின்றவர் மைத்திரி. அதற்காக தன்னைப் பாராட்டத் தவறியவர்கள், இப்படி அவதூறு கிளப்புவது மைத்திரிக்கு வேதனையளித்தது.

சிறைக்கு அனுப்பப்பட்ட ராணுவப் புலனாய்வுத் துறை அதிகாரிகளை ஜாமீனில் விடக் கூட நீதிமன்றம் மறுத்துவந்த நிலையில், நீதித்துறை மீதே பாய்ந்தவர் மைத்திரி. நாட்டுக்காக சேவை செய்தவர்களை எவ்வளவு

காலம்தான் சிறையிலேயே வைத்திருப்பீர்கள் என்று இவர் கேட்டிருக்காவிட்டால், அந்தக் கொலைகாரர்கள் ஜாமீனில் வெளி வந்திருக்கவே முடியாது. சட்டத்தையே வளைத்து, அவர்களைக் காப்பாற்றிய தன் மீது எப்படி குற்றப்பத்திரிகை வாசிக்க முடிகிறது என்கிற கவலையில் ஆழ்ந்தார்.

பிரகீத்துக்கு நீதி கிடைக்குமா என்பதைவிட, தனக்கு மீண்டும் அதிபர் பதவி கிடைக்குமா என்கிற கவலையே மைத்திரியை அரித்தெடுத்தது. யாருக்கோ நீதி கிடைப்பதற்காக, அதிபர் அரியணையில் மீண்டும் அமருகிற வாய்ப்பை இழக்க அவர் தயாராக இல்லை.

கோதபாயவையோ மகிந்தனையோ பகைத்துக் கொள்வது முட்டாள்தனம் என்பது மைத்திரிக்குத் தெரியும். ஒன்றரை லட்சம் தமிழர்களைக் கொன்றதற்காக, இரண்டுகோடி சிங்கள மக்கள் கொண்டாடிக் கொண்டிருக்கிறார்கள், அவர்களை!

ஆனால், ராஜபக்சக்களுக்கு இருக்கிற இந்த சிங்களச் செல்வாக்குக்கே உலை வைப்பதாக இருக்கிறது, லசந்த விக்கிரமதுங்க, ஏக்னலிகொட உள்ளிட்ட வழக்குகள். அதற்குக் காரணம், சிங்கள மக்களால் மதிக்கப்படுகிற ஒருசில அறிவுஜீவிகள், அதை நினைவு படுத்திக் கொண்டே இருப்பதுதான்! ஒன்றரை லட்சம் தமிழர்கள் கொல்லப்பட்டதை மூடி மறைக்க உதவிய ஊடகங்கள் கூட, இந்தக் கொலை வழக்குகளில் ஓரளவு அக்கறை காட்டுகின்றன.

பெரும்பாலான ஊடகங்கள், ராஜபக்சக்களின் கழுத்தில் கத்தி வைக்கிற அளவுக்கு, சி.ஐ.டி.யின் நடவடிக்கைகள் இருப்பதைப் பாராட்டுகின்றன. ராஜபக்சக்களைத் தூக்கில் போடவேண்டும் - என்கிற குரல்களைக் கூட துணிந்து பதிவு செய்கின்றன.

இது சொந்த இன அடிப்படையிலான ராஜபக்ச

எதிர்ப்பு. இதை, சிங்கள மக்களிடையே பரப்ப, ஊடகங்களால் முடியும். இந்த வழக்குகளைப் பார்த்து கோதபாய நடுங்குவது இதனால்தான்!

சி.ஐ.டி.யின் பிடியிலிருக்கும் வழக்குகளைக்காட்டி ராஜபக்சக்களிடம் பேரம் பேசுவது சுலபம். நிஷாந்த சில்வாவைத் தூக்கியெறிந்து, ஒரு தலையாட்டி பொம்மையை சி.ஐ.டி. பொறுப்பதிகாரி பதவியில் அமர்த்தினால் போதும். லசந்தவோடும் எக்னலிகொடவோடும் சேர்த்து, அவர்களது கொலை வழக்குகளையும் புதைத்துவிடலாம்.

இதன்மூலம், ராஜபக்சக்களைக் குளிர்வித்துவிட்டால், அவர்கள் ஆதரவுடனேயே, மீண்டும் அதிபராகலாம். நான் அதிபர், நீ பிரதமர், நீ பழையபடி பாதுகாப்புச் செயலாளர் - என்கிற ஒரே ஒரு டீல் போதும். அதுதான் ராஜதந்திரம் - என்று தோன்றியது மைத்திரிக்கு!

இந்தக் கணக்குக்கு நிஷாந்த சில்வா இடைஞ்சலாக இருப்பானென்பது நிச்சயமாகத் தெரிகிறது. எப்போதோ முடிந்த கதையையெல்லாம் தோண்டி எடுத்து அவன் என்ன செய்யப் போகிறான் என்கிற கோபம் எழுந்தது மைத்திரிக்கு! நிஷாந்த சில்வா தான் இப்போதைய ஒற்றைத் தலைவலி என்பதை உணர்ந்தார்.

எதற்கு எது மருந்து - என்பதையெல்லாம் எளிதில் யூகித்துவிட முடிகிற மைத்திரி, இதற்கு எது மருந்து என்று யோசிக்க ஆரம்பித்தார். சில்வாவைத் தலையில் தட்டி உட்கார வைக்கிறேன் - என்று ராஜபக்சக்களிடம் வாக்குறுதி கொடுப்பதற்கு முன், எப்படித் தட்டுவதென்பதைத் தீர்மானித்துவிட வேண்டும்.

அந்தக் கணத்தில், முப்படைத் தளபதி ரவீந்திர விஜய குணரத்னவின் முகம் நினைவுக்கு வர, உற்சாகமாகிவிட்டார் மைத்திரி. அவனது முகத்தைப் போலவே, அவனது அகத்தையும் அறிந்தவர் அவர். ராணுவ ரவுடிகளிலேயே அவன்தான் நம்பர் ஒன். போதாக்குறைக்கு, இப்போது

பாதுகாப்புப் படைகளின் தலைவன் வேறு!

முப்படைகளின் தலைவனான குணரத்னவையே மிரட்டிக் கொண்டிருக்கிறான் நிஷாந்த சில்வா. குணரத்னவைக் கைது செய்ய, தொடர்ந்து முயல்கிறது சி.ஐ.டி. அதற்காக நீதிமன்றத்தில் அரெஸ்ட் வாரண்ட் வாங்கி வைத்திருக்கிறது. கடந்த ஓரிரு மாதங்களாக, இந்தக் கைது நடவடிக்கையிலிருந்து குணரத்னவைக் காப்பாற்றி வருவது, மைத்திரியின் தலையீடு தான்!

நிஷாந்த சில்வாவைச் சமாளிக்க குணரத்ன தான் பொருத்தமானவன் என்று தீர்மானித்தார் மைத்திரி.

எது துருப்புச்சீட்டு என்பதைத் தீர்மானிப்பதைப் போலவே, எப்படி காய் நகர்த்துவது என்பதைத் தீர்மானிப்பதிலும், மைத்திரிக்கு நிகர் மைத்திரி தான்! ராஜபக்சவுடன் இருந்தபடியே, ரணிலின் ஆதரவுடன் அதிபர் அரியணையில் அமர என்னென்ன செய்ய வேண்டியிருந்தது என்பதை நினைத்துப் பார்த்தவர், சில்வா விஷயத்தில் விஜய குணரத்னவை எப்படியெல்லாம் பயன்படுத்தமுடியும் என்று யோசிக்கத் தொடங்கினார்.

நிஷாந்த சில்வாவுக்கும் விஜயகுணரத்னவுக்கும் ஏழாம் பொருத்தம் என்பது மைத்திரிக்கு நன்றாகத் தெரியும். இரண்டு பேருக்கும் நடக்கிற திரைமறைவு மோதல்களும் தெரியும். அதற்குக் காரணம், 11 இளைஞர்கள் கடத்திக் கொல்லப்பட்ட வழக்கு என்பதும் தெரியும் ..

கொழும்பு மற்றும் கொழும்பு புறநகரில், 2008 - 2009ல், 11 இளைஞர்கள் கடத்திக் கொல்லப்பட்டனர். அநேகமாக தமிழ் இளைஞர்கள். அவர்களது உடல்கள் கூட கிடைக்கவில்லை.

தலைநகர் கொழும்பை ஒட்டி நடந்த கொலைகள் என்பதால், ஊடகங்களின் கவனமும், சர்வதேச நிர்பந்தமும் கூடுதலாக இருந்தது.

வேறு வழியில்லாமல், 2013ல், அதுதொடர்பாக

விசாரிக்க ராஜபக்ச அரசு விசாரணைக் குழு ஒன்றை அமைத்தது. இதைப்போன்று காணாமல் போயிருப்பவர்களின் எண்ணிக்கை, சுமார் இருபதாயிரம் என்பது அந்தக் குழுவின் ஆய்வில் தெரியவந்தது. அதைத் தொடர்ந்து 11 பேர் கொலை வழக்கு சூடுபிடித்தது. கடற்படைக்கு அதில் இருக்கிற தொடர்புகள் அம்பலமாகத் தொடங்கின.

கடத்தப்பட்டதும், கடற்படைத் தலைமையகமான PITTUBAMBUWA-வில் தான் அவர்கள் வைக்கப்பட்டனர். அதன்பின் திருகோணமலையிலுள்ள GUNSITE கடற்படை முகாமுக்குக் கொண்டு செல்லப்பட்டனர். அங்கிருந்து அவர்கள் திரும்பவேயில்லை.

இந்த 11 இளைஞர்கள் கொலை வழக்கில், முதல் குற்றவாளி, கடற்படை அதிகாரியான சந்தனா ஹெட்டிராய்ச்சி என்கிற சம்பத் முனசிங்க. வெள்ளை வேன் கடத்தலில் ஈடுபட்டுவந்த கடற்படையின் சட்ட விரோதக் கொலைக் குழுவுக்கு சம்பத் தான் தலைவன் என்பதால், நேவி சம்பத் என்றே அழைக்கப்படுமளவுக்கு அவன் பிரபலமாகிவிட்டான். கோதபாய ராஜபக்சவுடனான தொடர்புகளின் காரணமாக, அவன் மீது கைவைக்க எவரும் துணியவில்லை.

11 பேர் கடத்திக் கொல்லப்பட்டதில் நேவி சம்பத் தான் முதல் குற்றவாளி என்பதை முதல் முதலில் சி.ஐ.டி.க்குத் தெரிவித்தவன், அப்போது கடற்படைத் தளபதியாக இருந்த அட்மிரல் வசந்த கரண்ணகொட. கொல்லப்பட்ட 11 இளைஞர்களின் அடையாள அட்டைகளையும், அளவுக்கு அதிகமான பெருந்தொகையையும் நேவி சம்பத் வைத்திருந்ததை நேரில் பார்த்த சாட்சி, கரண்ணகொட!

11 பேர் கடத்திக் கொல்லப்பட்டது கரண்ணகொடவுக்கும் தெரியும். அந்த 11 பேரும் கடற்படையின் காவலில் இருப்பதாக, அப்போது அமைச்சராக இருந்த பெலிக்ஸ் பெரேராவிடம்

கரண்ணகொடவே தெரிவித்திருக்கிறான்.

நேவி சம்பத்தை கரண்ணகொட காட்டிக் கொடுக்க முன்வந்ததற்கு, அவர்களுக்கிடையிலான தனிப்பட்ட விரோதம் தான் காரணம். கரண்ணகொடவின் மனைவிக்கும் சம்பத்துக்கும் இடையே, தவறான உறவு இருந்தது. அதை அறிந்ததும், சம்பத்தைத் தீர்த்துக் கட்ட கரண்ண கொட முயன்றான். சம்பத் தலைமறைவாகிவிட்டான்.

12 அதிகாரிகளைக் கொண்ட கடற்படையின் சட்டவிரோத கொலைக் குழுவில் ஒருவனான தஸநாயகவுக்கு, சம்பத் எங்கேயிருக்கிறான் என்பது தெரியுமென்று யூகித்த கரண்ணகொட, சம்பத்தைக் கண்டுபிடித்துக் கொன்றுவிடு என்று தஸநாயகவுக்கு உத்தரவிட்டான்.

இந்தத் தகவலை சம்பத்திடமே தெரிவித்த தஸநாயக, கொழும்பிலிருந்து பாதுகாப்பாக சம்பத் வெளியேற உதவினான்.

சம்பத்தையும் தஸநாயகவையும் பழிக்குப் பழி வாங்க நினைத்த கரண்ணகொட, 11 பேர் கடத்திக் கொல்லப்பட்டதில் அவர்கள் நேரடியாகவே சம்பந்தப் பட்டிருப்பது தொடர்பான ஆதாரங்களை சி.ஐ.டி.யில் சமர்ப்பித்தான்.

2015ல், 11 பேர் வழக்குக்கும் சேர்த்தே பொறுப்பேற்றிருந்தது, நிஷாந்த சில்வாவின் குழு. அப்போதிருந்து, சம்பத்தைத் தேடி வருகிறது. முதல் குற்றவாளியான அவனை விசாரித்தால், 11 பேர் வழக்கு முடிவுக்கு வந்துவிடும். அதனாலேயே அவனைத் தேடுகிறது சி.ஐ.டி.

சி.ஐ.டி.யால் தேடப்படுகிற சம்பத் என்கிற அந்தக் கொலைக் குற்றவாளிக்கு, சட்டவிரோத அடைக்கலம் கொடுத்து பாதுகாப்பாக வைத்துக் கொண்டிருக்கிறான், நாட்டின் ஆகப் பெரிய பதவியை வகிக்கிற ஒருவன். அவன், பாதுகாப்புப் படைகளின் தலைவன் விஜய குணரத்ன.

நேவி சம்பத்துக்கு குணரத்ன அடைக்கலம்

கொடுப்பதற்கும், காவல்துறையின் பிடியிலிருந்து அவனைத் தொடர்ந்து காப்பாற்றி வருபவதற்கும் காரணம், 11 பேர் கொலையில் குணரத்னவுக்கு இருக்கிற தொடர்பு தான்!

சம்பத்தை விசாரித்தால், குணரத்ன தான் பிரதான குற்றவாளி என்கிற அளவுக்குக் கூட, வழக்கில் திருப்பம் ஏற்பட்டு விடலாம். அதனாலேயே, சி.ஐ.டி. அதிகாரிகளின் கழுகுப் பார்வையிலிருந்து அவனைக் காப்பாற்றி வருகிறான் இவன்.

சம்பத் எங்கிருக்கிறான் என்பதைக் கண்டுபிடிக்க முடியவில்லை என்று சி.ஐ.டி.க்குத் தகவல் கொடுத்துவிட்டு, நேவி சம்பத்தைப் பாதுகாப்பாக மறைத்து வைத்திருந்தான் விஜய குணரத்ன. அப்போது அவன், கடற்படைத் தளபதி. கடற்படைத் தலைமையகத்தில் இருக்கும் கடற்படை அதிகாரிகள் மெஸ், நேவி சம்பத்தின் மறைவிடமாகவே மாற்றப்பட்டது.

11 பேர் கொலை வழக்கில் முக்கியக் குற்றவாளியை மறைத்து வைத்திருப்பது விஜயகுணரத்ன தான் என்பதை, சாட்சிகளுடனும் ஆதாரங்களுடனும் நீதிமன்றத்தில் தெரிவித்தது நிஷாந்த சில்வாவின் குழு. அதையடுத்து, பிரதான குற்றவாளிக்கு சட்டவிரோத அடைக்கலம் கொடுக்கும் விஜயகுணரத்னவைக் கைது செய்யும்படி உத்தரவிட்டது கொழும்பு கோட்டை நீதிமன்றம். ஒரு முறை இரு முறையல்ல, 3 முறை அரெஸ்ட் வாரண்ட் பிறப்பித்தது.

11 பேர் கொலையில் நேவி சம்பத்துக்கு இருந்த தொடர்பு குறித்தும், கடற்படை தலைமையகத்திலேயே அவனுக்கு சட்டவிரோத அடைக்கலம் தரப்பட்டிருப்பது குறித்தும், சி.ஐ.டி.க்குத் தகவல் தெரிவித்தவர், ஒரு கடற்படை அதிகாரி. இதற்காக, விஜயகுணரத்னவும் அவனது அடியாட்களும் அந்த அதிகாரியைக் கொலைவெறியோடு தேடிக் கொண்டிருப்பது மைத்திரிக்குத் தெரியும்.

ஒருபுறம், நேவி சம்பத்தையும் குணரத்னவையும் சி.ஐ.டி.

தேடுகிறது. இன்னொருபுறம், காட்டிக்கொடுத்த அதிகாரியை குணரத்ன தேடுகிறான். இந்த விளையாட்டை, அலரி மாளிகையிலிருந்து பார்த்து ரசித்துக் கொண்டிருந்த மைத்திரிபாலா, குணரத்னவுக்கும் சில்வாவுக்கும் இடையிலான மோதலை சாதுர்யமாகப் பயன்படுத்திக் கொள்வதென்று அந்தக் கணத்திலேயே முடிவெடுத்தார்.

மறுநாள், கொழும்பில் நடக்கும் தேசிய பாதுகாப்பு சபை மாநாட்டிலேயே இந்தக் கச்சேரியைத் தொடங்கிவிடுவதென்று தீர்மானித்தார் மைத்திரி.

மறுநாள், 2018 நவம்பர் 13ம் தேதி, தேசிய பாதுகாப்புசபை மாநாடு, அதிபர் மைத்திரிபாலா தலைமையில் தொடங்கியது.

மாநாட்டில் பேசிய விஜயகுணரத்ன, நிஷாந்த சில்வா விடுதலைப் புலிகளின் கையாள் என்று பகிரங்கமாகக் குற்றஞ்சாட்டினான். சி.ஐ.டி. பொறுப்பதிகாரி பதவியில் சில்வா நீடிப்பது, நாட்டின் பாதுகாப்புக்கே ஆபத்தானது என்று எச்சரித்தான்.

அப்போதுதான் அதைக் கேட்பவர்போன்ற முகபாவத்துடன், தலைகுனிந்து அமர்ந்திருந்தார் மைத்திரி.

சி.ஐ.டி. குழுவினர் முன், சில முக்கியக் கடமைகள் காத்திருந்தன.

11 பேர் கொலை வழக்கில் உயர்நிலையில் தொடர்புடையவர்கள் யார் யார் என்பதையும், அவர்களில் யார் யாருக்கு லசந்த, எக்னலிகொட வழக்குகளில் தொடர்பிருக்கிறது என்பதையும் ஐயம் திரிபற அறிந்துகொள்ள வேண்டுமென்றால், நேவி சம்பத்தை விசாரித்தாக வேண்டும். அதற்கு முட்டுக்கட்டையாக இருப்பவன், விஜய குணரத்ன.

நேவி சம்பத்தைக் காப்பாற்றுவதில் குணரத்ன காட்டுகிற தீவிர அக்கறையிலிருந்து, நடந்த குற்றங்களில் குணரத்னவுக்கும் தொடர்பிருக்கிறது என்பது தெளிவாகத்

தெரிகிறது.

தன்னுடைய குற்றங்கள் அம்பலமாகிவிடக் கூடாது என்பதற்காகவே, அதையெல்லாம் அறிந்த நேவி சம்பத்தைக் காப்பாற்றி வருகிறான் குணரத்ன. உண்மைகளை ஒரேயடியாக மூடி மறைத்துவிடலாம் என்று அவன் முடிவெடுக்கவும் வாய்ப்பிருக்கிறது.

அப்படி முடிவெடுக்கும் நிலையில், இருக்கிற ஒரே சாட்சியத்தை அழித்துவிட குணரத்ன முயலக் கூடும். கடற்படைத் தளங்களை சட்டவிரோத நடவடிக்கைகளுக்குப் பயன்படுத்துவதில் சாதனை படைத்த அவனுக்கு, ஒளித்துவைத்திருக்கிற நேவி சம்பத்தை ஒரேயடியாக மறைத்துவிடுவது சிரமமல்ல!

நேவி சம்பத்தை விசாரணைக்கு உட்படுத்த வேண்டுமென்றால், அவனை எப்படியாவது பாதுகாத்தாக வேண்டும். இது, மிகவும் சிக்கலான பணி என்பது சி.ஐ.டி.க்குத் தெரிந்தே இருந்தது.

இன்னொருபுறம், விஜய குணரத்னவுக்குப் பிறப்பிக்கப்பட்டிருக்கும் அரெஸ்ட் வாரண்டை இன்னும் நிறைவேற்ற முடியவில்லை. மைத்திரியின் தயவில் அவன் தப்பித்து வருகிறான். மைத்திரியையும் மீறி, அவனைக் கைது செய்து நீதிமன்றத்தில் நிறுத்துவது முக்கியமென்று நினைத்தது சி.ஐ.டி.

நவம்பர் 16, 2018.

தேசியப் பாதுகாப்பு சபை மாநாடு முடிவடைந்த இரண்டாவது நாள்.

விஜயகுணரத்ன குறித்து, போலீஸ் ஐ.ஜி. பூஜித ஜெயசுந்தரவுக்கு நன்றாகத் தெரியும். இருந்தாலும், தன்மீது அவன் இவ்வளவு சீக்கிரமாகப் பாய்வான் என்று அவர் எதிர்பார்க்கவில்லை.

காலையிலேயே, அலைபேசியில் அவரை அழைத்தான், குணரத்ன. 'இன்னுமா நிஷாந்த சில்வா என்கிற விடுதலைப் புலிகளின் ஏஜென்டை சி.ஐ.டி. பொறுப்பதிகாரியாக

வைத்துக் கொண்டிருக்கிறீர்கள்' என்று கோபத்தோடு கேட்டான். ஐ.ஜி.யால் பதில் சொல்ல முடியவில்லை.

அவனை அந்தப் பதவியில் வைத்துக் கொண்டிருப்பது நாட்டின் பாதுகாப்புக்கு ஆபத்தானது என்று நான் சொன்னதை அலட்சியப்படுத்தப் பார்க்கிறீர்களா என்று குணரத்ன கோபத்தில் கொந்தளிக்க, என்ன நடவடிக்கை எடுப்பதென்று பார்க்கிறேன் என்று பொறுமையாகப் பதிலளித்தார் ஐ.ஜி.

ஐ.ஜி. அனுப்பியிருந்த கடிதத்தின் மேல் மிக மிக அவசரம் என்று எழுதப் பட்டிருந்தது. அந்த அவசரக் கடிதத்தை மீண்டும் ஒருமுறை படித்துப் பார்த்தார் சி.ஐ.டி. டி.ஐ.ஜி. ரவி சேனவிரத்ன. நாட்டை நாசமாக்கிவிடுவார்கள் என்று தோன்றியது.

தீவிரவாத இயக்கங்களுடன் நிஷாந்த சில்வாவுக்குத் தொடர்பிருந்ததா என்பது தொடர்பாக இன்று மதியமே சி.ஐ.டி. தலைமையிடமிருந்து அறிக்கையை எதிர்பார்ப்பதாக ஐ.ஜி. அந்தக் கடிதத்தில் குறிப்பிட்டிருந்தார்.

சில்வா தொடர்பாக, மூன்று விஷயங்களைத் தெளிவுபடுத்தும்படி, அந்தக் கடிதம் வலியுறுத்தியது.

1. தமிழீழ விடுதலைப் புலிகள் அமைப்புடனோ, வேறு தீவிரவாத அமைப்புகளுடனோ சில்வாவுக்குத் தொடர்புகள் இருந்ததா? இருக்கிறதா?

2. குற்றச் செயல்கள் மற்றும் சட்டவிரோத நடவடிக்கைகள் எதிலாவது சில்வா சம்பந்தப்பட்டி ருப்பதாகப் புகார்கள் உண்டா?

3. எந்த மாதிரியான பணிகள், சில்வாவிடம் ஒப்படைக்கப் பட்டிருக்கின்றன?

ஒரு அதிகாரி தன்னுடைய கடமையை ஈடுபாட்டுடன் செய்வது குற்றமா? சேனவிரத்னவுக்கு வியப்பாக இருந்தது. ஒழுங்காக வேலை பார்க்கிறார் என்கிற ஒரே காரணத்துக்காக நிஷாந்த சில்வா என்கிற நேர்மையான அதிகாரியைப் பழிவாங்க நினைப்பது எந்த வகையில்

நியாயம் என்று புரியவில்லை.

இதற்கெல்லாம் காரணம், ராணுவச் சீருடையில் இருக்கிற சமூக விரோதியான, விஜயகுணரத்ன. ஒரு நேர்மையான அதிகாரி மீது விரலை நீட்ட எந்தத் தகுதியும் இல்லை அவனுக்கு! அவன் சொல்கிறான் என்பதற் காக, சில்வா புலியா இல்லையா என்பதைக் கண்டுபிடி என்று காவல்துறையின் தலைவர் உத்தரவிடுவது எவ்வளவு அநீதி!

இத்தனைக்கும், கடற்படைத் தளபதி பதவியி லிருந்து உயர்த்தப்பட்டு, பாதுகாப்புப் படையினரின் தலைவனாக விஜயகுணரத்ன நியமிக்கப்பட்டபோதே, சி.ஐ.டி.யின் அதிருப்தி, போலீஸ் ஐ.ஜி.க்குத் தெரிவிக்கப்பட்டிருந்தது.

11 பேர் கொலை வழக்கில், பிரதானக் குற்றவாளிக்கு சட்ட விரோத அடைக்கலம் கொடுக்கிற குற்றத்துக்காக, விஜயகுணரத்ன மீது அரெஸ்ட் வாரண்ட் பிறப்பிக்கப்பட்டிருக்கிறது. இப்படியொரு நிலையில், படையினரின் தலைவராக அவரை நியமிப்பது சரியல்ல, அந்த உயர் பதவிக்கு அவர் தகுதி வாய்ந்தவரில்லை என்று ஐ.ஜி.க்குக் கடிதமே எழுதியிருந்தது, சி.ஐ.டி...

ஐ.ஜி.யின் கடிதம், எவ்வளவு அவசரமானதாக இருந்தாலும், இந்த விரும்பத்தகாத தலையீட்டை ஏற்கக் கூடாது என்கிற முடிவுக்கு வந்தார் டி.ஐ.ஜி.! இன்றே பதிலளிக்க வேண்டும் என்கிற கெடுவை நிராகரிப்பதுதான், தனது எதிர்ப்பின் முதல் படியாக இருக்க வேண்டுமென்று முடிவு செய்தார்.

ஐ.ஜி. பூஜித ஜெயசுந்தரவுக்கு, இப்படியொரு பதவியில் இனியும் நீடிக்க வேண்டுமா என்கிற எரிச்சல் ஏற்பட்டது.

விஜய குணரத்ன பேசிய உடனேயே, இன்று மதியம் 3 மணிக்குள் அறிக்கை கொடுங்கள் என்று சி.ஐ.டி.க்கு கடிதம் அனுப்பிவிட்டார். ஆனால், இப்படியொரு அறிக்கை கொடுக்க அவகாசம் வேண்டாமா என்று கேட்கிறது சி.ஐ.டி.

ஓர் உயர் அதிகாரி தொடர்பில் அறிக்கை கொடுக்க வேண்டுமென்றால், முழுமையாக விசாரிக்காமல் கொடுக்க முடியுமா? எனவே, அவர்கள், அவகாசம் கேட்பதில் நியாயமிருக்கிறது. அதற்குள், அவரைத் தாளித்து எடுக்க ஆரம்பித்து விட்டார்கள்.

அலரி மாளிகையிலிருந்து .. முப்படைத் தளபதியின் அலுவலகத்திலிருந்து . அதிபர் செயலகத்திலிருந்து . ராணுவத் தலைமையகத்திலிருந்து இப்படியாக எல்லா இடத்திலிருந்தும் அவரது அலைபேசிக்கு அழைப்புக்கு மேல் அழைப்பு.

எல்லோரும் கேட்கிற ஒரே கேள்வி -

நிஷாந்த சில்வாவைத் தூக்கி விட்டீர்களா?

என்ன பதில் சொல்வதென்று தெரியவில்லை.

நாட்டில் அரசாங்கம் என்று ஒன்று இருக்கிறதா இல்லையா என்கிற எரிச்சல் ஏற்பட, சோர்ந்துபோனார் ஐ.ஜி. ஜெயசுந்தர.

நாளை, நவம்பர் 18ம் தேதி, மகிந்த ராஜபக்சவின் பிறந்தநாள்.

பிறந்தநாள் தொடர்பான காலை பூஜைக்கு ஐ.ஜி.க்கும் அழைப்பு வந்திருக்கிறது.

ரணிலைப் பிரதமர் பதவியிலிருந்து நீக்கியிருக்கும் அதிபர் மைத்திரி, மகிந்த ராஜபக்ச தான் பிரதமர் என்று அறிவித்திருக்கும் நிலையில், பிறந்த நாள் விழாவைப் புறக்கணித்துவிடவும் முடியாது. போயாக வேண்டும். அங்கேயும், மகிந்தனோ, கோதபாயவோ, விஜய குணரத்னவோ நிஷாந்த சில்வாவை நீக்கிவிட்டாயா என்று தன்னைக் கேட்கக் கூடும்.

யார் சொன்னாலும், எங்கிருந்து நெருக்கடி வந்தாலும், சி.ஐ.டி தலைமை அறிக்கை தருகிற வரை, நிஷாந்த சில்வா விஷயத்தில் எந்த முடிவுக்கும் வரக்கூடாது என்று தீர்மானித்தார் பூஜித ஜெயசுந்தர.

நிஷாந்த சில்வா தொடர்பில் சி.ஐ.டி.

கொடுக்கப்போகிற அறிக்கையின் இறுதி வடிவத்தை மீண்டும் ஒருமுறை சரிபார்த்தார், டி.ஐ.ஜி. ரவி சேன விரத்ன.

சி.ஐ.டி பொறுப்பதிகாரியான நிஷாந்த சில்வா தொடர்பாக, பாதுகாப்புப் படையினரின் தலைவர் ரவீந்திர விஜயகுணரத்ன தெரிவித்துள்ள குற்றச்சாட்டு கள் உண்மைக்குப் புறம்பானவை என்பது தெரியவந்திருக்கிறது.

நானும், சி.ஐ.டி. இயக்குநர் ஷானி அபயசேகரவும் விசாரித்ததில், விஜய குணரத்னவின் புகார்கள் ஆதாரமற்றவை என்பது உறுதியாகத் தெரிகிறது. எந்தத் தீவிரவாத அமைப்புடனும் நிஷாந்த சில்வாவுக்குத் தொடர்பில்லை என்பதும், எந்த குற்ற நடவடிக்கையிலும் அவர் ஈடுபட்டதில்லை என்பதும் சந்தேகத்துக்கு இடமின்றி தெரிய வந்திருக்கிறது..

தமிழீழ விடுதலைப் புலிகள் அமைப்புக்கும் நிஷாந்த சில்வாவுக்கும் நெருக்கமான தொடர்பு இருந்தது - என்கிற விஜயகுணரத்னவின் குற்றச்சாட்டு, முழுக்க முழுக்க அவரது கற்பனை...

விடுதலைப் புலிகள் தொடர்பான பல வழக்குகளில், மிகச் சிறப்பாக புலனாய்வுப் பணியை மேற்கொண்ட பெருமைக்குரியவர் சில்வா...

நாட்டில் மிகுந்த பரபரப்பை ஏற்படுத்திய சில முக்கிய வழக்குகள், நிஷாந்த சில்வாவிடம் ஒப்படைக்கப்பட் டிருக்கின்றன. அவற்றில் ஒன்று, 11 பேர் கடத்திக் கொல்லப்பட்ட வழக்கு. அந்தக் கொலைகளில், கடற்படைத் தளபதியாக இருந்த விஜயகுணரத்னவுக்கும் தொடர்பிருக் கலாம் என்று உறுதியாக சந்தேகிக்கப்படுகிறது...

11 பேர் கொலை வழக்கில் தனக்கு எந்தத் தொடர்பும் இல்லை - என்று விஜயகுணரத்ன மறுத்து வருகிறார். ஆனால், அவருக்கு அதில் தொடர்பிருப்பதாக, ஆதாரங்களுடன் சி.ஐ.டி. குற்றஞ்சாட்டுகிறது..

11 பேர் கொலை வழக்கில் பிரதான குற்றவாளியான நேவி சம்பத்தை சி.ஐ.டி. தேடி வருகிற நிலையில், அவருக்கு சட்டவிரோத அடைக்கலம் கொடுத்து மறைத்து வைத்திருக்கிறார் விஜயகுணரத்ன. இதையும், ஆதாரங்களுடன் நீதிமன்றத்தில் நிரூபித்திருக்கிறது சி.ஐ.டி ..

ஒரு முக்கிய வழக்கில் பிரதான குற்றவாளியைக் கைது செய்து விசாரிக்க முடியாமலிருப்பதற்கு விஜய குணரத்ன தான் காரணம். இதன்மூலம், சட்டபூர்வ அமைப்பான சி.ஐ.டி. தனது கடமையை நிறைவேற்றத் தடையாக இருக்கிறார் அவர்...

இதையெல்லாம் சி.ஐ.டி. ஆதாரங்களுடன் நிரூபித்ததால்தான், 11 பேர் வழக்கில், விஜய குணரத்னவுக்கு நீதிமன்றம் ஒன்றுக்கு மூன்று முறை அரெஸ்ட் வாரண்ட் பிறப்பித்தது. இதற்கு, நிஷாந்த சில்வா தலைமை யிலான குழுவின் புலனாய்வு தான் காரணம் என்பதாலேயே, அவர் மீது அவதூறுகளைப் பரப்ப முயல்கிறார் விஜயகுணரத்ன...

இதையெல்லாம் கருத்தில் கொண்டே, பாதுகாப்புப் படையினரின் தலைவராக இருக்க அவர் தகுதியற்றவர் என்று சி.ஐ.டி. உங்களுக்கு (காவல்துறை ஐ.ஜி.) தெரிவித்திருந்தது. அதை நீங்கள், பாதுகாப்புத் துறைச் செயலருக்குத் தெரியப்படுத்தியிருப்பீர்கள் என்று நம்புகிறோம்...

11 பேர் கொலை வழக்கில் பிரதான குற்றவாளியைக் காப்பாற்றி வருகிற ஒருவர் விசாரணையில் குறுக்கிட முயல்வதையும், விசாரணை அதிகாரி மீது அவதூறு பரப்ப முயல்வதையும் அனுமதிக்கக் கூடாது. இப்படி அவதூறு பரப்புவதற்காக, அவர்மீது நடவடிக்கை எடுக்க வேண்டியது அவசியமென்று சி.ஐ.டி. கருதுகிறது...

லசந்த விக்கிரமதுங்க படுகொலை, பிரகீத் எக்னலிகொட விவகாரம், தாஜுதீன் கொலை, 11 பேர் கடத்திக் கொலை, கீத் நோய்ஹர் - உபாலி தென்னக்கூன் -

நமல் பெரேரா போன்ற பத்திரிகையாளர்கள் மீதான தாக்குதல்கள் போன்ற முக்கிய வழக்குகளில் நிஷாந்த சில்வாவின் குழு மிகச் சிறப்பாக புலனாய்வுப் பணிகளை முன்னெடுத்துவருகிறது...

காவல்துறை ஐ.ஜி. கேட்ட கேள்விகளுக்கு இந்தப் பதில்களே போதுமானவை என்று நினைத்தார் ரவி சேனவிரத்ன. இந்தப் பதிலுக்குப் பிறகு, நிஷாந்த சில்வாவுக்கு எந்தப் பிரச்சினையும் வராது என்று நம்பினார்.

ரவி நினைத்தது தவறு என்பதும், நிஷாந்த சில்வாவைக் காப்பாற்ற இதெல்லாம் போதாது என்பதும் அடுத்த சில மணி நேரங்களில் அலரி மாளிகையிலிருந்து அவருக்கு உணர்த்தப்பட்டது.

அலரி மாளிகைக்கு அருகேயுள்ள பௌத்த விகாரையில், நவம்பர் 18ம் தேதி, பிரதமர் மகிந்த ராஜபக்சவின் 73வது பிறந்தநாளையொட்டி, அவரது குடும்பம் சிறப்பு பூஜைக்கு ஏற்பாடு செய்திருந்தது. காவல்துறை ஐ.ஜி. பூஜித ஜெயசுந்தர அதில் கலந்துகொண்டாலும், தனக்கு அதிக முக்கியத்துவம் கிடைக்காதபடி பார்த்துக்கொண்டார்.

சி.ஐ.டி. டிஐஜி அனுப்பியிருந்த அறிக்கையை முழுமையாகப் படித்தபிறகே, அலுவலகத்திலிருந்து புறப்பட்டு வந்திருந்தார் ஜெயசுந்தர. நிஷாந்த சில்வா மீது எந்தக் குற்றமும் இல்லை என்பதை விளக்கியதுடன் நின்றுவிடாமல், விஜயகுணரத்ன மீது உரிய நடவடிக்கை எடுக்க வேண்டும் என்றும் வலியுறுத்தியிருந்தது அந்த அறிக்கை.

காவல்துறை ஐ.ஜி.யான தன்னால், பாதுகாப்புப் படைகளின் தலைவர் மீது நடவடிக்கை எடுக்க முடியுமா என்கிற கேள்வி எழுந்தது. அந்தக் கேள்வி நியாயமானது தான்! அதேசமயம், அவர் மீது நடவடிக்கை எடுக்கும்படி அதிபரிடம் கேட்டுக் கொள்கிற உரிமை ஐ.ஜி.க்கு இருக்கிறது. என்றாலும், நிஷாந்தவைக் கட்டம் கட்டும் வேலையில்

அதிபர் செயலகமும் இறங்கியுள்ள நிலையில், அப்படியொரு கோரிக்கைக்கு என்ன பலன் இருக்கும் என்று தெரியவில்லை.

மனைவி ஷிராந்தியோடும் தம்பி கோதபாய ராஜபக்சவோடும் நெருங்கிய சகா பெரீஸோடும் பூஜையில் பங்கேற்ற மகிந்த ராஜபக்சவை நெருங்கி பிறந்த நாள் வாழ்த்து சொன்னாரென்றாலும், அடுத்த நொடியே விலகிவந்துவிட்டார் ஜெயசுந்தர. கோதபாய தன்னையே பார்ப்பது போல இருந்தது. ஒருவேளை, அது பிரமையாகக் கூட இருக்கலாம்.

மகிந்தன் நீடூழி வாழ வேண்டுமென்று அபய திஸ தேரர் வாழ்த்தியதைத் தொடர்ந்து, பலரும் அவரை வாழ்த்தினர். மகிந்தனின் முகத்தில் பூரண மகிழ்ச்சியைப் பார்க்க முடியவில்லை.

பிரதமர் பதவியிலிருந்து நீக்கப்பட்ட ரணில், எனக்குத் தான் பெரும்பான்மை இருக்கிறது .. நான்தான் பிரதமர் என்கிறார். மைத்திரியோ, மகிந்த ராஜபக்ச தான் பிரதமர் என்கிறார். ஆனால், அதை நிரூபிப்பதற்கான பெரும்பான்மையைக் காட்ட மகிந்தனால் முடியவில்லை.

இந்த ஆடுபுலி ஆட்டம் எங்கே போய் முடியுமோ என்கிற கவலை மகிந்தனின் முகத்தில் தேங்கியிருப்பதாகத் தோன்றியது.

கவலையை மறைத்தபடி, பௌத்த தேரர்களுக்கு மகிந்த ராஜபக்சவும் ஷிராந்தியும் உணவு பரிமாறினார்கள். விழாவில் பங்கேற்ற பெண்களுக்கு, பிரசாதங்களை வழங்கினார்கள்.

அதையெல்லாம் பார்த்துக் கொண்டிருந்தபோதுதான், ஜெயசுந்தரவுக்கு அலரி மாளிகையிலிருந்து அழைப்பு வந்தது. சரியாக, மதியம் ஒன்றரை மணிக்கு, அதிபரைச் சந்திக்க வருமாறு அவருக்குத் தெரிவிக்கப்பட்டது.

நிஷாந்த சில்வா மீதான குற்றச்சாட்டுகள் ஆதாரமற்றவை என்கிறது சி.ஐ.டி.! இதில் ஆச்சரியப்பட

என்ன இருக்கிறது. அவர்களது அதிகாரியை அவர்கள் விட்டுக் கொடுப்பார்களா என்றார் மைத்திரிபாலா. அவரது கையில், சி.ஐ.டி. கொடுத்திருந்த அறிக்கை இருந்தது.

பூஜித ஜெயசுந்தர பதில் பேசவில்லை.

"நாட்டின் பாதுகாப்பு கருதி நிஷாந்த சில்வா மீது நடவடிக்கை எடுக்க வேண்டுமென்று சொன்னால், ஏட்டிக்குப் போட்டியாக பாதுகாப்புப் படைகளின் தலைவர் மீதே நடவடிக்கை எடு என்கிறார்களே என்ன நியாயம்? காவல் துறை ஐ.ஜி.யால் பாதுகாப்புப் படைகளின் தலைவர் மீது நடவடிக்கை எடுக்க முடியும்" என்று நம்புகிறார்களா? நாட்டின் சட்டதிட்டங்களையெல்லாம் அவர்கள் இஷ்டத்துக்கு வளைக்கப் பார்க்கிறார்களா?

கோபத்தோடு கேட்டுவிட்டு, ஒரு சில நொடிகள் மௌனம் சாதித்தார் மைத்திரிபாலா.

பேச என்ன இருக்கிறது என்று நினைத்தாரோ என்னவோ, ஜெயசுந்தர பதிலேதும் பேசவில்லை.

மீண்டும் ஒருமுறை அந்தக் கடிதத்தைப் படிக்கிறவரைப் போல புரட்டினார் மைத்திரிபாலா. அவர் ஏதோ சொல்ல வருகிறார் என்பது புரிந்தது, ஜெயசுந்தரவுக்கு!

மீண்டும் பேச ஆரம்பித்தபோது, ஜெயசுந்தரவின் முகத்தைப் பார்த்துப் பேசவில்லை மைத்திரி.

எனக்குத் தனி நபர்கள் முக்கியமில்லை. தேசம் தான் முக்கியம் .. என்று நிறுத்தியவர், கொஞ்சம் இடைவெளிவிட்டு குரலைத் தாழ்த்திச் சொன்னார் ..

"நிஷாந்த சில்வா மீது நடவடிக்கை எல்லாம் தேவையில்லை. அவரை இப்போதுள்ள பொறுப்பிலிருந்து அகற்றி வேறு எங்கேயாவது பணியில் அமர்த்துங்கள் அதற்கான உத்தரவைத் தாமதப்படுத்த வேண்டாம். ஞாயிற்றுக் கிழமை என்றாலும் பரவாயில்லை. இன்றே அதற்கான உத்தரவை அனுப்பிவிடுங்கள்" என்றவர், 'நாளைக்கு, அந்தப் பொறுப்பில் சில்வா இருக்கக் கூடாது இதை நினைவில் வைத்துக் கொண்டு செயல்படுங்கள்'

என்று சொன்னபடியே எழுந்துகொண்டார்.

அதிர்ச்சியில் ஆழ்ந்த ஜெயசுந்தரவால், அதிபரைப் போல வேகமாக எழுந்திருக்க முடியவில்லை. ஆணி அடித்ததைப் போல அமர்ந்திருந்தார்.

ஜாதகம்-3

முகமது வாசிம் தாஜீதீன்

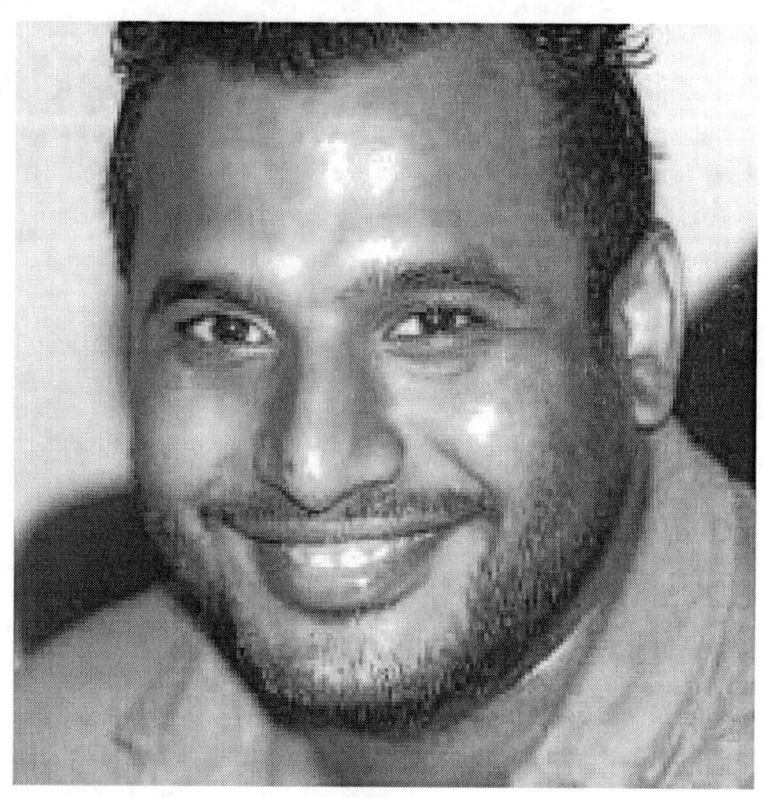

சகோதரியின் குழந்தையுடன் தாஜுதீன்

யாசரா

ரத்த ஜாதகக் கதைகள்

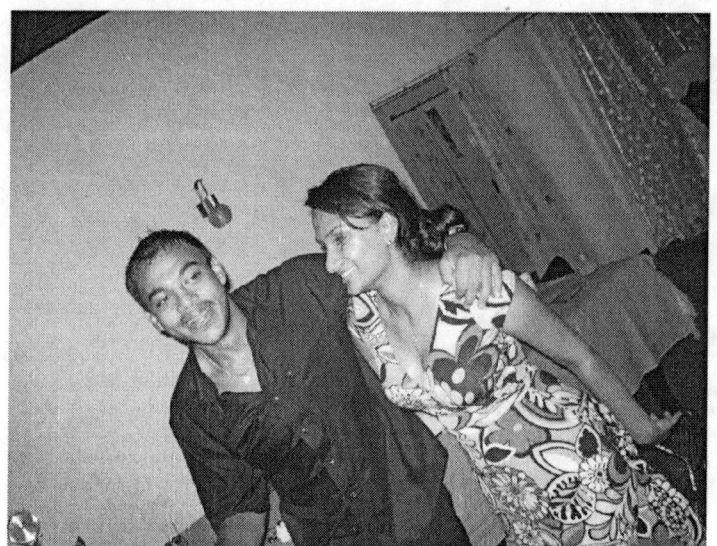

யாசராவுடன் யோசித்த

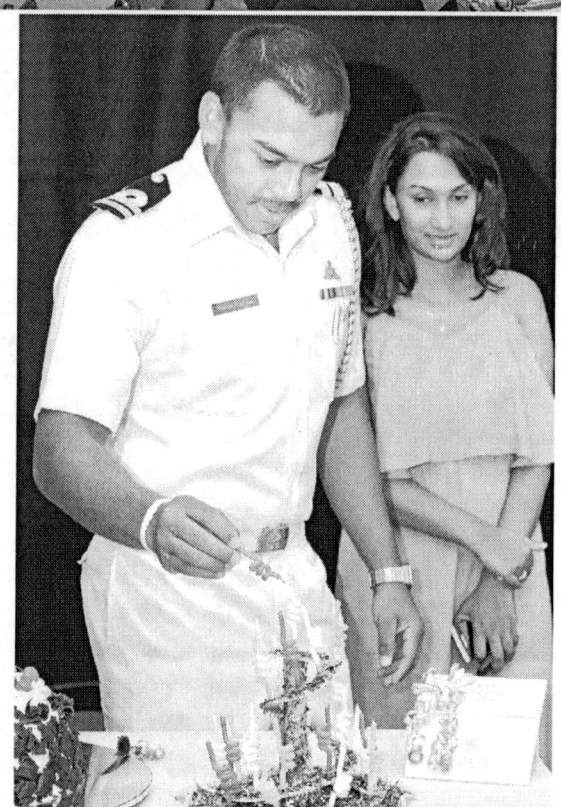

யாசராவுடன் யோசித்த

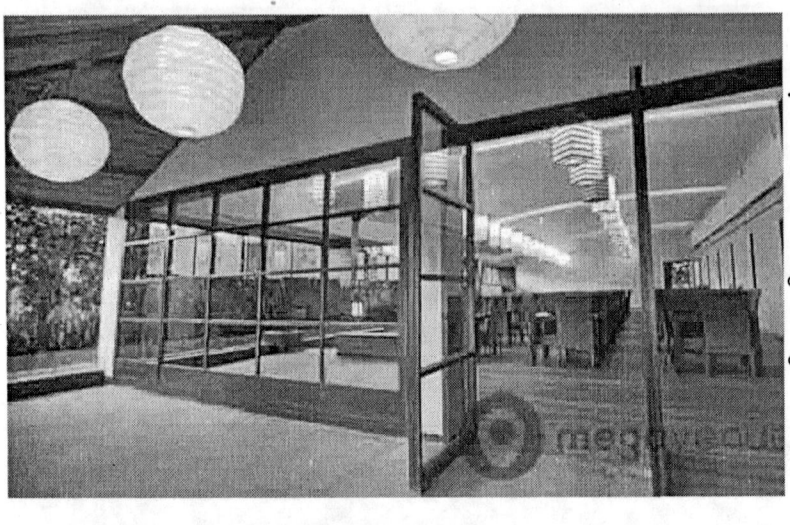

அலரி மாளிகை உணவகம்

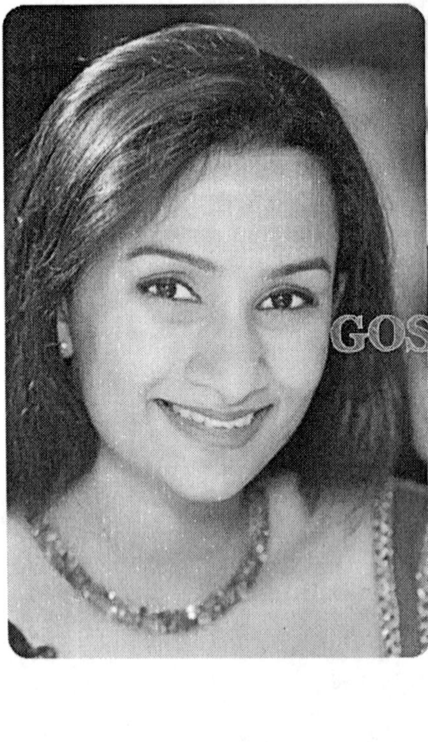

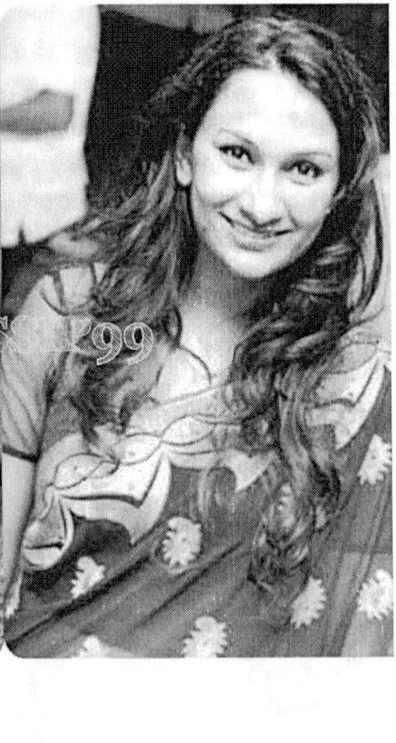

யாசரா

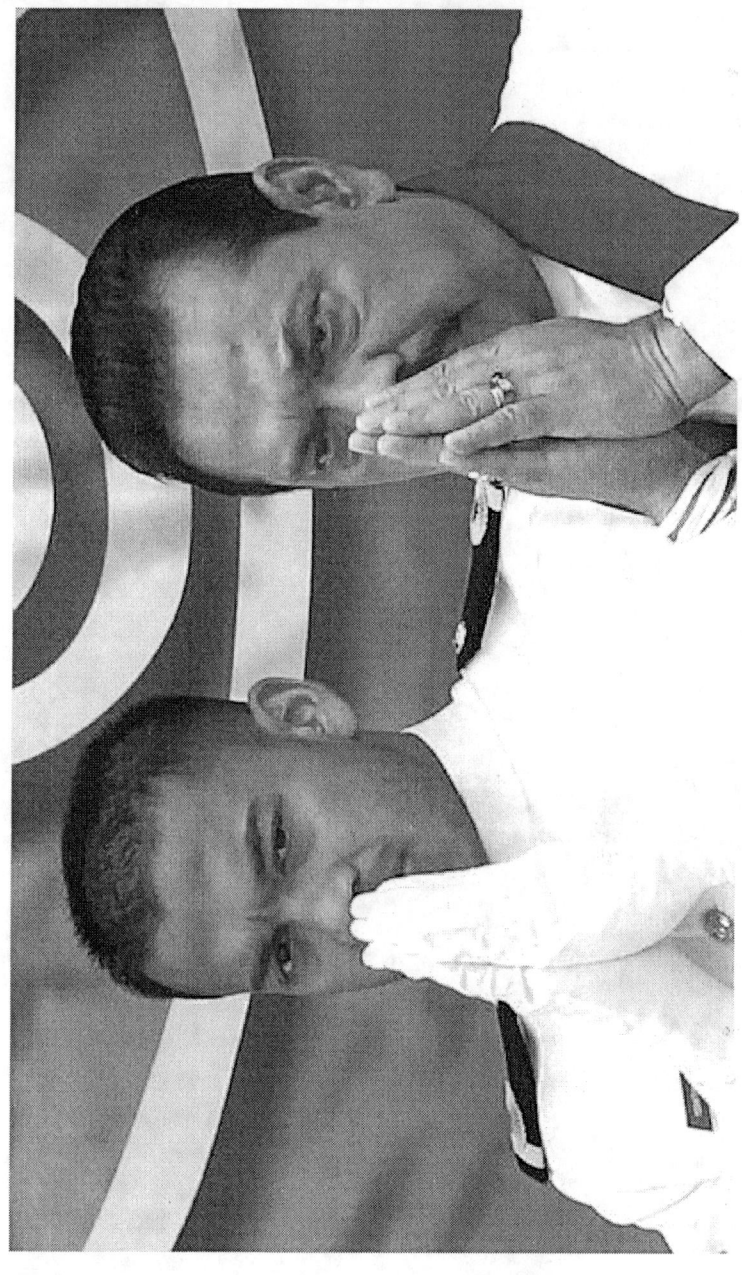

ராஜபக்சவுடன் யோசித்த

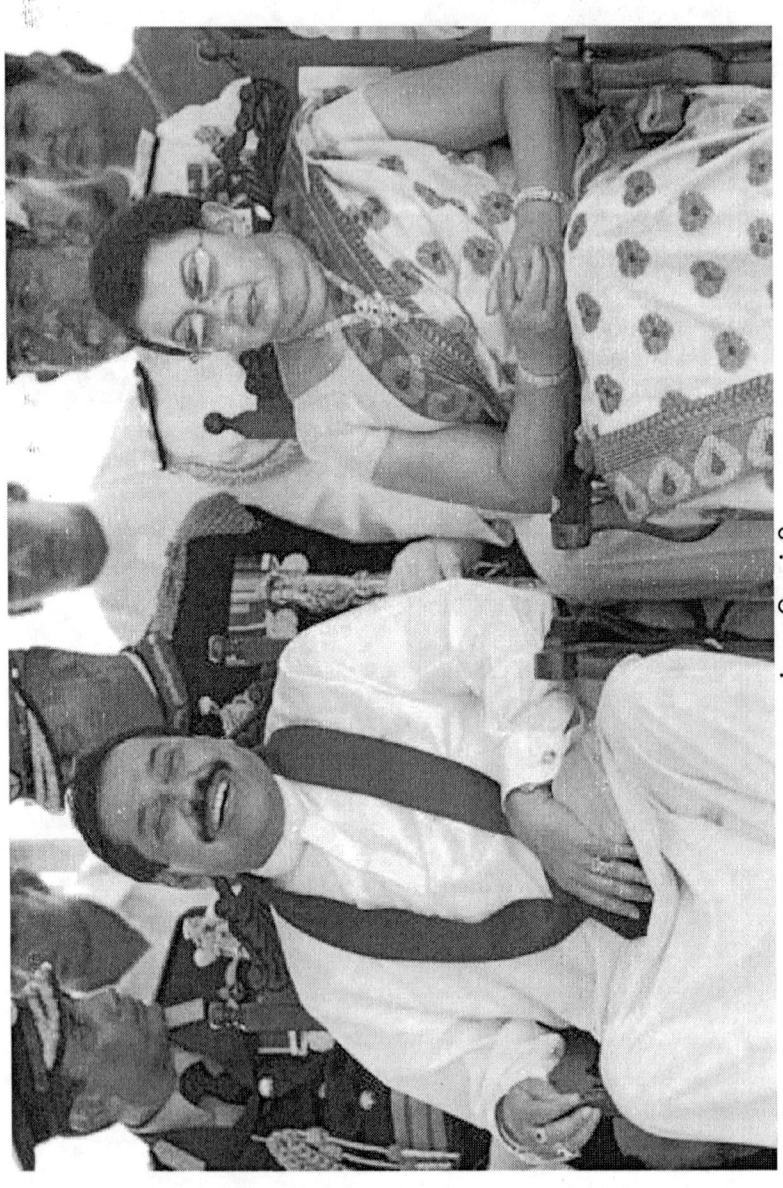

ராஜபக்ச-ஷிராந்தி

194 ரத்த ஜாதகக் கதைகள்

அழகிப் போட்டியில் ஷிராந்தி (இடது)

மிஸ் சிலோன் ஷிராந்தி

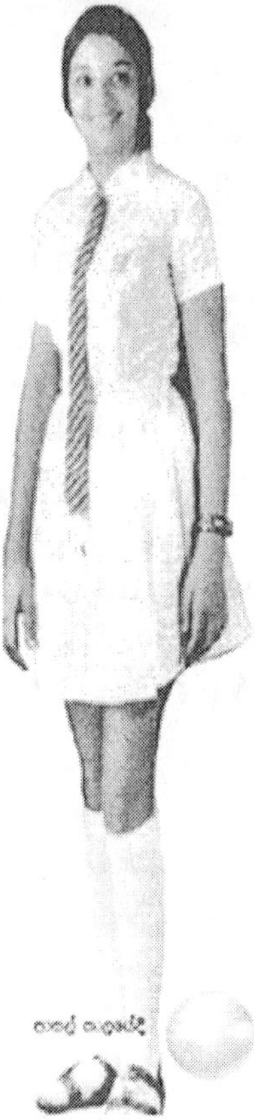

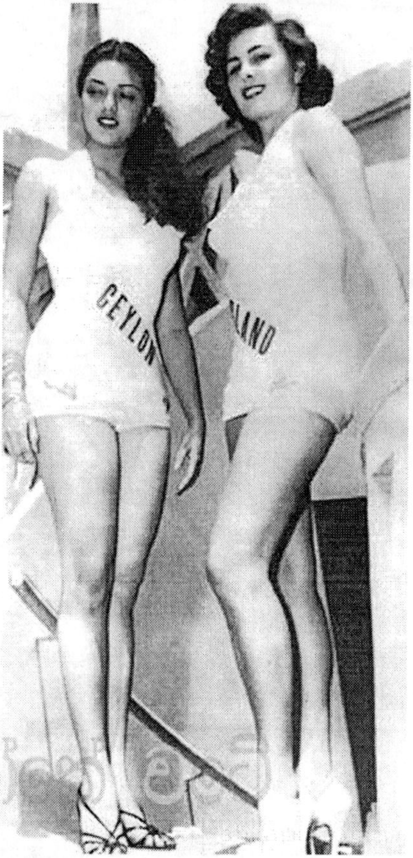

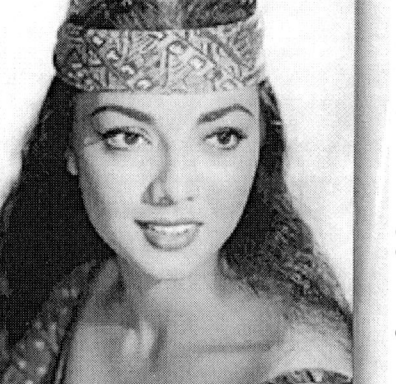

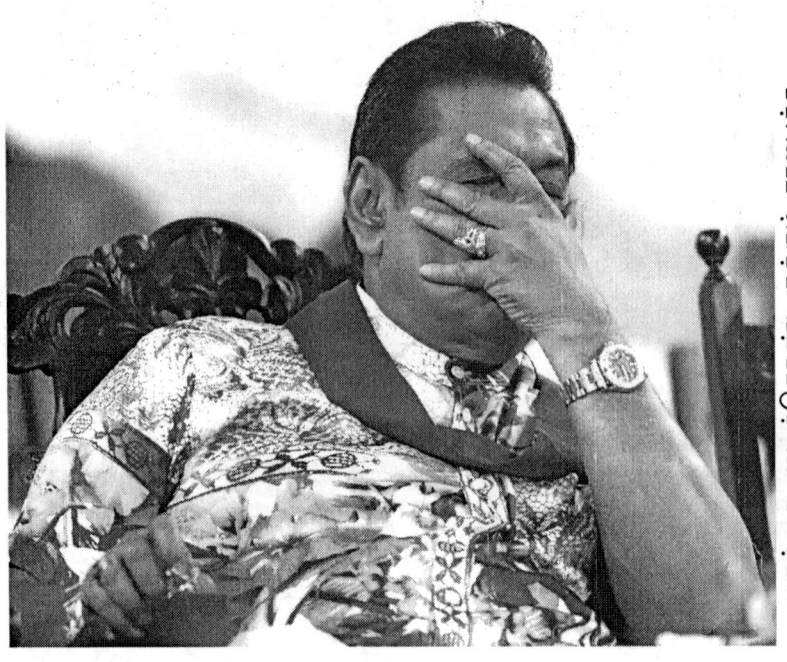

முகத்தை மூடிக்கொண்டிருக்கும் ராஜபக்ச

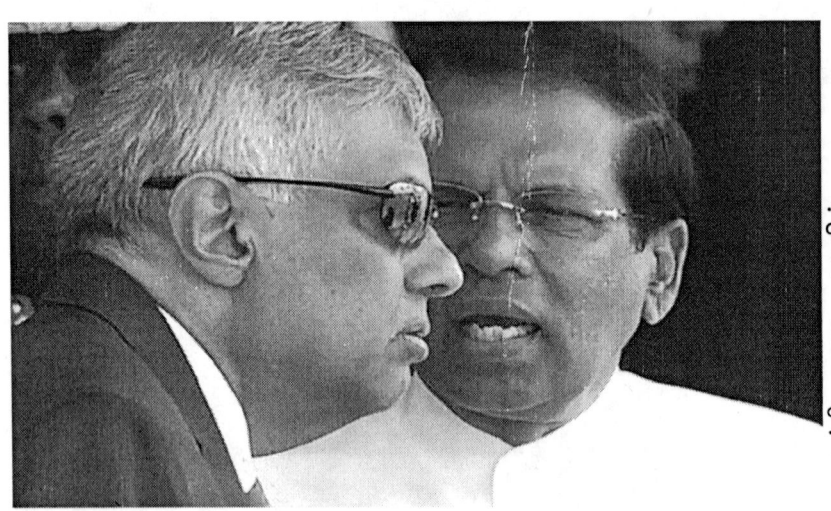

மைத்ரி பாலா - ரணில்

விஜய குணரத்ன

டாக்டர் ஆனந்தா

புகழேந்தி தங்கராஜ்

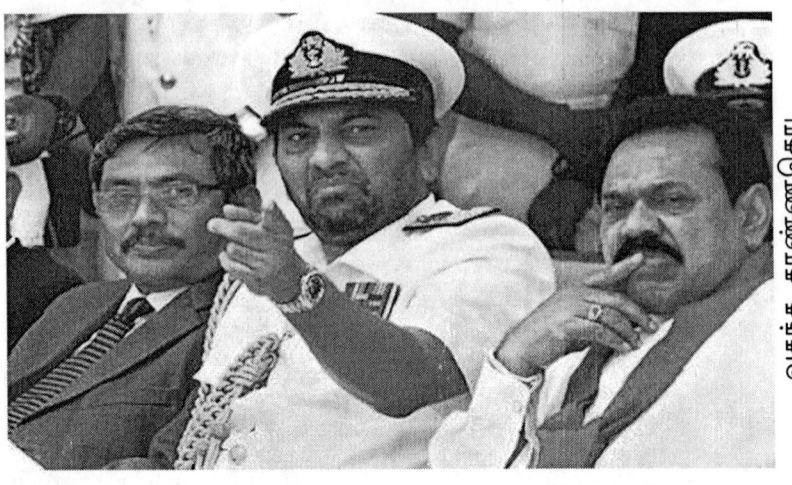

வசந்த கரண்ணகொட

யாசரா

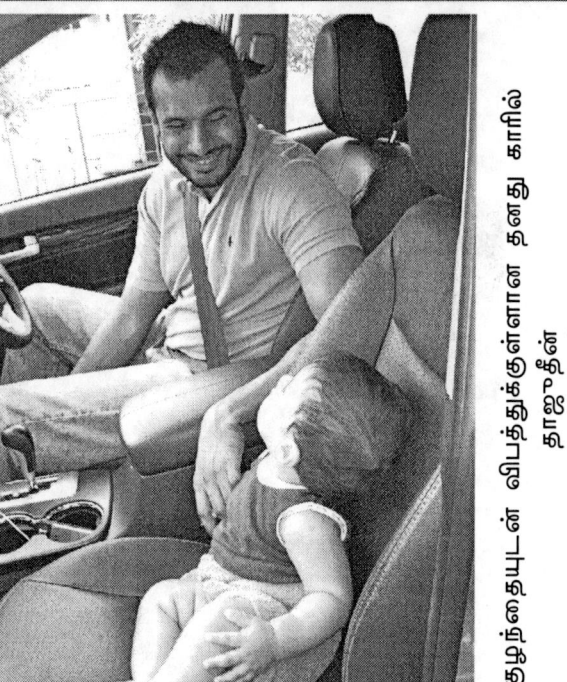

குழந்தையுடன் விபத்துக்குள்ளான தனது காரில் தாஜுதீன்

ஷிராந்தி

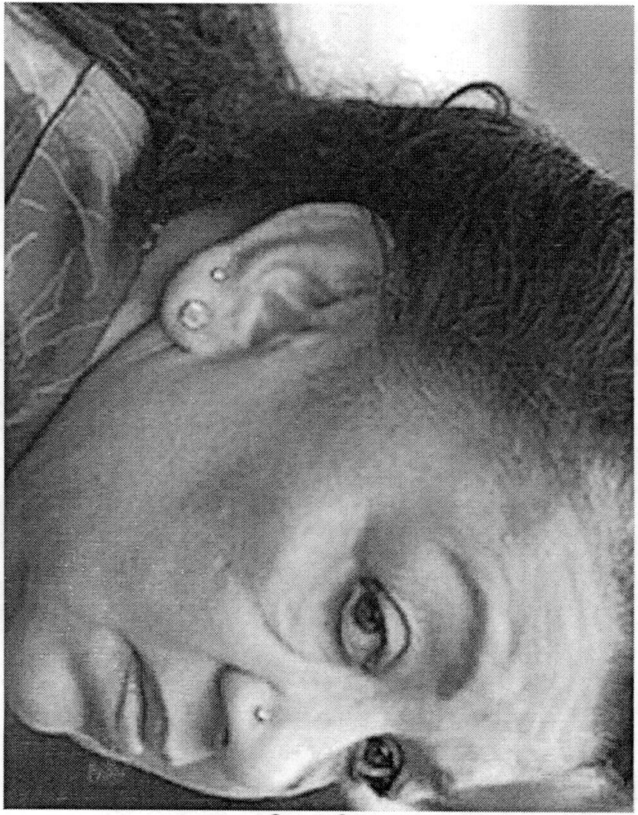

டி.ஐ.ஜி. அனுரா சேனநாயக

வழக்கு எண்: B/849/13/12.

வழக்கின் தன்மை: (முகமது வாசிம் தாஜுதீன்) மர்ம மரணம்.

CO எனப்படும்
கார்பன் மோனாக்சைடு வாயுவை
சுவாசித்ததால் மரணம் என்று
முதலில் தெரிவிக்கப்பட்டது.
CO என்பது
கார்பன் மோனாக்சைடு வளிமத்தின்
வேதியியல் பெயர்.
பிரத்தியேக மணம் கிடையாது ..
நிறமோ சுவையோ கிடையாது ..
உயிரினங்களுக்கு ஆபத்தானது
காற்றை விட அடர்த்தி குறைவு ..
எரிபொருளாகப் பயன்படுத்தலாம் ..
CO குறித்த சிக்கனமான அறிமுகம், இது.

கரிமம் (CARBON) கொண்ட பொருளை எரிக்கும்போது, போதிய ஆக்சிஜன் இருந்தால் கார்பன் டை ஆக்சைடு (CO2) உருவாகிறது. போதிய ஆக்சிஜன் இல்லாவிட்டால், கார்பன் மோனாக்சைடு (CO) உருவாகிறது.

CO தொடர்பான இத்தகைய பொதுத் தகவல்களில், யூத இன அழிப்பில் அதன் பங்கேற்பு குறித்த விவரங்கள் பெரும்பாலும் இடம்பெறுவதில்லை.

இரண்டாம் உலகப் போரின்போது, கடும் பெட்ரோல் தட்டுப்பாடு. ராணுவ வாகனங்களுக்கு மட்டுமே பெட்ரோல் என்கிற நிலை. மரத்துண்டுகளை எரிப்பதால் கிடைக்கிற கார்பன் மோனாக்சைடு வாயுவை, போரில் ஈடுபட்ட நாடுகள் சில, வாகனங்களின் எரிபொருளாகப் பயன்படுத்தின.

எரிபொருளாகப் பயன்படுத்தப்பட்ட அதே வாயுவை,

தங்களது மரண முகாம்களில், அப்பாவி யூதர்களைக் குவியல் குவியலாகக் கொன்று குவிக்க, நாஜிகள் பயன்படுத்தினர்.

கேஸ் சேம்பர் என்கிற ரகசியப் பெயரால் அழைக்கப்பட்டன, யூதர்களுக்கான கொலைக்களங்கள். அப்பாவி யூதர்களிடம், உள்ளே போய்க் குளித்துவிட்டு வாருங்கள் என்று சொன்ன நாஜிகள், கும்பல் கும்பலாக அவர்களை அந்தக் கட்டடங்களுக்குள் அனுப்பினர்.

கட்டடம் நிறைந்துவழிகிற அளவுக்கு நூற்றுக்கணக்கானோர் உள்ளே அனுப்பப்பட்டபிறகு, கட்டடத்தின் கதவுகள் அனைத்தும் அடைக்கப்பட்டன. கார்பன் மோனாக்சைடு வாயு திறந்துவிடப்பட்டது.

பிரத்தியேக மணமோ நிறமோ இல்லாததால், தங்கள்மீது நச்சு வாயு பிரயோகிக்கப்படுகிறது என்பதையே அந்த அப்பாவி யூதர்களால் அறிய முடியவில்லை. மூச்சு முட்டுகிற அளவுக்கு அடைக்கப்பட்டிருந்த நிலையில், அதை சுவாசித்தே ஆக வேண்டியிருந்தது.

அடுத்த சில நொடிகளில், கட்டடத்தின் நான்கு சுவர்களிலும் மோதி எதிரொலித்தது, அவர்களது மரணஓலம். கண்ணிமைக்கும் நேரத்தில் ஒருவர் மரணத்தை மற்றவர் பார்த்துக் கதறக் கதற, ஈவிரக்கமில்லாமல் அரங்கேற்றப்பட்டது அந்த யூத இன அழிப்பு.

ஒவ்வொரு யூதனுக்கும் ஒரு துப்பாக்கிக் குண்டு என்பது அனாவசியச் செலவு - என்பது நாஜித் தலைமையின் அபிப்பிராயம். குறைந்த செலவில் அதிக உயிர்கள் - என்கிற ஹிட்லரின் லட்சியமே, கார்பன் மோனாக்சைடு என்கிற மலிவான வாயுவை அவர்கள் பயன்படுத்தக் காரணமாக இருந்தது. அந்த வாயுவின் பெயரால் தான், தாஜுதீன் மரண மர்மம் மறைக்கப்பட்டிருந்தது.

தாஜுதீன் மரணம் குறித்த முதல் தகவல், சுருக்கமானது. எரிகிற காரில் இறந்து கிடந்தார் என்றது, அது. மிகையான வேகத்தில் ஓட்டியதால்

விபத்துக்குள்ளாகி, கார் தீப்பிடித்து, உடல் கருகி இறந்துள்ளார் என்று விளக்கம் தந்தது கொழும்பு காவல்துறை.

உடற்கூறாய்வு செய்த தலைமை மருத்துவர் ஆனந்தா சமரசேகர அளித்த உடனடி அறிக்கை, நுரையீரலில், கார்பன் மோனாக்சைடு இருந்ததைச் சுட்டிக்காட்டியது.

தாஜுதீன் இலங்கையின் நம்பர் ஒன் ரக்பி வீரன். விளையாட்டுத்திறன் தான், அவனைத் தேசியக் கதாநாயகன் ஆக்கியது. 19 வயதுக்கு உட்பட்டோருக்கான தேசிய அணியில் விளையாடியபோதே அவன் பாப்புலர்.

அவன், கொழும்பின் புகழ்பெற்ற விளையாட்டு கிளப் ஆன, HAVELOCK SPORTS CLUB கேப்டன். ஹேவெலாகின் ரக்பி அணியில் மட்டுமின்றி, இலங்கையின் தேசிய அணியிலும் இடம்பெற்றிருந்தான். 2009ல், தன் 25வது வயதில், இலங்கையின் பிரபல ரக்பி வீரன் விருதினைப் பெற்றான். ஒரு காயத்தால் 2 ஆண்டுகள் விளையாடாமல் இருந்தவன், 2012ல் மீண்டும் களமிறங்கத் தயாராகிக் கொண்டிருந்தான். அதற்குள், அந்த அசம்பாவிதம் அரங்கேறிவிட்டது. 2012 மே 17ம் தேதி, நள்ளிரவு ஒரு மணிக்கு, எரிகிற காருக்குள் உடல் கருகிக் கிடந்தபோது தாஜுதீனுக்கு, 28 வயது.

கார் விபத்தில் தாஜுதீன் இறந்த செய்தி புயல் வேகத்தில் பரவியது. அதே வேகத்தில், அந்த விபத்தில் மர்மம் இருப்பதாகக் குரல்கள் எழுந்தன. அவருக்கும் அதிபரின் இரண்டாவது மகனான யோசித்த ராஜபக்சவுக்கும் இடையில், ஹேவெலாக் விளையாட்டு கிளப் தொடர்பாகவும், ஒரு காதல் விளையாட்டு தொடர்பாகவும் உரசல் இருந்ததாக, பரவலாகப் பேசப்பட்டது.

நடந்தது விபத்து இல்லை, கொலை என்றார்கள், தாஜுதீனையும் யோசித்தவையும் அறிந்தவர்கள்.

கொழும்பிலுள்ள பிளவர் டிரம் ரெஸ்டாரெண்டில்

அவர்களுக்கிடையில் நடந்த கடைசி வாக்குவாதம், இருவராலும் காதலிக்கப்பட்ட அல்லது இருவரையும் காதலித்த ஒரு இளம்பெண் தொடர்பானதுதான் - என்றொரு செய்தி பரவியது. அதன்பிறகே தாஜுதீன் கொல்லப்பட்டார் என்று கூறப்பட்டது. தாஜுதீன் கொலைக்கு நீதி தேவை - என்கிற குரல்கள் பரவலாக ஒலித்தன.

தாஜுதீனுக்கு நியாயம் கேட்டு ஓங்கி ஒலித்த குரல்கள், காலப்போக்கில் அடங்கின. மகிந்த ராஜபக்ச அதிபராக இருந்த நிலையில், ராஜபக்ச குடும்பத்தைப் பற்றிப் பேச எவரும் துணியவில்லை. ராஜபக்ச அதிபராக இருந்த 2014 வரை, சுமார் இரண்டரை ஆண்டுகள், தாஜுதீன் மரண மர்மம் நீடித்தது.

2015ல், ராஜபக்ச அரசு வீழ்ந்து மைத்திரிபாலா அதிபரான பிறகு, பழைய அரசில் இழுத்தடிக்கப்பட்ட முக்கிய வழக்குகள் சி.ஐ.டி.யிடம் ஒப்படைக்கப்பட்டன.

தாமாக முன்வந்து இந்த முடிவை எடுத்துவிடவில்லை மைத்திரி. ராஜபக்ச குடும்பத்தினரின் அக்கிரமங்கள் குறித்து உரிய விசாரணை நடத்தப்படும் என்கிற தேர்தல் வாக்குறுதி நிறைவேற்றப்பட வேண்டுமென்கிற குரல் ஓங்கி ஒலித்தபிறகே, வேறு வழியில்லாமல், சி.ஐ.டி.யிடம் வழக்குகளை ஒப்படைத்தார் மைத்திரி. தாஜுதீன் வழக்கும், அப்படித்தான் வந்து சேர்ந்தது, சி.ஐ.டி.யிடம்!

தாஜுதீன் வழக்கிலும், நிஷாந்த சில்வா தான் பொறுப்பதிகாரி.

வழக்குக்கு சி.ஐ.டி. பொறுப்பேற்ற உடனேயே, தாஜுதீன் மரணம் தொடர்பான புகைப்படங்கள், ஆவணங்கள், அறிக்கைகள் மற்றும் குறிப்புகளை நிஷாந்த சில்வா வசம் ஒப்படைக்கும்படி நீதித்துறை தலைமை மருத்துவ அதிகாரி ஆனந்தா சமரசேகரவுக்கு நீதிமன்றம் உத்தரவிட்டது.

அந்த ஆவணங்களைப் பரிசீலித்தபோது, தாஜுதீனின்

நுரையீரலில் கார்பன் மோனாக்சைடு இருந்ததாக சமரசேகர குறிப்பிட்டிருப்பது தெரியவந்தது. ஆனந்தாவின் அறிக்கைக்கு முரணானதாக இருந்தது, அரசு ஆய்வாளரின் அறிக்கை. கார்பன் மோனாக்சைடு என்கிற வார்த்தையே அந்த அறிக்கையில் இல்லை. இது, சி.ஐ.டி. அதிகாரிகளை வியக்க வைத்தது.

மரணத்துக்குக் காரணம் எது என்பதைத் தெள்ளத் தெளிவாகச் சுட்டிக்காட்டுகிறது முதல் அறிக்கை. இன்னொரு அறிக்கையில் அதுபற்றி எதுவுமே குறிப்பிடப்படவில்லை. இந்த முரணுக்கு என்ன காரணம்? இந்தக் கேள்வியிலிருந்துதான் விசாரணையைத் தொடங்கியது சி.ஐ.டி.

கொழும்பு கிருலப்பனை பகுதியை அடுத்து, விமான நிலையத்துக்குச் செல்கிற பூங்கா சாலையில் (PARK ROAD), நாரஹென் பிட்டி அருகே, சாலிகா திடல் சுவரில், தாஜுதீனின் கார் அதிவேகத்தில் வந்து மோதியிருப்பதாகச் சொல்கிறது காவல்துறை. மோதிய வேகத்தில் எரியத் தொடங்கிய காரிலிருந்து தப்பி வெளியேவர தாஜுதீனால் முடியாது போயிருந்தால், பற்றிப்படரும் தீயால் உருவான கார்பன் மோனாக்சைடை அவர் சுவாசிக்க நேர்ந்திருக்கலாம். அதற்கு வாய்ப்பிருக்கிறது.

இதை ஏற்றுக்கொண்டால், கண்மூடித்தனமாக ஓட்டியதால் சுவரில் மோதிய கார் தீப்பிடித்து எரிந்தது என்கிற காவல்துறையின் தியரியையும் ஏற்றுக்கொண்டாக வேண்டும். மர்ம மரணம் - என்கிற வார்த்தையே அடிபட்டுவிடும். சாலை விபத்து - என்று முத்திரை குத்தி, தாஜுதீன் மரணம் குறித்த கிரைம் ஃபைலை ஒரேயடியாக மூடிவிடலாம்.

தாஜுதீன் சுவாசிக்காமல், மூச்சுக்குழாய் வழியாக கார்பன் மோனாக்சைடு நுரையீரலை எட்டியிருக்க வாய்ப்பில்லை. சுவாசிக்கிற நிலையில் தாஜுதீன் இருந்திருந்தால், விபத்து நடந்தபோது அவர் உயிருடன்

இருந்ததாக அர்த்தம்.

அப்படிப் பார்த்தால், கார் மோதியபோதும், தீப்பிடித்து எரியும்போதும் அவர் உயிருடன் இருந்திருக்கிறார். வேகமாக வந்து மோதி, தீப்பிடித்து, வெளியே வர முடியாமல் தவித்து, கார்பன் மோனாக்சைடை சுவாசித்து, இறந்திருக்கிறார்.

இந்த அடிப்படையில், நடந்தது விபத்துதான் என்கிற முடிவுக்கு எவரும் வந்துவிடமுடியும். ஆனால், நிஷாந்த சில்வா, காவல்துறையின் அந்த முடிவை முழுமையாக ஏற்கவில்லை. மேலதிகமாகக் கிடைத்த இரண்டு முக்கியத் தகவல்கள், அதை அப்படியே ஏற்க முட்டுக்கட்டையாய் இருந்தன. முதல் முதலாகக் கிடைத்த தகவலே, விபத்து நடந்தபோது தாஜுதீன்தான் காரை ஓட்டினாரா என்கிற சந்தேகத்தை எழுப்புகிற அளவுக்கு வலுவானதாக இருந்தது. நிஷாந்த சில்வா குழுவால் அதை அலட்சியப்படுத்த முடியவில்லை.

வாசிம் தாஜுதீனின் சகோதரி, ஆயிஷா தாஜுதீன். அவர் தான், தாஜுதீன் குடும்பத்திலிருந்து சம்பவம் நடந்த இடத்துக்குப் போன முதல் நபர். மே 17ம் தேதி, சம்பவம் நடந்த மூன்று மணி நேரத்தில், நாரஹென்பிட்டிக்குப் போய்விட்டார் ஆயிஷா. அப்போது அதிகாலை 4 மணி.

சாலிகா திடல் சுவரை ஒட்டி, திடலிலிருந்து கழிவுநீர் வெளியேற அமைத்திருந்த சிமென்ட் குழியில் முன்பக்கச் சக்கரத்தில் ஒன்று சிக்கியிருக்க, தாஜுதீனின் கார் சாய்ந்து நின்றிருந்தது. சற்றுத் தள்ளிநின்று பார்த்தபோது, காரின் முன்பக்கம் சேதமடைந்திருந்ததைக் கவனித்தார் ஆயிஷா. தீயணைப்புத் துறையினர் காரில் பிடித்த தீயை அணைத்துவிட்டனர் என்றாலும், எரிந்து முடிந்த மிச்ச சொச்ச அடையாளங்கள் காரில் இருந்தன.

காரை நெருங்கியபோது, இதயமே நொறுங்கிவிட்டது, ஆயிஷாவுக்கு! காரின் முன் இருக்கையில் கருகிய நிலையில் இருந்தது தாஜுதீனின் உடல். கதறி அழுதார் ஆயிஷா.

பின்னால் தன்னைத் தாங்கிப் பிடித்தது யார் என்பதைக் கூட அறியாமல், குமுறி அழுதார்.

கூர்மையான கண்கள் தாஜுவுக்கு! அதில் மின்னுகிற குறும்பை அவன் விளையாடும் போதும் பார்க்க முடியும். தாஜு. தாஜு என்கிற குரல்கள் நாலாபுறமிருந்தும் ஒலிக்க, அவனது நகர்வுகள், மின்னலைப் போலவே இருக்கும். மைதானத்தின் எல்லா மூலையிலும் அவன் இருப்பதாகத் தோன்றும். அந்த தாஜு அசையாமல் கிடக்கிறான்.

நேற்று பிற்பகல், வீட்டில் குழந்தைகளுடன் குழந்தையாக வளையவந்து அழிச்சாட்டியம் செய்துகொண்டிருந்த அதே தாஜுதீன் ..

தனது அலைபேசியைக் குழந்தைகளுக்கு விளையாடக் கொடுத்து, தன்னைப் பதறவைத்த அதே தாஜுதீன்

தன் அலைபேசி ஒலிக்கும்போதெல்லாம், 'உம்மா, தாஜு மாமா' என்று குழந்தைகளை யூகிக்க வைத்த அதே தாஜுதீன். 'அக்கம் பக்கம் பார்க்காமல் விளையாடணும் மச்சான்' என்று நண்பர்களுக்கு ஆலோசனை வழங்கிவிட்டு ஹா ஹா ஹா என பெருங்குரலில் சிரித்த அதே தாஜுதீன்

தம்பியின் கருகிய உடலைப் பார்க்கப் பொறாது ஆயிஷா தலையைக் குனிந்துகொள்ள, வாசிம் என்று உள்ளுக்குள்ளிருந்து எழும்பிய குரல், தொண்டைக் குழியோடு நின்றுவிட்டது.

குடும்பத்தின் ஒற்றை அடையாளம், அவன்.

இவங்க தாஜுதீனோட அக்கா இது தாஜுவோட அண்ணா இவங்கதான் தாஜுவோட செல்லக் குட்டிகள் என்று அத்தனை பேருக்கும் அவன் ஒருவன்தான் அடையாளம்.

மேலும் சில நண்பர்களும், தாஜுதீனின் மாமா உள்ளிட்ட உறவினர்களும் வந்துவிட, காவல்துறை யினருடன் சேர்ந்து, காருக்குள்ளிருந்து தாஜுதீனை வெளியே எடுக்க முயற்சித்தனர். காரின் கதவைத் திறக்க முடியவில்லை. கார் சரிந்த நிலையில் இருந்ததே அதற்குக் காரணம்.

குறுகலான கால்வாய்ப் பாதையில் முன்பக்கச் சக்கரம்

சிக்கிக் கொண்டிருந்ததால், அதிலிருந்து காரைத் தள்ள முயன்றனர். கார் கொஞ்சம் நகர்ந்தது. அப்போதுதான், சாலிகா திடல் சுவருக்கும், காருக்கும் இடையே இடைவெளி இருந்ததை அவர்கள் கவனித்தனர். ஆனால், தாஜுதீனின் உடலை வெளியே எடுக்கிற முனைப்பில், அதை யாரும் பெரிதாக எடுத்துக் கொள்ளவில்லை.

இது கிரைம் சீன். நீங்க ரொம்ப நேரம் இருந்துட்டீங்க என்று யாரோ சொல்ல, அங்கிருந்து அவர்கள் நகரவேண்டியிருந்தது.

புறப்படும் முன், கனத்த இதயத்துடன் மீண்டும் ஒருமுறை தம்பியைப் பார்க்கத் தலைநிமிர்ந்தபோதுதான் ஆயிஷா அதைக் கவனித்தார். தாஜுதீனின் உடல் டிரைவருக்கான இருக்கையில் இல்லை. முன்புறத்தில், டிரைவருக்குப் பக்கத்தில், பயணிகள் அமர்கிற இடதுபுற இருக்கையில் இருந்தது.

கிருலப்பனை -

சம்பவம் நடந்த சாலிகா திடலிலிருந்து ஒன்றரை மைல் தொலைவில் இருக்கிற பகுதி.

கிருலப்பனை காவல்நிலையத்தில், சம்பவம் நடந்த இரண்டு நாட்கள் கழித்து, ஒரு மணிபர்ஸைக் கொண்டுவந்து ஒப்படைத்தார், அதே பகுதியைச் சேர்ந்த ஒருவர். சாலையோரம் அந்த பர்ஸ் கிடந்ததாக அவர் தெரிவித்தார். அது, தாஜுதீனின் மணிபர்ஸ்.

அதில் இரண்டு அம்சங்கள் கவனிக்க வைத்தன. ஒன்று, எரிந்த அல்லது கருகிய அடையாளம் ஏதுமின்றி, நல்ல நிலையில் இருந்தது தாஜுவின் பர்ஸ். இன்னொன்று, விமானநிலையத்தை நோக்கி தாஜுதீன் அதிவேகத்தில் போய்க்கொண்டிருந்தார் என்று காவல்துறை சொல்வது உண்மையாக இருந்தால், கிருலப்பனையைத் தாண்டித்தான் அது வந்திருக்க வேண்டும்.

கார் தீப்பிடித்து எரிந்த இடத்திலிருந்து பர்ஸை

எடுத்துக் கொண்டுவந்து கிருலப்பனையில் போட வாய்ப்பேயில்லை.. அப்படிப் போட்டிருந்தால், தீப்பிடித்து எரிந்த காரிலிருந்து எடுக்கப்பட்டது என்பதற்கான ஏதாவதொரு அடையாளம் பர்ஸில் இருந்திருக்கும். ஆனால், அப்படி எந்த அடையாளமும் அதில் இல்லை.

விபத்துக்குள்ளாகிற காரை ஓட்டிக்கொண்டிருக்கிற ஒருவர், விபத்து நடக்குமென்று முன்னதாகவே யூகித்து பர்ஸை வீசியெறிய வாய்ப்பிருக்கிறதா? அதிவேகத்தில் கார் ஓட்டுகிற ஒருவர் பர்ஸை வீசியெறிய முடியுமா? அல்லது, யாராலாவது கடத்தப்படும் நிலையில், கடத்தப்பட்டவர் தன் பர்ஸாவது தடயமாக இருக்கட்டும் என்று முடிவெடுத்து வீசி எறிந்திருக்கிறாரா? என்றெல்லாம் கேள்விகள் எழுந்தன, சி.ஐ.டி.க்கு!

விபத்துக்குள்ளான காரில் தாஜுதீனின் உடல் பயணிகளுக்கான இடதுபுற இருக்கையில் இருந்ததை, சம்பவம் நடந்தவுடன் காவல்துறை எடுத்த புகைப்படங்களும் உறுதி செய்தன. காரை அவரே ஓட்டியிருந்தால், அவரது கருகிய உடல், காரின் ஓட்டுநர் இருக்கையில் தான் இருந்திருக்க வேண்டும். எரிகிற காரிலிருந்து தப்பித்து வெளியே வர முயன்றிருந்தால், காரை ஓட்டுபவர் வலதுபுற கதவைத் திறந்து வெளியேறவே முயன்றிருப்பார். ஓட்டுநர் இருக்கையிலிருந்து பயணிகள் இருக்கைக்கு மாறியிருக்க மாட்டார்.

டிரைவர் இருக்கை இருக்கும் பகுதியில் தீ வேகமாகப் பரவியதால், பயணிகள் இருக்கைக்கு தாஜுதீன் நகர்ந்திருக்கலாம் - என்று கருதவும் வாய்ப்பில்லை. டிரைவர் அமர்கிற பகுதியில் பெரிதாக எரிந்த அடையாளம் இல்லை, பயணிகள் அமரும் பகுதிதான் தீக்கிரையாகியிருந்தது.

எல்லா விவரங்களையும் ஒப்பிட்டுப் பார்த்த சி.ஐ.டி., தாஜுதீன் மரணத்தில் மர்மம் இருக்கிறதென்கிற முடிவுக்கு வந்தது.

HAVELOCK SPORTS CLUB பெயரைப் போலவே, யாசரா

அபயநாயக பெயரும் தாஜுதீன் மரணத்தையடுத்து பரபரப்பாகப் பேசப்பட்டது.

HAVELOCK CLUB - ல் தாஜுதீனின் ஆதிக்கம் கொடிகட்டிப் பறந்தது. தன்னுடைய பிரபலத்தால், அந்த கிளப்பில் செல்வாக்கு படைத்தவராகத் திகழ்ந்தார் தாஜுதீன்.

அதிபர் மகிந்த ராஜபக்சவின் இரண்டாவது மகனான யோசித்த ராஜபக்ச ரக்பி ஆடத் தொடங்கியதிலிருந்தே பிரச்சினை ஆரம்பித்துவிட்டது HAVELOCK கிளப், தன்னுடைய கட்டுப்பாட்டில் இருக்கவேண்டுமென்று நினைத்தான் யோசித்த. இது, தாஜுதீனுக்குப் பிடிக்கவில்லை. ரக்பி வீரர்கள் பலருக்கும் இது தெரியும். தாஜுதீன் குடும்பத்தினரும் இதை அறிந்திருந்தனர்.

ரக்பி விளையாட HAVELOCK வந்த யோசித்த, அதில் ஆதிக்கம் செலுத்த முயன்றது, விளையாட்டை விளையாட்டுக்காகவே நேசிக்கும் அனைவருக்குமே எரிச்சலை ஏற்படுத்தியது.

மகிந்த ராஜபக்சவின் பிள்ளைகள் மூவருமே ரக்பியில் ஆர்வம் காட்டினர். யோசித்த ரக்பி கற்றுக் கொள்ள வந்தபோது, தாஜுதீன் இலங்கையின் நம்பர் ஒன் ரக்பி வீரன். யோசித்தவுக்கு ரக்பி நுட்பங்களைக் கற்றுக் கொடுக்க, தாஜு விரும்பியே முன் வந்தான்.

ஆனால், அதிபர் மகன் என்பதற்காக யோசித்தவுக்குத் தரப்பட்ட சலுகைகளையும், தேசிய அணியில் அவன் திணிக்கப்படுவதையும் தாஜுவால் ஏற்றுக்கொள்ள முடியவில்லை. மிக வேகமாக பிரபலமடைந்து வருகிற ஒரு விளையாட்டுக்கு இதெல்லாம் நல்லதல்ல என்று நினைத்தான்.

இலங்கை தேசிய அணியில் யோசித்தவுக்குத் தரப்பட்ட முன்னுரிமையை, தாஜுதீனால் ஜீரணிக்கவே முடியவில்லை. வெளிப்படையாகவே விமர்சித்தான். பள்ளி மாணவனாக இருந்த போதே, பள்ளியில் நடந்த அநீதிகளுக்கு எதிராகத்

துணிந்து குரல்கொடுத்தவன் அவன். தான் நேசிக்கும் ஒரு விளையாட்டில், அரசியல் செல்வாக்கு வேரூன்றுவதை அவனால் வேடிக்கை பார்க்க முடியவில்லை.

போர் நடந்துகொண்டிருந்த சமயத்தில், திடீரென ஒருநாள், யோசித்த ராஜபக்ச கடற்படையில் இணைந்தார் என்கிற செய்தி பத்திரிகைகளில் பரபரப்பாக வெளியாகியிருந்ததை தாஜுதீன் மறக்கவில்லை. என்னுடைய பிள்ளைகளில் ஒருவனை நாட்டுக்காக அர்ப்பணிக்கிறேன் என்று மகிந்த ராஜபக்ச போலிப் பெருமிதத்துடன் அறிவித்தது காமெடியாக இருந்தது.

கொழும்பிலிருக்கிற வேலை வெட்டியில்லாத பௌத்தத் தேரர்கள், யுத்தக் களத்தையே பார்த்திராத யோசித்தவுக்கு மாவீரன் என்றெல்லாம் பட்டம் கொடுத்துக் கொண்டாடத் தொடங்கியது அதைவிட காமெடியாக இருந்தது. வடக்கில் போர் நடந்துகொண்டிருந்தது .. தெற்கில் கொண்டாட்டங்கள் நடந்துகொண்டிருந்தன.

போர் முடிந்தபிறகுதான் தெரிந்தது, போர்க்களத்துக்கு யோசித்த போகவேயில்லை என்பதும், போர்க் கப்பல்களைப் புகைப்படங்களில் மட்டுமே பார்த்திருக்கிறான் என்பதும்!

அப்பாவி சிங்கள மக்களிடம் இதுபோன்ற அரசியல் மோசடிகளை ராஜபக்சக்களோ மற்ற அரசியல்வாதிகளோ நடத்துவது வழக்கமான ஒன்றுதான்! இது அப்படியல்ல! இது விளையாட்டு. இதைக் கற்றுக் கொள்வதில் தான் கவனம் செலுத்த வேண்டுமே தவிர, கைப்பற்றுவதில் கவனம் செலுத்தக் கூடாது என்பது தாஜுதீனின் நிலை. அதில் அவன் உறுதியாக இருந்தான்.

யோசித்த தலைமையிலான இலங்கை கடற்படையின் ரக்பி குழு, உள்ளூர் போட்டிகளில் விளையாடுகிற போதெல்லாம், அதிபரின் மற்ற இரண்டு புதல்வர்களும் (நமல் ராஜபக்ச, ரோகித்த ராஜபக்ச) தங்கள்

பரிவாரத்துடனும், ராணுவ மெய்க்காவலர்களுடனும் கேலரியில் அமர்ந்து ஓங்கிக் குரல்கொடுத்து ஊக்குவிக்கத் தொடங்கினர்.

சகல செல்வாக்கும் படைத்த ஒரு கும்பலுக்கு அஞ்சி, தோல்வியைத் தழுவும் விதத்திலேயே எதிரணியினர் விளையாட வேண்டியிருந்தது. கடற்படை அணி தோற்று விடக் கூடாதென்கிற கவலை மட்டுமே நடுவர்களுக்கு இருந்தது. கடற்படை அணியை எந்த அணியாலும் வெல்ல முடியாது - என்கிற செயற்கையான சூழல் உருவாக்கப்பட்டது. தாஜுதீன் என்கிற உண்மையான வீரன் இதை யெல்லாம் ரசிக்கவில்லை. இது, ரக்பி விளையாட்டைக் கேலிக்கூத்தாக்கிவிடும் என்று அஞ்சினான்.

கோமாளி இளவரசனின் வில்லிலிருந்து புறப்படுகிற அம்பு எந்த இடத்தில் பாய்கிறதோ, அந்த இடத்தில் வட்டம்போட்டு, அதுதான் இலக்கு என்று காட்ட அவனது பரிவாரங்கள் மூச்சுமுட்ட ஓடிக் கொண்டிருந்த கதையை பள்ளிப்பருவத்தில் கேட்டிருக்கிறான் தாஜுதீன். அதைப்போலத்தான் இருந்தது, இதுவும்! இந்தக் கூத்தை, துணிவுடன் விமர்சித்த ஒரே ரக்பி வீரன் தாஜுதீன்தான்!

ரக்பி வட்டாரத்தில், தாஜுதீன் ஒருவன்தான், தங்கள் அரசியல் செல்வாக்கைப் பொருட்படுத்துவதில்லை என்பதை வெகு சீக்கிரத்திலேயே புரிந்துகொண்டனர், யோசித்தவும் அவனது சகோதரர்களும்!

HAVELOCK CLUB என்கிற பிரபலமான விளையாட்டு கிளப், தாஜுதீன் என்கிற ஒரு சாதாரண விளையாட்டு வீரனின் ஆதிக்கத்தில் இருப்பதை யோசித்தவால் ஏற்றுக்கொள்ள முடியவில்லை. அதிபர் மகனான அவனுடைய கட்டுப்பாட்டில் கிளப் இருந்தால், அதன் தரத்தை இன்னும் உயர்த்த முடியும் என்று நண்பர்கள் உபதேசிப்பதை நம்பினான். தாஜுதீன் மட்டுமே அதற்குக் குறுக்கே நிற்பதாகத் தோன்றியது.

HAVELOCK என்கிற விளையாட்டு கிளப் தொடர்பில்

இருவருக்கும் ஏற்பட்ட மோதலை ஊதிப் பெரிதாக்கினார்கள், நண்பர்கள். கடைசியில், விளையாட்டு வினையாகி விட்டது.

யாசராவின் காதல் விளையாட்டுக்கும் தாஜுதீன் மரணத்துக்கும் தொடர்பிருப்பதாக, காட்டுத்தீ மாதிரி செய்தி பரவிக் கொண்டேயிருந்தது, இன்னொருபுறம்! தாஜுதீன் தான் அவளது முதல் காதலன், அதற்குப் பிறகே யோசித்த - என்றன சமூக ஊடகங்கள்.

யாசரா அபயநாயக அப்படியொன்றும் பேரழகி இல்லை தான்! என்றாலும், எந்த இடத்தில் எழுந்தருளினாலும், சுற்றியிருக்கிற அத்தனைப் பேரையும் ஈர்க்கிற அளவுக்கு கவர்ச்சியோடும் வசீகரத்தோடும் நடமாடிக் கொண்டிருந்த இளமையான காந்தம்.

இலங்கையின் நடிகர்திலகமான காமினி பொன்சேகாவின் பேத்தி என்கிற பிறப்புச் சிறப்பு, யாசராவைப் பார்க்கும் ஆவலைத் தூண்டுகிற முதல் அம்சம். அந்த இயல்பான அடையாளத்தையே இரண்டாமிடத்துக்குத் தள்ளிவிட்டது, அவளது கட்டுக்குலையாத, கச்சிதமான உடல்வாகு.

மெலிதான தேகம்தான். என்றாலும், உடலின் ஒவ்வொரு பகுதியும் செதுக்கி வைத்ததைப் போல இருந்தது யாசராவுக்கு! அளவை மீறாத கவர்ச்சியும், விழிகள் விரிய சிரிக்கிற அழகும், மீண்டும் மீண்டும் அவளைப் பார்க்கத் தூண்டின.

எந்த மீனும் விரும்பிவந்து சிக்குகிற தூண்டிலாகத் திகழ்ந்தன, யாசராவின் விழிகள். யோசித்தவும் அப்படித்தான் சிக்கினான். அலரி மாளிகை நிகழ்வுகளில், யாசரா கலந்துகொள்ள நேர்ந்த சமயங்களில், அவளையே வளைய வளைய வந்தான். அந்தத் தேவதையின் ஒவ்வொரு அசைவும் அவனைச் சிலிர்க்க வைத்தது. அவள் தன்னைப் பார்த்துப் புன்னகைக்கிற தருணங்களிலெல்லாம், பூங்காற்று வந்து தன்னைத் தொட்டுத் தழுவி விட்டுச் செல்வதாகத்

தோன்றியது. மெய்சிலிர்த்துப் போனான் ..

யாசராவின் மூச்சுக்காற்றை சுவாசிக்க முடிகிற அளவுக்கு, அடுத்தடுத்த நிகழ்வுகளில் யோசித்தவின் நெருக்கம் அதிகரித்தது. அவளது மென்மையான விரல்களைப் பற்றியதில் தொடங்கி, அவளைத் தன் மார்பில் சாய்த்துக் கொண்டது வரை, யோசித்த எதையுமே திட்டமிட்டுச் செய்யவில்லை. ஒவ்வொன்றும் இயல்பாகவே நடந்தன.

யாசரா தன்மீது படர்ந்தபோதெல்லாம், வெல்வெட் மெத்தையில் உடல்பதியக் கிடப்பதாக உணர்ந்தான் யோசித்த. அந்தக் கிறக்கம், அவனைக் கிறுக்கனாகவே ஆக்கி விட்டது. அலரி மாளிகை இளவரசன், அவள் அழகுக்கு அடிமையானான். அவளுக்கு எதெல்லாம் பிடித்திருக் கிறதோ, அதெல்லாம் அவனுக்கும் பிடித்திருந்தது.

அவள் மீது தனக்கிருக்கும் காதலை ஒளித்து வைத்துக் கொண்டிருக்க முடியவில்லை யோசித்தவால்! அதை, முதலில் உணர்த்தியவன், அவன் தான்! யாசராவைப் பொருத்தவரை, வெளிப்படையாகச் சொல்லத் தயங்கினா ளென்றாலும், அவளுக்கு அவனையும் பிடித்திருந்தது, அலரி மாளிகையையும் பிடித்திருந்தது ..!

யோசித்தவின் இறுக்கமான அணைப்பில் ஒரு முரட்டுத்தனம் இருந்தாலும் நெஞ்சோடு நெஞ்சணைத்துக் கொண்டபோது இதமாக இருந்தது இன்னொரு முறை அணைக்க மாட்டானா என்று தோன்றியது ..!

ஒரு மலரைத் தொடுகிற அளவுக்கே அவன் தன்னைத் தொடுகிற நேரங்களில் கூட, முல்லைக் கொடிமாதிரி அவனைப் பற்றிப்படர்ந்து, இரு கைகளாலும் இழுத் தணைத்துக் கொண்டாள் யாசரா. இருவருக்கு இடையிலும் நுழைய முடியாமல் பைபாஸில் போய்க் கொண்டிருந்தது காற்று. அந்த இறுக்கத்திலிருந்து தன்னை விடுவித்துக் கொள்ள அவனும் முயலவில்லை, அவனை விடுவிக்க இவளும் முயலவில்லை.

அலரி மாளிகையின் மூலை முடுக்குகளில் எல்லாம்

அவர்களது காதல் உயிர்மெய் எழுத்துக்களால் பொறிக்கப்பட்டுக் கொண்டிருக்க அதைக் கண்டும் காணாததைப் போல பார்த்து ரசித்துக் கொண்டிருந்தார், அந்த மாளிகையின் மகாராணி. அவர், யோசித்தவின் தாயார் ஷிராந்தி ராஜபக்ச.

எவ்வளவுதான் நெருங்கி நெருங்கிப் பழகினாலும், யோசித்தவின் காதலை ஏற்றுக்கொள்ள யாசரா தயங்கினாள். சுதந்திரமான இளைஞன்தான் என்றாலும், அதிபரின் மகன். அதனால், ஒரு இனம் புரியாத அச்சம் இருந்தது அவளுக்கு!

நெருக்கமாக இருக்க முடிந்த சந்தர்ப்பங்களில் எல்லாம், யாசராவின் அச்சம் மிகையானது என்பதை சகல விதங்களிலும் உணர்த்தத் தொடங்கினான், யோசித்த. நெருக்கமான தருணங்களின் இறுக்கமான அணைப்புகளில், பரிபூரணமாக அதை அனுபவித்து ரசித்தாள் யாசரா.

யோசித்த தனக்கு மட்டுமே உரித்தானவன், தன்னுடைய உடைமை என்பதை மெல்ல மெல்ல உணரத் தொடங்கினாள். மடியில் இருத்திக்கொண்டதில் தொடங்கிய உறவு, அவனை மனத்தில் இருத்திக்கொண்டதில் போய் முடிந்தது.

யோசித்தவைப் போலவே, அவன் தாய் ஷிராந்தியையும் எளிதில் கவர்ந்தாள் யாசரா. அது, யோசித்தவுடன் தனித்திருக்கும் வாய்ப்புகளை மானாவாரியாக வழங்கியது.

ஷிராந்தியைப் பொருத்தவரை, எல்லாவற்றுக்குமே கணக்கு வழக்கு உண்டு என்று நம்புகிற பெண்மணி. யாசரா வெறும் அழகி மட்டுமல்ல! காமினி பொன்சேகா குடும்பத்தின் விழுது. தொலைக்காட்சித் தொடர்களைத் தயாரித்துவந்த தந்தையின் வழியில், நிர்வாகத் திறனும் அவளுக்கு இருப்பதைப் புரிந்துகொண்டாள் ஷிராந்தி.

யோசித்தவுக்கு பொறுப்பு வரவேண்டும் என்பதற்காகவே, CSN (Carlton Sports Network) என்கிற

விளையாட்டு சேனல் தொடங்கப்பட்டது. ஹம்பன் தோட்டாவில் ராஜபக்சவின் பூர்விக இல்லமான Carlton House பெயரிலேயே ஆரம்பிக்கப்பட்ட அதற்கு, அதிபரின் அலரி மாளிகைக்குள்ளேயே அலுவலகமும் ஒதுக்கப்பட்டு விட்டது.

இலங்கை கிரிக்கெட் அணி விளையாடும் போட்டிகளை ஒளிபரப்புகிற உரிமையைக் கூட, CSN-க்கு முறைகேடாகப் பெற்றுவிட முடிந்தது. ஆனால், அதை முறைப்படி நிர்வகிக்க யோசித்த எந்த முயற்சியும் எடுக்கவில்லை.

CSN சேனலைக் கவனித்துக் கொள்ள நம்பிக்கையான நபரைத் தேடிக் கொண்டிருந்த ஷிராந்திக்கு, யாசரா அதற்குப் பொருத்தமாக இருப்பாள் என்று தோன்றியது. ராஜபக்ச குடும்ப வட்டத்துக்குள் யாசராவைக் கொண்டுவந்துவிடுவது பலவிதத்திலும் நல்லது என்று நினைத்தாள் அவள்.

மகனைப் பற்றி நன்றாகத் தெரியும் ஷிராந்திக்கு! யாசரா என்கிற மலரைக் கொண்டுவந்து CSN-ல் அமர்த்தினால், யோசித்த தேனீ அங்கிருந்து நகரவே நகராது என்று நம்பினாள். தொலைக்காட்சியோடு சேர்த்து, பொறுப்பேயில்லாத யோசித்தவையும் யாசராவே கவனித்துக் கொள்வாள் என்று நினைத்தாள்.

தங்களது காதலுக்கு ஷிராந்தியும் பச்சைக்கொடி காட்டிவிட, யோசித்தவும் யாசராவும் வேகத்தடுப்புகளே இல்லாத வெல்வெட் பாதையில் முழுவேகத்தில் போய்க் கொண்டிருந்தனர். CSN தொலைக்காட்சியின் நிர்வாக இயக்குநராக யாசரா நியமிக்கப்பட, அலரி மாளிகைக்குள் இருந்த அதன் அலுவலகம், அவர்கள் இருவருக்கும் பகல்நேர சொர்க்கமாகவே ஆகிவிட்டது.

முன்னாலும் பின்னாலும் காவல்துறை வாகனங்கள் பாதுகாப்புக்கு வர, வி.வி.ஐ.பி. அந்தஸ்துடன் அலரி மாளிகையை நோக்கி காரில் விரைந்துகொண்டிருக்கும்

போதே, கனவில் மிதந்துகொண்டிருப்பாள் யாசரா. அலுவலகத்தில் நுழைந்தவுடன் யோசித்தவை எப்படி அணைப்பது, அவன் மேல் எப்படிச் சாய்வது, வெல்வெட் சுமைகளின் அழுத்தத்தை எப்படியெல்லாம் பிரயோகிப்பது என்கிற கேள்விகளுடன் கனவுகள் நீளும்.

யோசித்த எதிலும் புதிது புதிதாக எதிர்பார்ப்பவன். மிகக் குறுகிய காலத்திலேயே அதை அறிந்து கொண்டிருப்பதால், யாசராவும் புதிது புதிதாக யோசிக்கத் தொடங்கினாள்.

நிர்வாக இயக்குநர் என்கிற முறையில் அலரி மாளிகை அலுவலகத்துக்கு யாசரா வந்தவுடனேயே, தொலைக் காட்சியின் உரிமையாளர் என்கிற முறையில் யோசித்தவும் வந்துவிட, யாசராவின் அறையில் அவர்கள் இருவரும் நீண்டநேர கலந்துரையாடல்களில் ஈடுபட முடிந்தது.

அன்றாட கலந்துரையாடல்கள் மூலம், யோசித்தவும் யாசராவும் வாழ்வை அணுஅணுவாக அனுபவித்துக் கொண்டிருந்தனர். திருமணத்துக்கு முன்பே இருவரும் இணைந்து வாழத் தொடங்கிவிட்டதால், விரைவில் திருமணம் நடக்க இருப்பதாக செய்தி பரவியது. பொது நிகழ்ச்சிகளில் அவள் அலரி மாளிகையின் மருமகளாகவே மதிக்கப்பட்டாள். அப்படியொரு நிலையில்தான், யாரும் எதிர்பாராத வண்ணம், 2013ம் ஆண்டு, இருவரும் பிரிந்தனர்.

2012-ன் பிற்பகுதியிலேயே, இருவரின் உறவிலும் விரிசல் ஏற்பட்டு விட்டதை மிகச் சிலரே அறிந்திருந்தனர். அது, தாஜுதீன் உயிரிழந்த ஆண்டு.

அவர்கள் பிரிவுக்கு என்ன காரணம் என்பதை அறிய முடியவில்லை என்றாலும், தாஜுதீன் விவகாரமும் அதற்குக் காரணமாக இருக்கலாம் என்கிற வதந்தி இயல்பாகவே பரவியது. சில சமூக ஊடகங்கள், இந்த விஷயத்தில் தீவிர அக்கறை காட்டின.

தனக்கும் தாஜுதீனுக்கும் எந்த உறவும் இருந்ததில்லை யென்றும், தாஜுதீனை ஒருபோதும் நேரில் சந்தித்ததே

இல்லையென்றும் யாசரா மறுத்தாள். இப்படியெல்லாம் மனம் போன போக்கில் எழுதி, இறந்துவிட்ட ஒருவரை இழிவுபடுத்துவதும், உயிர்த்திருக்கிற தனது கௌரவத்துக்குக் களங்கம் கற்பிப்பதும் நியாயமல்ல என்றாள்.

தாஜுதீனுக்கும் யாசராவுக்கும் இடையே தொடர்பு இருந்ததாகச் சொல்லப்படுவதை தாஜுதீனின் சகோதரியும் மறுத்தார்.

தாஜுதீனுக்கும் யாசராவுக்கும் தொடர்பு இருந்ததோ இல்லையோ, 'அந்த ரக்பி வீரனின் ஆன்மாவை அமைதியாக இருக்க விடுங்கள்' என்கிற யாசராவின் வேண்டுகோள் இதயத்தைத் தொடுவதாக இருந்தது.

யாசரா - யோசித்த உறவு முறிந்ததும், CSN தொலைக் காட்சியின் நிர்வாக இயக்குநர் பதவியிலிருந்து நீக்கப்பட்ட யாசரா, தொலைக்காட்சியின் இயக்குநர்களில் ஒருவராகக் கீழிறக்கப்பட்டாள். அவளுக்குக் கொடுக்கப் பட்டிருந்த போலீஸ் பாதுகாப்பு விலக்கிக் கொள்ளப்பட்டது.

ராஜபக்ச குடும்பத்துக்கு ஜோசியத்தில் மிகையான நம்பிக்கை என்பது ஊரறிந்த ரகசியம். அதைத்தான் யாசராவும் சொன்னாள். எங்கள் இருவரின் ஜாதகமும் பொருந்தவில்லை அதனால், திருமண நடவடிக்கை கைவிடப்பட்டது என்று தானாகவே முன்வந்து தெரிவித்தாள்.

அவர்கள் பிரிந்தது நல்லது .. யோசித்தவை விட அவளுக்கு வயது அதிகம். காமினி பொன்சேகா குடும்பத்துப் பெண் என்பதால்தான், நாங்கள் அதைப் பெரிதுபடுத்தவில்லை. அதைவிடப் பெரிய குடும்பத்தில் அவனுக்குப் பெண் எடுக்க முடியும் என்று ஷிராந்தி கூறியதாக ராஜபக்ச குடும்ப வட்டாரங்கள் தெரிவித்தன. திருமணப் பேச்சுவார்த்தைகள், நிச்சயதார்த்தத்துடன் நின்று போவது புதிய விஷயமல்ல என்பதையும் அவை சுட்டிக்காட்டின.

திருமண ஏற்பாடுகள் கைவிடப்படுவது புதிதில்லை தான்! ஆனால், வெளியுறவுப் பணியில் எந்த அனுபவமும்

இல்லாத யாசராவை, அவசர அவசரமாக ஆஸ்திரேலியா வுக்கான இலங்கையின் துணைத் தூதராக ராஜபக்ச அரசு நியமித்தும், சிட்னியில் இருக்கும் தூதரகத்தில் பணியில் அமர்த்தியதும், புதிதினும் புதிதாக இருந்தது.

தாஜுதீன் மரணத்தின் பின்னணி குறித்து முழுமையாக அறிந்த யாசரா இலங்கையில் இருந்தால் ஏதாவது உளறக் கூடும் என்பதாலேயே, ஆஸ்திரேலியாவுக்கு அனுப்பி வைக்கப் பட்டிருப்பதாக சமூக ஊடகங்களில் வெளியான செய்தியை ஒரேயடியாக அலட்சியப் படுத்திவிட முடியவில்லை.

தாஜுதீன் மரணம் தொடர்பில் எழுந்துள்ள சந்தேகங் களை, 2015 ஜுன் மாதம், நீதிமன்றத்தில் தெரிவித்தது சி.ஐ.டி.

கார்பன் மோனாக்சைடு முரண், தாஜுதீனின் பர்ஸ் கிடைத்த இடம், காரின் பயணியின் இருக்கையில் கிடந்த உடல் - ஆகியவற்றைப் பிரதானமாகக் குறிப்பிட்ட சி.ஐ.டி., அரசியல் நெருக்கடிகள் காரணமாக, ஆரம்பக் கட்ட விசாரணைகள் இழுத்தடிக்கப் பட்டிருப்பதை நீதிமன்றத்தின் கவனத்துக்குக் கொண்டு வந்தது.

காவல்துறை மீதான சில புகார்களையும் நீதிமன்றத்தின் முன் வைத்தது சி.ஐ.டி.

சம்பவம் நடந்த இடத்தின் அருகில் உள்ள சி.சி.டிவி. படப் பதிவுகளைப் பெறவும், தாஜுதீனின் அலைபேசித் தொடர்பு பதிவுகளைப் பெறவும் காவல்துறை தவறிவிட்டது .. இதற்கு நேர்மாறாக, கிடைத்த தடயங்களை மறைக்க முயற்சி நடந்திருக்கிறது ..! தடயங்கள் சேகரிக்கப்படும் முன்பாகவே, அந்தப் பகுதியைச் சுத்தப்படுத்தி விட்டிருந்தது காவல்துறை ..

காரை ஓட்டியதாக தாங்கள் குறிப்பிடுகிற தாஜுதீனின் உடல், காரில் பயணிகள் இருக்கையில் இருப்பது எப்படி என்பதைப் பற்றிக் கூட காவல்துறை கவலைப்படவில்லை ..

சாலிகா திடலில் இரவுப் பணியிலிருந்த காவலாளிகளிடமும், அக்கம்பக்கத்தில் குடியிருப்போரிட மும் தீயணைப்புப் பணியில் ஈடுபட்ட தீயணைப்புத் துறை வீரர்களிடமும் வாக்குமூலம் வாங்குகிற கடமையைக் கூட,

காவல்துறை தட்டிக் கழித்திருக்கிறது ..

சம்பவம் நடந்த பகுதியில், அந்தச் சமயத்தில் இரண்டு LANDROVER DEFENDER கார்களின் நடமாட்டம் இருந்திருக்கிறது. அதை நேரில் பார்த்த ஒருவர், DAILY MIRROR நாளிதழ் செய்தியாளரிடம் அதைத் தெரிவித்திருக்கிறார். அந்த முக்கியமான தகவல் குறித்து விசாரணை எதுவும் நடத்தப்பட்டதாகத் தெரியவில்லை ..

வழக்கின் அனைத்து முக்கியத் தகவல்களையும் நீதிமன்றத்தில் தெரிவித்த சி.ஐ.டி., 2015 ஜூலை 27ம் தேதி, திட்டவட்டமாகத் தெரிவித்தது ..

ரக்பி வீரர் முகமது வாசிம் தாஜுதீனின் மரணம் விபத்து அல்ல கொலை!

வாசிம் தாஜுதீன் கொலை செய்யப்பட்டிருக்கிறார்! காவல்துறை அதை மூடி மறைத்திருக்கிறது.

சி.ஐ.டி. ஆதாரப்பூர்வமாகப் பேசுவதையும், அதிலிருக்கிற நியாயத்தையும் நீதிமன்றம் புரிந்துகொண்டது.

மரணத்துக்கு என்ன காரணம் என்பதைத் தெரிவிக்கவே நீதித்துறை தலைமை மருத்துவ அதிகாரி ஒன்றரை ஆண்டுகள் எடுத்துக் கொண்டிருக்கிறார். அரசு ஆய்வாளரின் அறிக்கை கிடைக்க மேலும் ஒன்றரை ஆண்டுகள் ஆகியிருக்கிறது. உடற்கூறாய்வு தொடர்பில் அவசர அறிக்கை ஒன்றைக் கொடுத்த தலைமை மருத்துவ அதிகாரி, மூன்றாண்டுகள் ஆகியும், இறுதி அறிக்கையை நீதிமன்றத்தில் சமர்ப்பிக்கவில்லை. இதெல்லாம் வழக்கை இழுத்தடிக்கிற உத்தி என்பதை நீதிமன்றம் உணர்ந்தது.

தாஜுதீன் உடலை உடற்கூறாய்வு செய்த நீதித்துறை மருத்துவ அதிகாரிகள் நால்வரின் அறிக்கைகளும் முழுமையாக நீதிமன்றத்தில் தாக்கல் செய்யப்பட வேண்டும் என்று நீதிபதி உத்தரவிட்டார்.

2015 செப்டம்பர் பத்தாம் தேதிக்குள் நீதித்துறை தலைமை மருத்துவ அதிகாரி தன்னுடைய இறுதி அறிக்கையை நீதிமன்றத்தில் சமர்ப்பிக்க வேண்டும், அந்த

அறிக்கை விரிவானதாக இருக்கவேண்டும் என்றும் உத்தரவு பிறப்பிக்கப்பட்டது.

தாஜுதீனின் அலைபேசித் தொடர்புகள் குறித்த பதிவுகள் நீதிமன்றத்தில் ஒப்படைக்கப்பட வேண்டும் என்றும் உத்தரவிடப்பட்டது.

சம்பவம் நடந்த இடத்தில் மேலும் அதிக ஆதாரங்களைத் திரட்ட முடிந்தது, நிஷாந்த சில்வா குழுவினரால்!

சாலிகா திடல் சுவரில் கார் மோதிய இடத்துக்குக் கொஞ்சம் முன்னதாக பார்க் சாலையில் ஒரு சிறிய வளைவு (BEND) இருந்தது. அந்த வளைவைக் கடந்துதான் கார் வந்திருக்க வேண்டும்.

வந்த வேகத்தில் சுவரில் இடித்து நின்றிருந்ததென்றால், காரின் டயர் தேய்ந்திருக்கும் அல்லது சேதமடைந்திருக்கும். ஆனால், அதற்கான அடையாளமே இல்லை.

காரின் முன் பகுதி சுவரில் மோதியதென்றால், அதன் DASH BOARD தான் முதலில் எரிந்திருக்க வேண்டும். ஆனால், டாஷ் போர்டு அப்படியே உள்ளது.

கார் வேகமாக வந்து சுவரில் மோதியிருந்தால், அந்த சத்தத்தை அக்கம்பக்கத்தில் வசிப்பவர்கள், அந்த நள்ளிரவில் நிச்சயமாகக் கேட்டிருக்க முடியும். ஆனால், அவர்களில் ஒருவரும் அப்படியொரு சத்தத்தைக் கேட்கவேயில்லை.

NO EVIDENCE, NO CRIME

என்பது குற்றப் புலனாய்வின் அடிப்படை அம்சம்.

எவ்வளவு புத்திசாலியாக இருந்தாலும், எவ்வளவுதான் திட்டமிட்டுச் செயல்பட்டிருந்தாலும், எந்தக் குற்றவாளியாலும் தடயங்களை ஒட்டுமொத்தமாக மறைத்துவிடவோ அழித்துவிடவோ முடியாது.

இந்த அடிப்படையை முழுமையாக நம்புகிறவர், நிஷாந்த சில்வா. அவருடைய மேற்பார்வையில், சரியான பாதையில் போய்க் கொண்டிருந்தது, அவரது புலனாய்வுக்

குழு. தீவிரப் புலனாய்வுக்குப் பிறகு, மேலும் பல முக்கியக் கேள்விகளைத் தனக்குத்தானே எழுப்பிக்கொண்டது.

1. சாலிகா திடல் சுவரில் மோதியவுடன் தீப்பிடித்து எரிந்திருக்கிறதென்றால், தாஜுதீனின் கார் எவ்வளவு வேகத்தில் வந்திருக்க வேண்டும்?

2. சுவரில் கார் இடித்திருக்கும் இடத்துக்குச் சற்று முன்பாக இருக்கிற வளைவில், காரின் வேகத்தை தாஜுதீன் குறைத்திருக்காவிட்டால், அந்த வளைவிலேயே விபத்து ஏற்பட்டிருக்கும். அந்த வளைவில் வேகத்தைக் குறைத்து, இடித்த இடத்தை அடைவதற்குள், அசுரவேகத்தை எட்ட முடியுமா?

3. காரின் டயரில், தேய்ந்த அல்லது சேதமடைந்த அடையாளம் இல்லாததை, விபத்தை விசாரித்த காவல்துறை ஏன் கணக்கில் எடுத்துக் கொல்லவில்லை?

4. காரின் DASH BOARD கொஞ்சம்கூட எரியாமல் இருப்பது எப்படி.

5. கார் எந்தப் பகுதியிலிருந்து எரியத் தொடங்கியது?

6. காரில் தாஜுதீனின் உடல் கிடந்த இருக்கையைத் தவிர. மற்ற இருக்கைகள் எரியாதது ஏன்?

7. பொதுவாக கார் தீப்பிடித்தால், காரில் இருப்பவர் எப்படியாவது அதிலிருந்து வெளியேற முயல்வார். தாஜுதீன் அதற்கு முயற்சித்ததாகக் கூட தெரியவில்லையே ஏன்?

8. கார் சுவரில் மோதிய சத்தம் அக்கம்பக்கத்தில் ஒருவராலும் உணரப்படவில்லையே. ஏன்?

9. தாஜுதீன் அதிவேகத்தில் காரோட்ட போதைதான் காரணமென்றால், அவர் தன் வசம் இல்லை என்பதை மருத்துவ அறிக்கைகள் உறுதி செய்திருக்கின்றனவா?

10. காரை ஓட்டியதாகச் சொல்லப்படுபவரின் உடல், காரில் பயணிகள் இருக்கையில் இருப்பது ஏனென்று காவல்துறை விசாரித்ததா?

கேள்விகளுக்கு விடை தேடத் தொடங்கியது சி.ஐ.டி.

நீதிமன்றம் கேட்டபடியே, மருத்துவர்களின் அறிக்கைகள் சமர்ப்பிக்கப்பட்டன. சாலை விபத்து நுரையீரலில் கார்பன் மோனாக்சைடு என்கிற மோசடி அறிக்கைக்கு நேர்மாறானதாக அவை இருந்தன.

அந்த மருத்துவ அறிக்கைகளிலிருந்து, தாஜுதீனுக்கு என்ன நேர்ந்தது என்பது தெரியவந்தது. தாஜுதீனின் உடலில் பல பகுதிகளில், அவர் சித்திரவதை செய்யப்பட்டிருப்பதற்கான அடையாளங்கள் இருந்ததாக அந்த அறிக்கைகள் தெரிவித்தன.

1. பல் மற்றும் இடுப்பு எலும்புகள் உடைந்திருக்கின்றன.

2. விலா எலும்புகள் முறிக்கப்பட்டிருக்கின்றன.

3. கூர்மையான கருவி ஒன்றால் கழுத்தில் துளையிடப்பட்டிருக்கிறது.

4. கால்களில் உள்ள சதைப்பிடிப்பான பகுதிகள், உடைந்த கண்ணாடித் துண்டுகளால் குத்திக் கிழிக்கப்பட்டுள்ளன.

5. கிரிக்கெட் மட்டை, ஹாக்கி மட்டை, சுத்தியல் போன்ற முனை மழுங்கிய தட்டையான வலுவான ஆயுதத்தால் கடுமையாகத் தாக்கப்பட்டிருக்கிறார். அப்படித் தாக்கப்பட்டதற்கான அடையாளம் உடலின் பல பாகங்களில் காணப்படுகிறது.

மருத்துவர்களின் உடற்கூறாய்வு அறிக்கைகள், ஏறக்குறைய ஒரே மாதிரிதான் இருந்தன. அவற்றிலிருந்து, தாஜுதீன் கடுமையாக சித்திரவதை செய்யப்பட்டிருப்பது தெரியவந்தது. சி.ஐ.டி. தெரிவித்ததைப் போலவே, தாஜுதீன் கொல்லப்பட்டிருக்கிறார் என்பது ஊர்ஜிதமானது.

மருத்துவர்கள் ஒத்துழைத்த அளவுக்கு, இலங்கையின் நம்பர் ஒன் தொலைத்தொடர்பு நிறுவனமான DIALOG TELEKOM ஒத்துழைக்கவில்லை. அலைபேசி அழைப்புப் பதிவுகளை மூன்று மாதங்கள் வரையே தங்களால் சேமித்துவைக்க முடிகிறதென்றும், நீண்டகாலத்துக்கு அவற்றை சேமித்துவைக்கிற வசதி தங்களிடம்

இல்லையென்றும் சொல்லிக் கைவிரித்துவிட்டது அது.

தாஜுதீன் கடைசியாக யாருடன் பேசினார், தொடர்ச்சியாக யாருடன் பேசினார் என்பதையெல்லாம் எளிதில் தெரிந்துகொள்கிற வாய்ப்பு, DIALOG நிறுவனத்தின் ஒத்துழைப்பின்மையால் இழுத்தடிக்கப்பட்டது.

நீண்டநாள் கழித்தே, அந்தப் பதிவுகளை மீட்டெடுத்துக் கொடுக்கச் சம்மதித்தது DIALOG.

நடந்திருக்கிற சித்திரவதைகளை வைத்துப் பார்க்கும் போது, கொலை செய்வது மட்டுமே கொலையாளியின் நோக்கமாக இருக்கவில்லை என்பது தெளிவாகத் தெரிந்தது. கடுமையாகப் பழிவாங்குகிற நோக்கம்தான் கொலையாளிக்கு இருந்திருக்கிறது.

சகட்டுமேனிக்கு அடித்து உதைத்து, குத்திக் கிழித்து, பிணமாக்குவதற்கு முன் நடைப்பிணமாக்கி விட்டிருக்கிறார்கள் தாஜுதீனை!

தாஜுதீன் உடல் ஆரோக்கியம் கொண்ட வலுவான விளையாட்டு வீரன். தனி நபர் எவராலும் அவனை இப்படித் தாக்கியிருக்க முடியாது. நான்கைந்து பேராவது இதில் ஈடுபட்டிருக்க வேண்டும்.

கழுத்தில் கூர்மையான கருவியால் குத்தித் துளைத்திருப்பதும், கால் தசைகளில் கண்ணாடித் துண்டுகளால் வெட்டிக் கிழித்திருப்பதும் கொலை செய்தவர்களின் வக்கிரபுத்திக்கு அடையாளமாக இருந்தன.

பொதுவாக, வக்கிரபுத்தி கொண்டவர்களுக்கு, புத்திக் கூர்மை இருக்காது. ஆனால், தாஜுதீனின் கொலையாளி இதற்கு நேர்மாறாக இருக்கிறான். வக்கிரபுத்தியோடு கண்மூடித்தனமாகத் தாக்கியிருப்பவன், காரை மோதவைத்து, அதற்குத் தீ வைத்து விபத்து என்று ஜோடிக்க முயல்கிற அளவுக்கு புத்திசாலித்தனமாகத் திட்டமிட்டிருக்கிறான். நிஷாந்த சில்வாவுக்கு இது உண்மையாகவே வியப்பளித்தது.

இது, இந்தக் கொலையில் இரண்டு கும்பல்களுக்குத் தொடர்பிருக்குமோ என்கிற ஐயத்தை எழுப்பியது. ஒரு கும்பல், வக்கிரபுத்தியோடு தாக்க, மற்றொரு கும்பல் கார் எரிப்பு நாடகத்தை அரங்கேற்றியிருக்குமோ என்கிற சந்தேகம் எழுந்தது. இதற்கும் வாய்ப்பிருப்பதாகவே நினைத்தது சி.ஐ.டி.

மேலும் மேலும் ஐயங்கள் எழுந்த நிலையில், தாஜுதீனின் உடலை வெளியில் எடுத்து, மறு உடல்கூறு ஆய்வுக்கு உட்படுத்த, சி.ஐ.டி. முடிவெடுத்தது. அதற்கான அனுமதியையும் நீதிமன்றத்தில் பெற்றது.

அதற்கு முதலில் எதிர்ப்பு தெரிவித்தது, மகிந்த ராஜபக்ச தரப்பு தான்!

முன்னாள் அமைச்சரான டிலன் பெரேரா, அடக்கம் செய்யப்பட்ட உடலை வெளியே எடுப்பது, இஸ்லாமிய விதிகளுக்கு விரோதமானது என்றார். தாஜுதீன் குடும்பத்தினரின் விருப்பத்துக்கு மாறாக இது நடைபெறுவதாக அவர் குற்றஞ்சாட்டினார்.

மறுநாளே, தாஜுதீன் குடும்பத்தினர் சார்பில், அவர்களது வழக்கறிஞர் பேசினார். பெரேராவின் குற்றச்சாட்டை அவர் மறுத்தார்.

சி.ஐ.டி. விசாரணைக்கு தாஜுதீன் குடும்பம் முழு ஒத்துழைப்பு கொடுத்து வருகிறது. குடும்பத்தினரின் சம்மதத்துடன்தான், உடலை வெளியே எடுத்து மறு ஆய்வு செய்வதென்ற முடிவு எடுக்கப்பட்டது .! டிலன் பெரேரா இதை எதிர்ப்பது வியப்பளிக்கிறது. நான் தாஜுதீன் குடும்பத்தினர் சார்பில் பேசுகிறேன். தான் யாருக்காகப் பேசுகிறார் என்பதை டிலன் தெரியப்படுத்த வேண்டும் என்றார் அந்த வழக்கறிஞர்.

டிலன் இதற்குப் பதிலளிக்கவில்லை.

ராஜபக்ச ஆட்சியிலிருந்தபோது, தாஜுதீன் கொலைக்கு நியாயம் கிடைக்க வாய்ப்பே இல்லை என்கிற அவநம்பிக்கையில் மௌனம் சாதித்த தாஜுதீனின்

குடும்பத்தினர், சி.ஐ.டி. விசாரணை சரியான பாதையில் போய்க்கொண்டிருப்பதைக் கவனித்த பிறகுதான், முழு ஒத்துழைப்பு கொடுத்தனர். தாஜுதீனுக்கு நியாயம் கிடைக்கும் என்கிற நம்பிக்கை, மூன்று ஆண்டுகளுக்குப் பிறகு, இப்போதுதான் அவர்களுக்கு ஏற்பட்டது.

ஆகஸ்ட் 10, 2015.

தெஹிவலா ஜும்மா மசூதித் திடலில், மாஜிஸ்திரேட்டின் நேரடிக் கண்காணிப்பில் தாஜுதீன் உடல் பகுதிகள், அவரது கல்லறைக்குள்ளிருந்து வெளியில் எடுக்கப்பட்டன. தாஜுவின் அண்ணன் அஸ்ஃபன், அக்கா ஆயிஷா ஆகியோர் முன்னிலையில் அந்தப் பணி மேற்கொள்ளப்பட்டது

உடலின் பகுதிகளை, மறு உடல்கூறு ஆய்வுக்காக, நீதித்துறை தலைமை மருத்துவ அதிகாரி அஜீத் தென்னக்கோன் தலைமையிலான 3 மருத்துவர் குழுவிடம் ஒப்படைத்தார் மாஜிஸ்திரேட்.

இதற்கிடையே, நீதிமன்றம் கெடு விதித்ததையடுத்து, முன்னாள் தலைமை மருத்துவர் ஆனந்த சமரசேகர, தன்னுடைய இறுதி உடற்கூறாய்வு அறிக்கையை நீதிமன்றத்தின் முன் வைத்தார்.

தாஜுதீன் கடுமையாகத் தாக்கப்பட்டிருக்கிறார். அதன்காரணமாக, நினைவிழந்திருக்கிறார் நகரவே முடியாத நிலையில் இருந்ததால், நெருப்பிலிருந்து தப்பிக்க அவரால் முடிந்திராது ..

விபத்து நடந்தவுடனேயே காரில் தீப்பிடித்திருக்கிறது . நினைவிழந்து நகர முடியாத நிலையில் இருந்த தாஜுதீன் கார்பன் மோனாக்சைடை சுவாசிக்க நேர்ந்ததால் உயிரிழந்திருக்கிறார் .

தாஜுதீன் உடலிலிருந்த காயங்கள் கடுமையானவை தான் என்றாலும், உயிரைப் பறிக்கிற அளவுக்கு மோசமானவையல்ல! கார்பன் மோனாக்சைடு தான் மரணத்துக்குக் காரணம் .

விபத்து நடப்பதற்கு இரண்டு மணி நேரத்துக்கு முன் அவர் மது அருந்தியிருக்கிறார். போதையுடனேயே காரை ஓட்டி வந்துள்ளார்.

மது அருந்திய 2 மணி நேரம் கழித்து, போதை தெளிய ஆரம்பிக்கிற நிலையில், மிதமிஞ்சிக் குடித்திருப்பவர்களால் காரை ஓட்ட முடியும் என்றது சமர சேகர அளித்த இறுதி அறிக்கை.

தாஜுதீன் மரணம் தொடர்பான சி.ஐ.டி. விசாரணை இலங்கை முழுவதும் அதிர்ச்சி அலைகளை ஏற்படுத்தி வந்த நிலையில், 2015 ஆகஸ்ட்டில், பரபரப்பான தகவல் ஒன்றை வெளியிட்டார், அமைச்சரும், மைத்திரிபாலா அரசின் செய்தித் தொடர்பாளருமான ராஜித சேனாரத்ன.

"PSD (Presidential Security Division) எனப்படும் அதிபர் பாதுகாப்புப் பிரிவை சேர்ந்த மூன்று பேர் தான் தாஜுதீனைக் கொலை செய்துள்ளனர்" என்றார் ராஜித.

தாஜுதீன் கொலையில் ராஜபக்ச குடும்பத்துக்குத் தொடர்பிருப்பதாகக் கூறப்படுவதை, மகிந்த ராஜபக்சவின் மூத்தமகன் நாமல் ராஜபக்சவைத் தவிர வேறெவரும் தொடக்கத்தில் மறுக்கவில்லை.

நாமல் மட்டும்தான், சம்பவம் நடந்த ஒருவாரம் கழித்து, தாஜுதீன் வீட்டுக்குப் போய் துக்கம் விசாரித்தவன்.

"தாஜுதீன் எங்கள் குடும்பத்தின் மிக நெருங்கிய நண்பன். எங்களது சொந்தச் சகோதரனைப் போன்றவன்! அரசியல் நோக்கத்துடன் எங்கள் குடும்பத்தின் மீது பொய்ப்புகார் கூறப்படுகிறது" என்று பின்பொரு சந்தர்ப்பத்தில் பேசியவன்.

நண்பனும் சகோதரனுமான தாஜுதீனின் இறுதி நிகழ்வில் ராஜபக்ச குடும்பத்திலிருந்து ஒருவரும் பங்கேற்காதது ஏன் என்பதையோ, அனைத்து ரக்பி வீரர்களும் இறுதி நிகழ்வில் பங்கேற்ற நிலையில் தாஜுதீனுடன் இணைந்து விளையாடியிருக்கும் யோசித்த

அதைத் தவிர்த்தது ஏன் என்பதையோ நாமலும் விளக்கவில்லை, செய்தியாளர்களும் கேட்கவில்லை.

சாலிகா திடல் சுவரில் மோதி தங்கள் காருக்கும் விபத்து ஏற்பட்டுவிடக் கூடாது என்கிற முன்னெச்சரிக்கை ஒவ்வொருவருக்கும் இருந்தது.

2015ல், தாஜுதீன் உடல் வெளியே எடுக்கப்பட்ட பிறகே, வாயைத் திறந்தார் மகிந்த ராஜபக்ச. அது நாடாளுமன்றத் தேர்தல் நேரம்.

"தேர்தல் சமயத்தில் தாஜுதீன் விவகாரத்தை எழுப்புவது ஏன்? தாஜுதீன் மரணத்தை வைத்து அரசியல் ஆதாயம் தேட முயற்சிக்கிறார்கள். நல்லாட்சி நடத்த வந்தவர்கள் தேர்தல் சமயத்தில் கல்லறைகளைத் தோண்டிக் கொண்டிருக்கிறார்கள்! இந்த விவகாரத்தில் உண்மை வெளிவர நேர்மையான விசாரணை தேவை" என்றான் மகிந்தன்.

இத்துடன் நின்றுவிடவில்லை மகிந்த ராஜபக்ச.

"என் குடும்பத்தில் எவர் கையிலும் ரத்தக்கறை இல்லை" என்றான்.

அதுதான், மறுநாள் செய்திகளில் முதலிடம் பிடித்தது.

ராஜபக்ச குடும்பத்தினரின் கைகளில் ரத்தக்கறை இருக்கிறதா இல்லையா என்று பார்ப்பதற்கு முன், மகிந்தன் அதிபராக இருந்த சமயத்தில், அதிபர் செயலகத்தில் பணியாற்றிய அதிகாரிகளிடம் விசாரணை நடத்த முடிவெடுத்தார் நிஷாந்த சில்வா.

அதற்கு ஒரு நியாயமான காரணம் இருந்தது. சம்பவம் நடந்த நள்ளிரவில், அதிபர் செயலகத்திலிருந்து, நாரஹென் பிட்டி காவல்நிலையம் மீண்டும் மீண்டும் தொடர்பு கொள்ளப் பட்டிருந்தது. சம்பவம் நடந்த இடமான சாலிகா திடல், நாரஹென்பிட்டி காவல்நிலைய எல்லைக்குள்தான் வருகிறது.

அந்தச் சமயத்தில் நாரஹென்பிட்டி காவல்நிலையப் பொறுப்பதிகாரியாக இருந்தவர், டேமியன் பெர்னாண்டோ. சம்பவம் நடந்து முடிந்ததும், அதிபர் செயலகத்தி

லிருந்து டேமியனுக்கு மீண்டும் மீண்டும் அழைப்புகள் வந்திருந்தன. அலைபேசி மற்றும் தொலைபேசித் தொடர்புப் பதிவுகள் மூலம் சி.ஐ.டி. அதை அறிந்து வைத்திருந்தது.

சம்பவம் நடந்த இடத்துக்குச் செல்ல, ராஜபக்சவின் குடும்பத்தைச் சேர்ந்த ஒருவர், அதிபர் பாதுகாப்புப் பிரிவைச் சேர்ந்த இரண்டு வாகனங்களைப் பயன்படுத்தி யிருப்பதும், அந்த வாகனங்களை கடற்படை வீரர்கள் இருவர் ஓட்டியதும் விசாரணையில் அம்பலமானது.

விசாரணையில் இன்னொரு முக்கியத் தகவலும் கிடைத்தது. அதிபரின் பாதுகாப்புப் பிரிவு அதிகாரிகளுக் கான உணவு விடுதியில், தாஜுதீன் மரணம் நிகழ்வதற்கு சற்றுமுன், ஆலோசனைக் கூட்டம் ஒன்று நடந்திருப்பது தெரியவந்தது.

அதிபர் செயலக அதிகாரிகளைத் தொடர்ந்து, காவல்துறை அதிகாரிகளை விசாரிக்கத் தொடங்கியது சி.ஐ.டி.

சம்பவம் நடந்த சமயத்தில், நாரஹென்பிட்டி காவல்நிலைய குற்றவியல் பிரிவின் பொறுப்பதிகாரியாக இருந்தவர், சுமித் பெரேரா. சம்பவம் நடந்தவுடன், கிரைம் சீனுக்குப் போய்விட்டவர் அவர். அதற்கான வலுவான ஆதாரங்கள் சி.ஐ.டி.யிடம் இருக்கின்றன.

சம்பவம் நடந்த இடத்துக்கு நான் போகவேயில்லை என்று விசாரணையின்போது பெரேரா திட்டவட்டமாக மறுக்க, சி.ஐ.டி.யின் சந்தேகம் அதிகரித்தது.

அதையடுத்து, யாரைக் காப்பாற்ற பெரேரா பொய் சொல்கிறார் என்பதைத் தெரிந்துகொள்ள வேண்டியது அவசியமாகிவிட்டது.

விரிவான விசாரணைகளிலிருந்து, சம்பவம் நடந்த சமயத்தில் சீனியர் டி.ஐ.ஜி. பொறுப்பில் இருந்த அனுரா சேனநாயகவுடன் சேர்ந்து, தடயங்களை மூடி மறைக்கிற பணியில் பெரேரா நேரடியாக ஈடுபட்டிருப்பது தெரிய வந்தது.

மாஜிஸ்திரேட்டை அழைத்துவந்து விபத்துக்குள்ளான

காரைப் பார்வையிடச் செய்ய வேண்டும் - என்கிற சட்ட நடைமுறையை நிறைவேற்ற, பெரேரா முயற்சிக்கவே யில்லை. தடயங்கள் சேகரிக்கப்படும் முன்பே, அந்தப் பகுதி முழுவதும் கழுவித் துடைத்துக் காயவைக்கப்பட்டு விட்டது. அது, தடயங்களை அழிப்பதற்கான திட்டமிட்ட நடவடிக்கை.

இதையெல்லாம் செய்யும்படி தனக்கு உத்தரவிட்ட வர்கள் யார் யார் என்பதை, விசாரணையின் முடிவில், சி.ஐ.டி.யிடம் தெரிவித்தான், பெரேரா.

இலங்கை நாடாளுமன்றத்தில், 2015 டிசம்பரில், தாஜுதீன் மரணம் தொடர்பாக பேச ரணிலின் ஐக்கிய தேசியக் கட்சி உறுப்பினர், முஜிபுர் ரஹ்மான் எழுந்தபோது அவையில் அமளி ஏற்பட்டது.

தாஜுதீன் விபத்தில் உயிரிழக்கவில்லை, அது நிச்சய மாகக் கொலை - என்று முஜிபுர் பேசத் தொடங்க, மகிந்த ராஜபக்ச ஆதரவு எம்.பி.க்கள் கடும் எதிர்ப்பு தெரிவித்தனர். அவரைப் பேசவிடாது தடுக்க அவர்கள் முயன்றனர். அவரது இருக்கையை முற்றுகையிட்டு, தொடர்ந்து பேசினால் அவர் தாக்கப்படுவார் என்று வெளிப்படை யாகவே எச்சரித்தனர். மகிந்த ஆதரவு எம்.பி. ஒருவர், கனமான புத்தகம் ஒன்றால், முஜிபுரைத் தாக்கினார்.

அவையில் பதற்றமான சூழ்நிலை உருவானதை அடுத்து, முஜிபுர் ரஹ்மான் பாதியிலேயே உரையை நிறுத்திக் கொண்டார்.

மகிந்த ஆதரவு எம்.பி.க்கள் நாடாளுமன்றத்துக்குள்ளே யே தனக்குக் கொலை மிரட்டல் விடுத்ததாகக் குற்றஞ் சாட்டிய முஜிபுர், கொலை செய்யப்பட்ட தாஜுதீனுக்கு நியாயம் வழங்கப்பட வேண்டும் என்று வலியுறுத்தினார்.

விபத்துக்குள்ளான காரை தாஜுதீனே ஓட்டிக் கொண்டு வந்தாரா - என்பதுதான். பில்லியன் டாலர் கேள்வியாக இருந்தது, சி.ஐ.டி.க்கு!. அந்தக் கேள்விக்கு விடை தெரிந்தால், கொலையாளியை நெருங்குவது எளிதாகிவிடும்

என்று நினைத்தது.

சி.ஐ.டி.யின் அந்தக் கேள்விக்கு தெளிவான பதிலை அளித்தது, மறு உடற்கூறாய்வை மேற்கொண்ட டாக்டர் அஜீத் தென்னக்கோன் குழு. அந்தக் குழுவில், தென்னக்கோனுடன், நீதித்துறை மருத்துவ அதிகாரிகள் ஜீன் பெரேரா, ஹேவாக் ஆகியோர் இருந்தனர்.

2015 டிசம்பர் 2ம் தேதி, மறு உடற்கூறு ஆய்வு அறிக்கையை தென்னக்கோன் குழு வெளியிட்டது. எடுத்த எடுப்பிலேயே, உண்மையைப் போட்டு உடைத்தது அந்தக் குழு.

கார் விபத்துக்குள்ளானபோது, தாஜுதீன் அதை ஓட்டிக் கொண்டிருக்கவில்லை என்றது அந்த அறிக்கை.

தாஜுதீன் மரணத்துக்குக் காரணம், கடுமையான காயங்கள். ஆனால், அவை விபத்தால் ஏற்பட்டவை அல்ல, அந்தச் சம்பவத்தை விபத்து போல ஜோடிப்பதற்கு முன்பு அவர் கடுமையாகத் தாக்கப்பட்டிருக்கிறார், சித்திரவதை செய்யப்பட்டிருக்கிறார் என்று தெளிவாகக் குறிப்பிட்டது, அந்த அறிக்கை.

தாஜுதீனின் கால்கள், மார்பு, கழுத்து, தலை மற்றும் அடிவயிற்றில் கடுமையான காயங்கள் இருக்கின்றன.

மார்பு மற்றும் கழுத்துப் பகுதிகள், கூர்மையான கருவியால் குத்தித் துளைக்கப்பட்டிருக்கின்றன..

கழுத்தின் கீழ்ப்பகுதியில் ஏற்பட்ட பலத்த காயத்தால், அங்கிருந்து மிக அதிக ரத்தம் வெளியேறியிருக்கிறது.

வலது தொடையிலும் இடது தொடையிலும் காணப்படுகிற கடுமையான காய அடையாளங்கள் ஒரே அளவு கொண்டதாக இருப்பது, அவை விபத்தால் ஏற்பட்டவையல்ல என்பதை உறுதிசெய்கிறது.

என்று விரிவாகப் பேசியது அறிக்கை.

தென்னக்கோன் குழு, தாஜுதீனின் காரையும் சம்பவம் நடந்த இடத்தையும் கூட நேரில் பார்வையிட்டிருந்தது. மருத்துவக் குழு தான் என்றாலும், விரிவான பார்வை

கொண்டதாக அறிக்கை இருக்க வேண்டும் என்பதால், சம்பவம் தொடர்பான அனைத்தையும் அவர்கள் பார்வையிட்டனர்.

காரை தாஜுதீனே ஓட்டியிருந்தால், சுவரில் மோதியதும் டிரைவர் இருக்கையிலிருந்து தூக்கி யெறியப்பட்டு இடதுபுற இருக்கையில் போய் விழ வாய்ப்பே இல்லை. உடலில் இருந்த பலத்த காயங்களால் அவரால் வலதுபுற இருக்கையிலிருந்து இடதுபுற இருக்கைக்கு நகரவும் முடிந்திருக்காது

காருக்கு வெளியே வைத்து கடுமையாகத் தாக்கப்பட்ட பிறகு, காரின் இடது இருக்கையில் அவர் போடப் பட்டுள்ளார். அதன்பிறகு, காருக்கு நெருப்புவைத்து, விபத்து என்று சொல்வதற்கான ஜோடனைகள் செய்யப்பட்டுள்ளன.

கார் கொளுத்தப்பட்டதற்கு சில நிமிடங்கள் முன்போ, கொளுத்தப்பட்ட உடனேயோ அவர் உயிரிழந்திருக்கிறார் .. அவர் நினைவிழந்ததற்கு, தாக்குதலின்போது தலையில் ஏற்பட்ட பலத்த காயமே காரணமாக இருக்கவேண்டும்

விபத்துக்குள்ளான உடன் எடுக்கப்பட்ட அவரது ரத்த மாதிரியில், கார்பன் மோனாக்சைடு இல்லை ..

தாஜுதீனின் உடல் பாகங்கள் சில, காணாது போயுள்ளன. குறிப்பாக, அவரது கால் மற்றும் தொடை எலும்புகளையும், மார்பு எலும்புகளையும் காணோம். ஆய்வகத்தில் அவற்றைப் பாதுகாப்பாக வைக்கப் பயன்படுத்துகிற பிரீசரிலும் அவற்றைக் காணவில்லை.

அனைத்து அம்சங்களையும் ஆராய்ந்து நீதிமன்றத்தில் விரிவான அறிக்கை சமர்ப்பித்ததன் மூலம், தென்னக்கோன் குழு தனது கடமையை முழுமையாக நிறைவேற்றியிருந்தது.

தென்னக்கோன் குழு அறிக்கையால், நிஷாந்த சில்வா குழு உத்வேகம் பெற்றது. இருளிலிருந்து வெளிச்சத்துக்கு வந்துவிட்டதாக உணர்ந்தது சி.ஐ.டி.

மறு உடற்கூறு ஆய்வுக்காக தாஜுதீன் உடலை

வெளியே எடுக்கத் தீர்மானித்தபோது, காவல்துறையின் கடமையைச் செய்யாமல், பிணத்தைத் தோண்டுகிறார்கள் என்றெல்லாம் கடுமையான விமர்சனங்கள் எழுந்தன. முஸ்லிம்களைத் தூண்டிவிடுவதற்காக, ஒரு இஸ்லாமியனின் உடலைத் தோண்டியெடுப்பது ஹராம் என்று சிலர் முழங்கினார்கள். ஒரு இஸ்லாமிய இளைஞன் கொடூரமாகக் கொல்லப்பட்டதற்கு நியாயம் கேட்கத் தவறியவர்கள், இப்போது வாய் திறந்தார்கள்.

அந்த நேரத்தில் தாஜுதீன் குடும்பம் சி.ஐ.டி.க்கு பக்கபலமாக நின்றது. லசந்த வழக்கில் அகிம்சா நிற்பதைப் போல, தாஜுதீன் வழக்கில் அவரது சகோதரி ஆயிஷா நின்றார்.

முதல்முறையாக எங்கள் பிள்ளைக்கு நீதி தேவை என்று தாஜுதீன் குடும்பம் வெளிப்படையாகக் கேட்டது. அடுத்த சில நாட்களில், அவர்களது தெஹிவலா வீட்டுக்கு அருகே ஒரு மர்ம வாகனத்தின் நடமாட்டமெல்லாம் இருந்தது. பாதுகாப்பு வேண்டும் என்று கேட்டார்களே தவிர, நீதி கேட்பதிலிருந்து தாஜுவின் குடும்பம் பின்வாங்கிவிடவில்லை.

அதே சமயம், அதிபர் மைத்திரிபாலா, நாடாளுமன்றத் தேர்தல் சமயத்தில் தங்கள் வீட்டுக்கு வந்ததையும், சில அரசியல் தலைவர்கள் தொடர்பு கொண்டதையும் தாஜுதீன் குடும்பம் விரும்பவில்லை. தாஜுதீன் மரணத்தை யாரும் அரசியலாக்கிவிடக் கூடாது என்பதில் கவனமாக இருந்தனர். நிஷாந்த சில்வாவே கூட அந்தக் குடும்பத்தின் நிதானம் தவறாத உறுதியைக் கண்டு வியந்தார்.

இவ்வளவு அரசியலுக்கும் இடையில், பொறுமையுடன் காத்திருந்தது சி.ஐ.டி..! ஆகஸ்ட் 10 தேதி தாஜுதீன் உடல் வெளியே எடுக்கப்பட்டதிலிருந்து, டிசம்பர் 2ம் தேதி தென்னக்கோன் குழு அறிக்கை வெளியாகும்வரை, சுமார் 3 மாதங்கள் பொறுமை காத்தது. அந்தப் பொறுமைக்குக் கிடைத்திருக்கும் பரிசு, தென்னக்கோன் குழுவின் அறிக்கை.

இதுவரை வாயே திறக்காத யாசரா கூட, தென்னக்கோன் அறிக்கைக்குப் பிறகு பேசினாள்.

அவளையும் தாஜுதீனையும் சம்பந்தப் படுத்துகிற சர்சசைக்குரிய செய்திகள் ஊடகங்களிலும் சமூக ஊடகங்களிலும் வந்துகொண்டேயிருந்தன. அதற்கெல்லாம் அவள் மறுப்பு தெரிவிக்கவில்லை. இதற்கெல்லாம் பதில் சொல்லிக் கொண்டிருப்பது, இப்படி எழுதுபவர்களை ஊக்குவிப்பதாக ஆகிவிடும் என்பது அவளது அபிப்பிராயமாக இருந்தது.

ஆஸ்திரேலியாவுக்கான துணைத் தூதராக சிட்னியில் இருந்த அவளை, தான் அதிபராகப் பொறுப்பேற்றதும், 2015 பிப்ரவரியில், இலங்கைக்குத் திருப்பி அழைத்துவிட்டார் மைத்திரிபாலா.

யாசரா தூதராக நியமிக்கப்பட்டதற்கும், தாஜுதீன் மரணத்துக்கும் தொடர்பிருப்பதாக எழுந்த குற்றச் சாட்டுக்கு மட்டும் ஒருமுறை மறுப்பு தெரிவித்தாள் அவள்.

அதற்கும் இதற்கும் எந்தத் தொடர்பும் இல்லை. தாஜுதீன் மரணமடைந்தது, 2012ல்! நான் தூதராக நியமிக்கப்பட்டது 2014ல்! இரண்டுக்கும் எப்படித் தொடர்பிருக்க முடியும் என்று கேட்டாள்.

என்றாலும், அவள் பழைய யாசராவாக இல்லை. அகத்தின் அழகு, முகத்தில் தெரிந்தது.

யாசரா - தாஜுதீன் தொடர்பில் திடீரென்று பரவிய அதிர்ச்சியூட்டும் தகவல் ஒன்று, மானுடத்தை நேசிக்கிற ஒவ்வொருவரது இதயத்தையும் உலுக்குவதாக இருந்தது.

மிகக் கொடுமையாக தாஜுதீனைச் சித்திரவதை செய்து அணு அணுவாக அந்த உயிரைச் சிதைத்தவர்கள், அவனது உயிர் ஓலத்தை, அலைபேசி வழியாக யாசராவைக் கேட்கச் செய்து ரசித்தனர் என்கிற அந்தச் செய்தி, மனிதராகப் பிறந்த எவரது இதயத்தையும் அடித்து உடைத்து நொறுக்கி விடுகிற செய்தி. இளங்காதலர்களின் உள்ளத்தை உறையச் செய்துவிடுகிற செய்தி.

யாசராவை அந்தச் செய்தி உலுக்கியதா என்பது குறித்துத் தகவல் இல்லை.

ஆஸ்திரேலியாவிலிருந்து திரும்பிய பிறகு, கொழும்பிலேயே இருந்த யாசராவை, வெளியுலகில் அதிகமாகப் பார்க்க முடியவில்லை. தாஜுதீன் வழக்கு தொடர்பான செய்திகள் வந்துகொண்டேயிருந்த நிலையிலும், அவள் எதுவும் பேசவில்லை.

தென்னக்கோன் குழு அறிக்கை, அவளையும் பேசவைத்தது.

"அவருக்கும் எனக்கும் எந்தத் தொடர்பும் இல்லை யென்றபோதிலும், தாஜுதீன் இவ்வளவு கொடூரமாகக் கொலை செய்யப்பட்டிருப்பது வேதனையளிக்கிறது. அவரை, ஈவிரக்கமில்லாமல் கொலை செய்திருக்கும் கொலைகாரர்கள் கடுமையாகத் தண்டிக்கப்பட வேண்டும்" என்றாள் யாசரா.

தென்னக்கோன் குழு அறிக்கை வெளியான ஒரே வாரத்தில், வழக்கை விசாரித்துவந்த கூடுதல் மாஜிஸ்திரேட் நிஷாந்த பீரிஸ், விசாரணையைத் தீவிரப்படுத்துங்கள் என்று நீதிமன்றத்திலேயே தெரிவித்தார். தேவையானால் இன்னும் கூடுதல் அதிகாரிகளைப் பயன்படுத்திக் கொள்ளுங்கள். உண்மையான குற்றவாளிகளைக் கூண்டில் ஏற்றுங்கள் என்றார் பொறுப்பதிகாரி சில்வாவிடம்!

ஒருபுறம், இதுபோன்ற ஊக்கப்படுத்துகிற வார்த்தைகள் சி.ஐ.டி.யைத் தட்டிக்கொடுத்தாலும், மறுபுறம் சி.ஐ.டி.யின் தலையில் மறைமுகமாகத் தட்டுகிற வேலைகள் நடந்து கொண்டுதான் இருந்தன. அதனால், விரும்புகிற வேகத்தில் வழக்கை எடுத்துச் செல்ல முடியவில்லை சி.ஐ.டி.யால்!

சட்டரீதியான முட்டுக்கட்டைகளைத் தகர்க்க, அரசு வழக்கறிஞர்களைத் தான் சி.ஐ.டி. நம்பவேண்டியிருந்தது. அவர்களில் பலரும், ஆட்சியில் இருப்பவர்களின் தயவால் நீதிபதி ஆகிவிடலாம் என்கிற கனவில் இருப்பவர்கள்.

அதிபர் மைத்திரியோ, பாலுக்கும் காவல், பூனைக்கும்

தோழன் ரகம். ராஜபக்சக்களைப் பகைத்துக் கொள்ளாமல் இருந்தால், நாட்டின் நிரந்தர அதிபராகிவிடலாம் என்கிற கனவில் இருப்பவர். ராஜபக்சக்களை வழிக்குக் கொண்டு வர மட்டுமே வழக்குகளைப் பயன்படுத்திக் கொள்ளலாம் என்பது அந்த மாஜி கிராம சேவகரின் வியூகம். நீதி நியாயம் பற்றியெல்லாம் அவர் கவலைப்பட்டதாகவே தெரியவில்லை.

இதையெல்லாம் வைத்து எப்படிக் காய் நகர்த்துவது என்பது, அரசியல் செல்வாக்குள்ள குற்றவாளிகளுக்கு, பால பாடம் என்பது நிஷாந்த சில்வாவுக்கு நன்றாகத் தெரியும். என்றாலும், எல்லா வியூகத்தையும் உடைத்து கொலைகாரர்களைக் கூண்டில் ஏற்றியே தீரவேண்டும் என்கிற தணல் அவருக்குள் கனன்றுகொண்டே இருந்தது.

வழக்கு தடம்புரளாமல் சரியான பாதையில்தான் போகிறது என்றாலும், தாஜுதீனின் குடும்பம் கவலைப்படுவதாகத் தோன்றியது சில்வாவுக்கு! அவர்கள் எதிர்பார்த்ததற்கு நேர்மாறாக நத்தை வேகத்தில் வழக்கு நகர்வதாக சமூக ஊடகங்கள் எழுதின.

தாஜுதீன் குடும்பம் அப்படி நினைத்தால், அதில் எந்தத் தவறும் இல்லை. 3 ஆண்டுகளுக்கும் மேல் அமைதி காத்தவர்கள் அவர்கள். சட்டத்தின் பிடியிலிருந்து குற்றவாளிகளில் எவரும் தப்பித்துவிடக் கூடாது என்பதாலேயே,, மிகுந்த கவனத்துடன் நகர்கிறோம் என்று, சி.ஐ.டி. தரப்பில் விளக்கம் தருவதைத் தவிர வேறு வழி தெரியவில்லை சில்வாவுக்கு!

கொக்கு தலையில் வெண்ணெய் வைத்துப் பிடிக்க முயல்வதைப் போல, தாஜுதீன் வழக்கில் விசாரணையை இழுத்தடிக்க, வழக்கை விசாரித்து வந்த கொழும்பு கூடுதல் மாஜிஸ்திரேட் நிஷாந்த பியரீஸைக் குறிவைத்தது மகிந்த தரப்பு. ரணில் கைவிரித்த நிலையில், இந்த மாற்றுத் திட்டத்தைக் கையிலெடுத்தது. இதற்கு மைத்திரியின் ஆசீர்வாதத்தையும் பெற்றது.

வழியெல்லாம் முட்டுக்கட்டைகள் இருந்த, இருக்கிற வழக்கு இது. அவற்றை சிரமமில்லாமல் கடக்க சி.ஐ.டி.யால் முடிந்ததென்றால், நேர்மையான நீதித்துறை நடுவரான மாஜிஸ்திரேட் நிஷாந்த பியரீஸின் ஒத்துழைப்புதான் அதற்குக் காரணம். சி.ஐ.டி.க்காக ஆஜராகிற அரசு வழக்கறிஞர்கள் சேம் சைடு கோல் போட்ட சமயங்களில் கூட, நிஷாந்த சில்வா குழுவின் கடுமையான உழைப்புக்கு ஊறு நேர்ந்துவிடாதபடி பார்த்துக் கொண்டவர் பியரீஸ்.

அதனால் தான் பியரீஸுக்குக் குறிவைக்கப்பட்டது.

2015 டிசம்பரில், ஜனவரி ஒன்றாம் தேதியிலிருந்து நிஷாந்த பியரீஸ் மாத்தராவுக்கு மாற்றப்படுகிறார் என்று அறிவிக்கப்பட்டது. மைத்திரியின் சம்மதம் இல்லாமல் அப்படியொரு அறிவிப்பு வர வாய்ப்பேயில்லை. சி.ஐ.டி. குழுவின் மன உறுதியை நொறுக்குவதாக இருந்தது அந்த அறிவிப்பு.

அப்படியொரு இக்கட்டான நேரத்தில், உடுக்கை இழந்தவன் கைபோல உதவியவர், மைத்திரி அரசின் மூத்த அமைச்சர்களில் ஒருவரான ராஜித சேனாரத்ன தான். ராஜித இந்த இடமாற்ற உத்தரவைக் கடுமையாக எதிர்த்தார்.

ஊடகத் துறை அமைச்சரான ராஜிதவின் எதிர்ப்பில், ஊடகங்களும் இணைந்துகொண்டன. தாஜுதீன் வழக்கைச் சீர்குலைக்கிற நடவடிக்கை - என்கிற பிரச்சாரம் வலுவடைந்தது. வழக்கறிஞர்களும், எதிர்க்குரல் எழுப்ப, நல்லாட்சி என்று வேதம் ஓதுகிற தனது வேடம் கலைந்து விடுமென்று அஞ்சினார் மைத்திரி. பியரீஸின் இடமாற்ற உத்தரவு ரத்து செய்யப்பட்டது. மேலும் ஓராண்டுக்கு தாஜுதீன் வழக்கு நடக்கும் நீதிமன்றத்தின் மாஜிஸ்திரேட்டாக அவர் நீடிப்பார் என்று அறிவிக்கப்பட்டது.

அந்த உற்சாகத்தாலோ என்னவோ, 2016 பிப்ரவரியில், ஓப்பன் கோர்ட்டில் ஒரு முக்கிய அறிவிப்பை வெளியிட்டார் பியரீஸ்.

"நிச்சயமாக இது கொலை தான்! வழக்கு விவரங்கள் அனைத்தையும் பார்க்கிற போது இது தெளிவாகத் தெரிகிறது. இதற்குமேலும் தாமதிக்க வேண்டாம். சந்தேக நபர்களைக் கைது செய்யுங்கள்" என்றார், அழுத்தந் திருத்தமாக! தான் அங்கு இருக்கப்போகும் ஓராண்டுக்குள் வழக்கை முடித்துவிட வேண்டும் என்கிற ஆர்வத்தில் அவர் அப்படி ஒரு அறிவிப்பை வெளியிட்டிருக்க வேண்டும்.

தாஜுதீனின் நண்பர்களுக்கும், குடும்பத்தினருக்கும் மீண்டும் நம்பிக்கை வந்தது.

ஒருபுறம் தாஜுதீன் வழக்கை சி.ஐ.டி. விசாரித்துக் கொண்டிருக்க, இன்னொரு புறம், பொருளாதாரக் குற்றங்கள் தொடர்பான புலனாய்வுப் பிரிவு (FCID), யோசித்த ராஜபக்சவை வேறொரு வழக்கில் விசாரித்துக் கொண்டிருந்தது. அது, யோசித்தவின் கார்ல்டன் தொலைக்காட்சிக்கு, வெளிநாடுகளிலிருந்து, சட்டத்துக்குப் புறம்பாக வந்திருந்த பெரும் தொகைகள் தொடர்பான விசாரணை.

கார்ல்டன் தொலைக்காட்சிக்கு, வெளிநாடுகளிலிருந்து சட்டவிரோத பணப்பரிவர்த்தனைகள் நடந்திருப்பது விசாரணையில் தெரியவந்தது. சற்றேறக்குறைய 40 கோடி ரூபாய், நிதி முறைகேடு நடந்திருந்தது. அதுதொடர்பாக, அந்தத் தொலைக்காட்சியில் முக்கியப் பொறுப்பை வகித்த யாசராவிடமும் விசாரணை நடத்தப்பட்டது.

நிதி முறைகேடு குற்றச்சாட்டின் கீழ், 2016 ஜனவரி 30ம் தேதி, யோசித்த கைது செய்யப்பட்டான். இரண்டு நாட்கள் கழித்து, சிறையில் அடைக்கப்பட்ட யோசித்தவைப் பார்க்க, மகிந்த ராஜபக்ச சிறைவாசலில் கண்கலங்க நின்று கொண்டிருக்கும் புகைப்படம், பரபரப்பை ஏற்படுத்தியது.

இந்த விஷயத்தில் தனக்கு எந்தத் தொடர்பும் இல்லையென்றும், அந்தத் தொலைக்காட்சியில் பணியாற்றியதாலேயே தன்னிடம் விசாரணை நடந்தது என்றும் சொன்ன யாசரா, தாஜுதீன் வழக்கு தொடர்பான

கேள்விகளைத் தவிர்த்தாள்.

தாஜுதீன் வழக்கில், முதல் சந்தேக நபர் அனுரா சேனநாயக.

இரண்டாவது சந்தேக நபர், சுமித் பெரேரா..

மூன்றாவது சந்தேக நபர், டாக்டர் ஆனந்தா சமரசேகர.

என்கிற முடிவுக்கு ஏற்கெனவே வந்திருந்தது சி.ஐ.டி.

காவல்துறையின் புதிய தலைவராக பதவியேற்ற பூஜித ஜெயசுந்தர, காவல்துறை அதிகாரிகளான அனுராவையும் பெரேராவையும் தாஜுதீன் வழக்கில் கைது செய்ய அனுமதி அளித்தார்.

கொலைக் குற்றத்தையும் ஆதாரங்களையும் மூடிமறைக்க முயற்சித்ததற்காக, அனுரா சேனநாயகவையும், சுமித் பெரேராவையும், 2016 மே மாதம் 23ம் தேதி சி.ஐ.டி. கைது செய்தது. கொழும்பு நீதிமன்றம், அவர்கள் இருவரையும் ரிமாண்ட் செய்தது.

செய்தியாளர்களிடம் பேசிய ஜெயசுந்தர, அவசர அவசரமாக வழக்கை முடித்துவிட முடியாது சட்ட நடை முறைகளைக் கடைப்பிடித்தாக வேண்டும் என்று குறிப்பிட, ஒவ்வொருவரும் ஒவ்வொரு அர்த்தத்தைக் கற்பித்துக் கொண்டனர்.

கேப்டன் திஸ்ஸ - என்கிற பெயர், அலரி மாளிகை வட்டாரத்தில் பிரபலம். கடற்படை ரவுடிகளிலேயே, அவன்தான் நம்பர் ஒன்.

அதிபர் மகிந்த ராஜபக்சவின் பாதுகாப்புப் பிரிவு உறுப்பினனான திஸ்ஸ, ஷிராந்தி, நாமல், யோசித்த, ரோஹித்த என்று ஒட்டுமொத்தக் குடும்பத்துக்கும் நம்பகமான மெய்க்காவலன்.

திஸ்ஸவுக்குத் தெரியாமல் மகிந்த ராஜபக்ச குடும்பம் ஒரு துரும்பைக் கூடத் தூக்கிவைத்துவிட முடியாது. அவனுக்கு, தாஜுதீன் கொலையில் தொடர்பிருப்பதாக செய்திகள் வந்துகொண்டேயிருந்தன. சத்தம்போடாமல்,

அவனது பாஸ்போர்ட்டை சி.ஐ.டி. முடக்கி வைத்திருப்பதாகக் கூட ஒரு செய்தி உலவியது. ஆனால், சி.ஐ.டி. அதை உறுதி செய்யவில்லை.

கொடிய குற்றங்களில் தொடர்புடையவர்களைக் காப்பாற்ற, மூன்றாம் நபருக்குத் தெரியாமல் அவர்களை வெளிநாடுகளில் உள்ள இலங்கைத் தூதரகங்களுக்கு அனுப்பிவைப்பதை வழக்கமாகவே வைத்திருந்தனர் மகிந்தனும் கோதபாயவும்! மைத்திரியைப் பயன்படுத்தி அந்தத் திருவிளையாடலில் ராஜபக்ச குடும்பம் மீண்டும் இறங்கிவிடக்கூடாது என்கிற முன்னெச்சரிக்கையுடன், சி.ஐ.டி. முந்திக் கொண்டதா என்பதை யாராலும் உறுதி செய்ய முடியவில்லை.

ஆனந்தா சமரசேகரவை மூன்றாவது சந்தேக நபராகக் கைது செய்ய சி.ஐ.டி. முயற்சித்தது. அதற்கு எதிராக, அடிப்படை உரிமைகள் சட்டத்தின் கீழ் உச்சநீதிமன்றத்தை அணுகியிருந்தார் அவர். அவரைக் கைது செய்ய, அது தடையாக இருந்தது.

ஒரு கொலையை மூடிமறைக்க அதை ஒரு விபத்தாகக் காட்டும்படி தனக்கு யார் உத்தரவிட்டது என்பதை, ஆனந்தா தெரிவித்தாலே போதும். வழக்குக்கு முற்றுப்புள்ளி வைத்துவிடமுடியும். ஆனந்தா அதற்கு ஒத்துழைக்கவில்லை.

யாரோ கொடுத்த அழுத்தத்துக்கோ நெருக்கடிக்கோ அஞ்சியே ஆனந்தா அப்படிச் செய்துவிட்டார் - என்கிற வாதத்தை முற்றிலுமாக நிராகரித்துவிட முடியாது. தாஜுதீன் உடல் பிரேத பரிசோதனைக்கு உட்படுத்தப்பட்ட சமயத்தில், அதிபர் ராஜபக்சவின் பாதுகாப்பு அதிகாரியும், ஷிராந்தி ராஜபக்சவின் பிரத்தியேக பாதுகாப்பு அதிகாரியும் மருத்துவமனைக்கே போயிருக்கின்றனர். அந்த அளவுக்கு நெருக்கடி இருந்திருக்கிறது.

என்றாலும், எவருக்காகவோ அஞ்சி, படித்தவர்கள் பொறுப்பின்றி நடந்துகொள்வது, அவர்களை நம்பி

நடமாடுகிற ஒட்டுமொத்த சமூகத்துக்கும் இழைக்கப்படுகிற அநீதி. ஆனந்தா, தன்னுடைய மனசாட்சிக்கு மட்டுமே அஞ்சுகிறவராக இருந்திருந்தால், மோசடி பிரேதப் பரிசோதனை அறிக்கை அளித்த மருத்துவர் என்கிற அவப்பெயர் அவருக்கு ஏற்பட்டிருக்காது.

மோசடி அறிக்கையைச் சமர்ப்பித்த மனிதர், இப்போது தென்னக்கோன் அறிக்கைக்கும் தனது அறிக்கைக்கும் பெரிய வித்தியாசமில்லை என்று பத்திரிகைகளுக்குப் பக்கம் பக்கமாகக் கடிதம் எழுதி தன்னை நியாயப்படுத்தப் பார்க்கிறார். உடற்கூறாய்வு அறிக்கையை நேர்மையாக எழுதியிருந்தாரென்றால், இப்படியெல்லாம் பக்கம் பக்கமாக எழுதிக் கொண்டிருக்க வேண்டிய நிலை அவருக்கு ஏற்பட்டிருக்காது.

மோசடி அறிக்கை கொடுத்தது முதல் குற்றமென்றால், அந்தப் பிழையை ஏற்றுக்கொள்ள மறுப்பது இரண்டாவது குற்றம். இப்போதும், குற்றவாளிகளைக் காப்பாற்ற முயல்கிற குற்றம். ஒரு கொலைக் குற்றத்தை மூடி மறைக்கப் பார்த்தவர், இப்போது தனது குற்றத்தை மூடி மறைக்கப் பார்க்கிறார்.

தாஜுதீனின் உடற்பகுதிகளைப் பாதுகாப்பாக வைக்கும்படி, ஆய்வக உதவியாளர்களுக்கு தான் உத்தர விட்டதாக ஆனந்தா இப்போது கூறுகிறார். ஆனால், ஆய்வக ஊழியர்கள் அதை மறுக்கின்றனர். ஆனந்தா இது வரை சொன்னதில் எதுவுமே உண்மையில்லை என்பதால், இப்போது அவர் சொல்வதையும் நம்ப முடியவில்லை.

அதர்ம அரசியல்வாதிகளுக்கு அஞ்சி, மனசாட்சிக்குத் துரோகம் செய்திருக்கிறார் ஆனந்தா. தனது மருத்துவப் புலமைக்குத் துரோகம் செய்திருக்கிறார். அந்தத் துரோகம்தான் அவரைத் துரத்துகிறது. அவர் மீதான புகார்களை விசாரித்துவரும் இலங்கை மருத்துவக் கழகம், கூடிய விரைவில், அவரது மருத்துவ உரிமத்தையே பறிக்கக் கூடும். அதற்கும் வாய்ப்பிருக்கிறது. அந்த அவமானத்தையும் அவர் சந்தித்தாக வேண்டும்.

ஆனந்தா போன்ற அறிவாளிகளுக்கும், தாஜுதீன் போன்ற இளைஞர்களுக்கும் அடிப்படையிலேயே வித்தியாசம் இருக்கிறது.

தாஜுதீன் கொல்லப்பட்டிருந்தாலும், இன்றைக்கும் அவன் கதாநாயகன். அதற்குக் காரணம் இருக்கிறது.

ரக்பி என்கிற விளையாட்டு அவனைத் தேசிய அளவில் கதாநாயகன் ஆக்கியிருக்கலாம். ஆனால், நாயகன் அந்தஸ்து நிலைத்திருக்க அதுமட்டுமே போதுமானதல்ல! விளையாட்டில் அரசியல் ஆதிக்கத்தைத் திணிக்க நடந்த முயற்சியை எதிர்த்து நின்றதில்தான், தாஜுதீன் உண்மையான கதாநாயகன் ஆகியிருக்கிறான். தன்னுடைய துறையில் அரசியல் நுழைந்துவிடக் கூடாது என்று அவன் எடுத்த நிலை, ஓர் உன்னதமான நிலை. மற்றவர்களுக்கும் வழிகாட்டுகிற நிலை.

ஒரு விளையாட்டு வீரனுக்கு இருக்கிற அந்தத் துணிவும் நேர்மையும், படித்தவர்களுக்கு ஏன் இல்லை? தங்கள் தொழிலில் அரசியல் தலையீடு இருக்கக் கூடாது என்று ஒரு அனுபவம்மிக்க மருத்துவரால் அடித்துச் சொல்லியிருக்க முடியாதா?

இது விபத்து இல்லை, கொலை என்று தென்னக்கோன் சொன்னதை, 3 ஆண்டுகளுக்கு முன்பே ஆனந்தா சொல்லியிருக்க முடியாதா? அதன் மூலம் தனது மருத்துவத் தொழிலுக்குத் துரோகம் செய்வதைத் தவிர்த்திருக்க முடியாதா?

கார்பன் மோனாக்சைடு புகழ் ஆனந்தாவைப் பாது காக்கிற சட்டப்படியான வியூகத்தை எப்படி உடைப்பது, அவர் மீது எப்படி நடவடிக்கை எடுப்பது - என்கிற சிக்கலுக்கு 2016 செப்டம்பரில் தீர்வு கிடைத்தது சி.ஐ.டி.க்கு!

தாஜுதீன் உடல் பாகங்கள் தொடர்பாகக் கிடைத்த ஒரு ரகசியத் தகவலையடுத்து, தாஜுதீன் உடல் பாகங்களைக் காணவில்லை என்று, செப்டம்பர் 21ம் தேதி, நீதிமன்றத்தில் சி.ஐ.டி. முறைப்படி தெரிவித்தது.

அரசுப் பணியிலிருந்து ஓய்வு பெற்றபின், SAITM (தொழில்நுட்பம் மற்றும் மருத்துவத்திற்கான தெற்காசிய நிறுவனம்) மருத்துவக் கல்லூரியின் துணைவேந்தராக ஆனந்தா பொறுப்பேற்றுக் கொண்டிருந்தார்.

ஆனந்தாவால் அப்புறப்படுத்தப்பட்ட தாஜுதீனின் உடல்பாகங்கள், SAITM ஆய்வகத்தில் மறைத்து வைக்கப்பட்டிருப்பதாகக் கிடைத்த தகவலை நீதிமன்றத்துக்கு சி.ஐ.டி. தெரிவிக்க, அந்த நிறுவனத்தில் சோதனை நடத்த நீதிமன்றம் உத்தரவு பிறப்பித்தது.

2016 அக்டோபர் 3ம் தேதி, SAITM ஆய்வகத்தில் திடீர் சோதனை ஒன்றை மேற்கொண்டது சி.ஐ.டி.! அந்தச் சோதனையில், டாக்டர் ஆனந்தாவால் மறைத்துவைக்கப் பட்டிருந்த தாஜுதீனின் உடல் உறுப்புகள் கைப்பற்றப்பட் டன. மொத்தம், 26 பாகங்கள். அவை 15 பார்சல்களில், மறைத்து வைக்கப்பட்டிருந்தன.

SAITM சோதனையில் கைப்பற்றப்பட்டவை தாஜுதீனின் உடல் பகுதிகள்தான் என்பதை, டி.என்.ஏ. சோதனைகள் மூலம் உறுதி செய்தது சி.ஐ.டி.

தாஜுதீன் கொலையை மூடிமறைக்க தன்னுடைய மருத்துவ அறிவைப் பிழையாகப் பயன்படுத்தியிருந்த ஆனந்தா, கையும் களவுமாகப் பிடிபட்டார்.

சி.ஐ.டி.யைப் பொருத்த வரை, வழக்கில் மிக முக்கியமான திருப்புமுனை, இது. என்றாலும், அடுத்த இலக்கு தான் மிக மிக முக்கியமானது என்று நினைத்தார் நிஷாந்த சில்வா.

ஏனென்றால், அடுத்ததாக, சி.ஐ.டி.யின் விசாரணை வளையத்துக்குள் கொண்டுவரப்பட வேண்டியவர், நிஜமாகவே வி.வி.ஐ.பி.!

அந்த வி.வி.ஐ.பி.யின் பெயர், ஷிராந்தி.

திருமதி. ஷிராந்தி மகிந்த ராஜபக்ச.

WP KA *0642*

இது, தாஜுதீன் கொலை நடந்த இடத்தில், கொலை நடந்த நள்ளிரவில் நடமாடிய LAND ROVER DEFENDER ஜீப்பின் எண்.

அந்த வாகனத்தின் உரிமையாளர் - மகிந்த ராஜபக்சவின் மனைவி, ஷிராந்தி.

நடந்த கொலையில், அந்த வாகனத்துக்கு நிச்சயமாகப் பங்கிருக்கிறது. கடுமையான தாக்குதலால் குற்றுயிரும் குலையுயிருமாக இருந்த தாஜுதீனை சம்பவ இடத்துக்குக் கொண்டுவர அந்த வாகனம் பயன்படுத்தப் பட்டிருக்கலாம். அல்லது, சம்பவம் நடந்து முடிந்தபிறகு, எல்லாம் திட்டமிட்டபடி நடந்திருக்கிறதா என்பதை உறுதி செய்துகொள்ள அந்த வாகனத்தில் யோசித்த ராஜபக்ச அந்த வாகனத்தில் வந்திருக்கலாம்.

அந்த வாகனத்தில்தான் தாஜுதீன் கடத்தப்பட்டிருக்க வேண்டும் - என்று சி.ஐ.டி.யின் சார்பில் நீதிமன்றத்தில் தெரிவித்தார், கூடுதல் சொலிசிட்டர் ஜெனரல் டிலன் ரத்னாயக. சம்பவம் நடந்த நள்ளிரவில், அலரி மாளிகை மற்றும் அதிபர் செயலகத்திலிருந்து, அந்த LAND ROVER DEFENDER ஜீப் உள்பட 3 வாகனங்கள் வெளியே சென்றிருப்பதையும் அவர் குறிப்பிட்டார்.

இவை எல்லாமே, போதிய ஆதாரங்களைத் திரட்டிய பிறகு தெரிவிக்கப்பட தகவல்கள்.

கிரைம் சீனுக்கு இரண்டு வாகனங்கள் வந்திருப்பது சி.சி.டி.வி. காட்சிகள் மூலம் தெரிய வந்தது. அந்த இரண்டில் ஒன்றுக்கு ஷிராந்தி தான் உரிமையாளர் என்பதும் உறுதி செய்யப்பட்டிருக்கிறது.

WP KA *0642* பதிவெண் கொண்ட அந்த வாகனத்தின் நிறம், இந்த ஓரிரு ஆண்டுகளில், இரண்டு முறை மாற்றப்பட்டிருப்பதும், நீதிமன்றத்தின் கவனத்துக்குக் கொண்டுவரப்பட்டது.

அந்த இரண்டு வாகனங்களையும் ஓட்டியவர்கள்

கடற்படை வீரர்கள் என்று கூறிய ரத்நாயக, அவர்கள் யாரென்பதை அறிய விசாரணை நடந்துகொண்டிருப்பதாகத் தெரிவித்தார்.

ஷிராந்திக்கு சொந்தமான சிரிலிய சவிய தொண்டு நிறுவனத்துக்கு, செஞ்சிலுவைச் சங்கம் அன்பளிப்பாகக் கொடுத்த வாகனம் அது. தொண்டு நிறுவனத்துக்குக் கொடுக்கப்பட்ட அந்த வாகனத்தை, மகன் யோசித்தவின் தனிப்பட்ட உபயோகத்துக்காகத் தாரை வார்த்ததன் மூலம், மகனுக்குத் தொண்டு செய்திருந்தார், ஷிராந்தி.

LAND ROVER DEFENDER ஜீப் மட்டுமின்றி, ஷிராந்தி ராஜபக்சவின் பிரத்தியேக தொலைபேசி இணைப்பும், சந்தேகத்தை வலுப்படுத்தியது.

தாஜுதீன் கொல்லப்பட்ட அந்த நள்ளிரவில், அலரி மாளிகையிலிருந்து 41 தொலைபேசி அழைப்புகள் வெளியே சென்றிருந்தன. அவை அனைத்துக்கும், ஷிராந்தியின் தனிப்பட்ட தொலைபேசி இணைப்பே பயன்படுத்தப்பட்டிருந்தது. பெரும்பாலான அழைப்புகள், நாரஹென்பிட்டி காவல்நிலையத்துக்கும், அதன் தலைமையகமான மவுன்ட் லெவினியா காவல்துறை அலுவலகத்துக்கும் சென்றிருந்தன.

கிடைத்த ஆதாரங்கள் அனைத்தும், ஷிராந்திக்கு எதிரானதாகவே இருந்தன. அவரை விசாரிப்பதென்றும், தேவை ஏற்பட்டால் அவர்மீது சட்டப்படி நடவடிக்கை எடுப்பதென்றும் சி.ஐ.டி. முடிவெடுத்தது.

சட்டப்படி நடவடிக்கை என்பது, கைது செய்வதுதான் என்பதை அறிந்த அதிபர் மைத்திரிபாலா, உடனடியாக குறுக்கே விழுந்து படுத்துக் கொண்டார். இப்படியொரு ஆபத்தான விளையாட்டை அனுமதிக்கவே முடியாது என்று அடித்துச் சொல்லிவிட்டார். செய்வதறியாது நின்றது சி.ஐ.டி.

ஷிராந்தியிடம் விசாரணையாவது செய்யலாம் என்று முடிவெடுத்த சி.ஐ.டி., அவரை விசாரிக்க மீண்டும் மீண்டும்

முயற்சித்தது. ஆனால், அதற்குக் கூட, ஒத்துழைக்கவில்லை ஷிராந்தி. இந்தக் கண்ணாமூச்சி ஆட்டம் நீண்டநாள் நீடிக்காது என்பது நிஷாந்த சில்வாவுக்குத் தெரியும். மனந்தளர்ந்துவிடாமல், தனது பிடியை இறுக்கியபடியே இருந்தது, சி.ஐ.டி.!

ஒருகட்டத்தில், விசாரணைக்கு அழைத்தால் தற்கொலை செய்துகொள்வேன் என்று ஷிராந்தி மிரட்டிப் பார்த்தார். அப்படியெல்லாம் ஷிராந்தி தற்கொலை செய்து கொள்வதற்கு முன், மைத்திரிபாலாவின் முகம் செத்துவிட்டது. ஏற்கெனவே சி.ஐ.டி.யின் நடவடிக்கைகளால், தூக்கத்தைத் தொலைத்திருந்த அதிபர், ஷிராந்தியை விசாரிக்க வழிவிடவேயில்லை.

ஷிராந்தியை விசாரிக்க, சி.ஐ.டி. ஆறேழு மாதங்கள் காத்திருக்க வேண்டியிருந்தது. ஒருவழியாக, ஷிராந்தியை சி.ஐ.டி. அலுவலகத்துக்கு வரவழைக்காமல், அவரது இருப்பிடத்துக்கே போய் சி.ஐ.டி. விசாரிப்பது என்கிற பஞ்சாயத்தை ஏற்றுக்கொண்டது.

2017 ஆகஸ்ட் 15ம் தேதி, ஷிராந்தியின் இருப்பிடத் துக்கே போய், அவரை விசாரித்தனர் சி.ஐ.டி. அதிகாரிகள். சுமார் 4 மணிநேரம் அந்த விசாரணை நீடித்தது.

ஷிராந்தியிடம் விசாரணை மட்டுமே நடக்கும், அவர் கைது செய்யப்படமாட்டார் - என்கிற வாக்குறுதியை மைத்திரிபாலா அரசு வழங்கியபிறகே, அவர் விசாரணைக்கு ஒப்புக்கொண்டார் என்கிற தகவலை சி.ஐ.டி. அறிந்தே இருந்தது.

ஒவ்வொரு விசாரணையின் போதும், பின்னணியில் பேரம் பேசுகிற வேலைகள் நடந்துகொண்டிருப்பது சி.ஐ.டி.க்குத் தெரியும். அதைப் பொருட்படுத்தாமல், குற்றவாளிகளை அடையாளம் காணுகிற கடமையில் கவனமாக ஈடுபட்டது. முதலில் முரண்டுபிடித்த ஷிராந்தி, விசாரணைக்கு ஒத்துழைப்பு கொடுத்தாரா இல்லையா என்பதை சி.ஐ.டி. தெரிவிக்கவில்லை.

நடந்தது என்ன என்பதை ஷிராந்தியிடமிருந்து தெரிந்துகொள்ள வாய்ப்பில்லை என்பதால், அவர் எதை யெதை மறைக்க முயல்கிறார் என்பதை அறிந்துகொள்வதே சி.ஐ.டி.யின் நோக்கமாக இருந்திருக்க வேண்டும். அதனாலேயே, அந்த விசாரணை குறித்து மௌனம் சாதித்தது.

2005 முதல் 2015 வரை சுமார் பத்து ஆண்டுகள், அதிபரின் மனைவி என்கிற அந்தஸ்துடன், இலங்கையின் முதல் பெண்மணியாக உலா வந்தவர் ஷிராந்தி.

தன்னுடைய பள்ளி நாட்களில் படிப்பில் மட்டுமின்றி, விளையாட்டிலும் கொடிகட்டிப் பறந்த ஷிராந்தியின் அடுத்த அவதாரம், பேரழகி அவதாரம். 1973ல் நடந்த அழகிப் போட்டியில், மிஸ் ஸ்ரீலங்கா அவர்தான். அந்த வெற்றி, ஏதென்ஸில் நடந்த மிஸ். யூனிவர்ஸ் போட்டியில், இலங்கை அழகியாக அவர் பங்கேற்க வழிவகுத்தது. அதைத் தொடர்ந்து, உலக அழகி பட்டத்துக்கான போட்டியிலும், அவர்தான் இலங்கையின் போட்டியாளர்.

குழந்தைகள் மனவியலில் அவர் நிபுணர் என்று சொல்லப்படுவதுண்டு. ஆனால், சொந்தக் குழந்தைகள் மூன்று பேரின் மனவியலைப் புரிந்துகொண்டு அவர்களை நெறிப்படுத்த, இலங்கையின் முதல் பெண்மணியால் முடியவே இல்லை. மூன்றுமே வளர்ந்தனவே தவிர,, முதிர்ச்சி அடையவில்லை. அதன் விளைவுதான், DEFENDER ஜீப் வரை போயிருக்கிறது.

ஏற்கெனவே, ஊரகப் பெண்கள் மேம்பாட்டுக்கான தொண்டு நிறுவனம் என்கிற பெயரில் ஷிராந்தி நடத்திவருகிற சிறிலிய சவியா சாரிட்டி (SIRILIYA SAVIYA CHARITY) நிதி முறைகேடாகப் பயன்படுத்தப்பட்டிருப்பது தொடர்பாக விசாரணை நடந்துவருகிறது. அதற்குத் துணையாக, இப்போது தாஜுதீன் வழக்கு.

பொதுவாக இதுபோன்ற குற்றங்களில் ஏதாவதொரு வகையில் சம்பந்தப் பட்டு விடுபவர்கள், தங்களைக்

காப்பாற்றிக் கொள்வதற்காக, பிரதானக் குற்றவாளி யார் என்பதைப் போட்டுக் கொடுத்து விடுவதுண்டு. ஆனால், தாஜுதீன் வழக்கில் நிலவரம் கலவரம். யோசித்த தான் பிரதானக் குற்றவாளி என்பது உண்மையாக இருந்தால், ஷிராந்தி என்கிற தாய்க்கு அதை மூடிமறைப்பதுதான் முதல் வேலையென்று தோன்றும். அப்படியொரு பரிதாபமான நிலையில் இருந்தார், மகிந்தனின் பாரியார்.

*2015*ல், தாஜுதீன் உடல் மறு உடற்கூறு ஆய்வுக்கு உட்படுத்தப்பட்ட போதே, தங்கள் குடும்பத்தின் பரம வைரியான பிரதமர் ரணில் விக்கிரமசிங்கவை ஷிராந்தி அணுகியிருந்தார்.

ரணிலைத் தொலைபேசியில் தொடர்புகொண்ட ஷிராந்தி, வழக்கு வேகத்தைக் கட்டுப்படுத்தும்படி கோரிக்கை வைக்க, ரணில் கை விரித்துவிட்டார். நீதித்துறை மேற்பார்வையில் நடக்கிற வழக்கு விசாரணையில், நான் மட்டுமல்ல, அதிபரும் தலையிட முடியாது என்று மறுத்து, அலரி மாளிகையின் கதவையும் அடைத்து விட்டார்.

ஒட்டக்கூத்தன் பாட்டுக்கு ரெட்டைத் தாழ்ப்பாள் - என்பது மாதிரி முடிந்துவிட்டது, ஷிராந்தியின் முயற்சி.

2017ல், தாஜுதீன் கொலையை மூடி மறைக்க அதிபரின் பாதுகாப்புப் பிரிவு தலைகீழாய் நின்றிருப்பதைத் தெள்ளத் தெளிவாக உணர்த்துகிற இன்னொரு முறைகேடு அம்பலமானது.

அதிபர் பாதுகாப்புப் பிரிவின் பதிவேட்டில், அந்தப் பிரிவைச் சேர்ந்தவர்களில் யார் யார் என்னென்ன பணியை மேற்கொள்கிறார்கள் என்கிற அன்றாட விவரம் பதிவு செய்யப்படுவது வழக்கம். தாஜுதீன் சம்பவம் நடந்த நாளில் ராஜபக்ச குடும்பத்தினரின் பாதுகாப்புப் பணியில் இருந்தவர்கள் யார் யார் என்று பதிவு செய்யப்பட்ட பக்கங்கள், அந்தப் பதிவேட்டிலிருந்து நீக்கப்பட்டிருந்தன.

இதுதொடர்பாக, அதிபர் பாதுகாப்புப் பிரிவின் முன்னாள் இயக்குநர் உட்பட 8 உயர்நிலை அதிகாரிகளிடம்

வாக்குமூலம் வாங்கியிருந்தது சி.ஐ.டி..!

அந்த வாக்குமூலங்கள் நீதிமன்றத்தில் தாக்கல் செய்யப்பட்டன.

வழக்கில் தடயங்களை மறைத்ததற்காக 2016 மே 23ம் தேதி கைது செய்யப்பட்ட டி.ஐ.ஜி. அனுரா சேனநாயகவுக்கு பிணை வழங்க நீதிமன்றங்கள் மறுத்துவிட்டன.

ஓராண்டு சிறைவாசத்துக்குப் பிறகே, மைத்திரியின் தயவால், 2017 ஜூன் மாதம் அவருக்கு ஜாமீன் கிடைத்தது.

அனுராவுக்கு வழங்கப்பட்டது நிபந்தனை ஜாமீன். அவரது பாஸ்போர்ட் முடக்கப்பட்டது. ஒவ்வொரு ஞாயிற்றுக் கிழமையும் சி.ஐ.டி. அலுவலகத்தில் ஆஜராக வேண்டும் என்று உத்தரவிடப் பட்டது.

தாஜுதீன் கொலையை மூடிமறைத்து, அதை விபத்தாகக் காட்ட முயன்ற டாக்டர் ஆனந்தா சமரசேகர மீது கடும் நடவடிக்கை எடுக்கப்படும் என்று 2015லேயே நீதிமன்றத்தில் உறுதியளித்திருந்த இலங்கை மருத்துவக் கழகம், இரண்டு ஆண்டுகள் அசைந்து கொடுக்கவில்லை.

இரண்டு ஆண்டுகளுக்குப் பிறகே, 2017 மே மாதம், ஆனந்தாவை இடைநீக்கம் செய்தது மருத்துவக் கழகம். அதுவும், ஆறே மாதங்கள்.

ஆனந்தா இடைநீக்கம் செய்யப்பட்டது கூட, கொலைக்குற்றத்தை மூடி மறைக்கத் துணை போனதற்காக அல்ல! தாஜுதீன் உடல் பாகங்கள் காணாது போனதற்காக! அதிலும், அவர் குற்றவாளியாகக் கருதப்படவில்லை. அந்தப் பாகங்கள் பாதுகாப்பாக வைக்கப்பட்டிருக்கிறதா என்பதை உறுதி செய்துகொள்ளத் தவறியதற்காகத் தான் அந்தத் தண்டனை என்று தெரிவிக்கப்பட்டது.

ஓய்வு பெறுவதற்கு முன், தனக்குச் சொந்தமான குளிர்ப்பதனப் பெட்டியில் தாஜுதீனின் உடல்பாகங்களை அவர் ஏன் வைத்திருந்தார், அரசு உடைமைகள் சட்டப்படி அது குற்றமாகாதா - என்கிற கேள்விக்கெல்லாம் பதிலே கிடைக்கவில்லை.

தனது செல்வாக்கைப் பயன்படுத்தி ஆனந்தா தப்பித்துவிடக் கூடும் என்பதாலேயே, தாஜுதீன் வழக்கில் மூன்றாவது சந்தேக நபராக அவரைக் கைது செய்ய அனுமதி கேட்டது சி.ஐ.டி.! அதற்கு இடைக்காலத் தடை கேட்டுத்தான் உச்ச நீதிமன்றத்தை அணுகியிருந்தார், ஆனந்தா.

இதற்கிடையே, ஆனந்தாவைக் கைது செய்ய வாரண்ட் பிறப்பிக்கும்படி, விசாரணை நீதிமன்றத்தை, 2017 அக்டோபர் 2-ம் தேதி மீண்டும் அணுகியது சி.ஐ.டி.! கைதாவதைத் தவிர்ப்பதற்காகவே, ஆனந்தா அப்ரூவர் ஆகப் போவதாக செய்திகள் பரப்பப்படுகின்றன என்று கருதியது சி.ஐ.டி.

கைதாவதிலிருந்து தப்பிப்பதற்காக, அக்டோபர் 19ம் தேதி, நீதிமன்றத்தில் ஆனந்தா சரணடைந்தார். உச்சநீதி மன்றத்தில் இடைக்காலத் தடை கோரி விண்ணப்பித்திருந்த மனுவைத் திரும்பப் பெறுவதாகவும், விசாரணைக்கு ஒத்துழைப்பதாகவும், நீதிமன்ற அனுமதியில்லாமல் வெளிநாடுகளுக்குப் போவதில்லையென்றும் அவர் வாக்குறுதி அளித்ததையடுத்து, நீதிமன்றம் அவரைப் பிணையில் விடுவித்தது.

கடும் சட்டப் போராட்டத்துக்குப் பிறகே, ஆனந்தாவை வழிக்குக் கொண்டுவர சி.ஐ.டி.யால் முடிந்தது.

தாஜுதீன் வழக்கின் மூன்றாவது சந்தேக நபரான டாக்டர் ஆனந்தா சமரசேகர, கைதாவதிலிருந்து தப்பிக்க சரண் அடைந்து, அதே வேகத்தில் பிணையும் பெற்றார்.

சி.ஐ.டி.யின் நடவடிக்கைகளை வெளிப்படையாக விமர்சிக்காவிட்டாலும், தாஜுதீன் வழக்கில், மறைமுக முட்டுக்கட்டைகளைப் போடுவதில் மைத்திரிபாலா அரசு தீவிரம் காட்டியது.

நல்லாட்சியில் குற்றவாளிகள் யாரும் சட்டத்தின் பிடியிலிருந்து தப்பிக்க முடியாது - என்று சொன்னபடியே, குற்றவாளிகளைக் காப்பாற்றுகிற திரைமறைவு சேவையில்

ஈடுபட்டார் மைத்திரி. நாட்டுக்கு சேவை செய்த ராணுவத்தினரையும் காவல்துறையினரையும் இன்னும் எவ்வளவு காலம்தான் சிறையிலேயே வைத்திருப்பீர்கள் என்றெல்லாம் நீலிக்கண்ணீர் வடித்து, தன் பதவியைக் காப்பாற்றிக் கொள்ள முயற்சி செய்தார்.

கொலை வழக்குகளில் உறுதியான முடிவுகளை எடுக்கவேண்டிய நீதித்துறைக்கும், சி.ஐ.டி.க்குப் போடப்படு கிற முட்டுக்கட்டைகளைத் தகர்க்க வேண்டிய அட்டர்னி ஜெனரல் முதலான அரசு வழக்கறிஞர்களுக்கும், மைத்திரி அரசு மறைமுக சிக்னல்களைக் கொடுத்தபடியே இருந்தது. மைத்திரியின் இந்த இரட்டை வேடம், சி.ஐ.டி.க்கு மிகப்பெரிய சவாலாக இருந்தது.

குற்றவாளிகளின் வழக்கறிஞர்களுடன் மோத வேண் டிய சந்தர்ப்பங்களில், அரசு வழக்கறிஞர்கள் சேம் சைடு கோல் போட்டுவிடுவார்களோ என்கிற அச்சம் சி.ஐ.டி.க்கு இருந்தது.

விசாரணை மந்த கதியில் நடக்கிறது - என்று தாஜுதீனின் குடும்பத்தினரும் நண்பர்களும் ஒருபுறம் குற்றஞ்சுமத்திக் கொண்டிருந்தனர். இன்னொருபுறம், அரசியல் எதிரிகளைப் பழிவாங்குவதற்காகவே சி.ஐ.டியை அரசு பயன்படுத்துகிறது, அரசியல் உள்நோக்கத்துடனேயே சி.ஐ.டி. செயல்படுகிறது என்று சாடினார்கள், குற்றவாளிகளின் ஆதரவாளர்கள்.

மத்தளத்துக்கு இரண்டு பக்கமும் இடி - என்கிற நிலையில்தான் இருந்தது, சி.ஐ.டி.

தொடர்ந்து முட்டுக்கட்டைகளைச் சந்தித்தபோதும், நிஷாந்த சில்வா குழு நிலை குலைந்து விடவில்லை. நிதானமாகப் போய்க்கொண்டிருந்தாலும், எந்த சந்தர்ப்பத் திலும் அது முடங்கிவிடவில்லை .. இயங்கியபடியே இருந்தது. நேர்த்தியான பாதையில் போய்க்கொண்டிருந்தது.

தனது விசாரணைகளுக்கு முற்றுப்புள்ளி வைக்கிற முயற்சி எந்த நேரத்திலும் மேற்கொள்ளப்படலாம் என்பது

நிஷாந்த சில்வாவுக்குத் தெரியாமல் இருக்க வாய்ப்பில்லை. எந்த நொடியிலும் அதை எதிர்பார்த்தபடியே இயங்க வேண்டிய நெருக்கடி அவருக்கு இருந்திருக்கும். ஆனால், தான் இல்லாவிட்டாலும், தன்னால் விசாரிக்கப்படுகிற வழக்குக்கு உயிர் இருக்கவேண்டும் என்பதில் அவருக்கிருந்த உறுதியை, அவரது ஒவ்வொரு அசைவிலும் பார்க்க முடிந்தது.

எல்லாவற்றுக்கும் ஆதாரங்களைத் திரட்டுகிற வேலையில் மட்டுமே அவர் ஈடுபாடு காட்டினார். நீதிமன்றத்தில் பதிவு செய்த பிறகு, அந்த ஆதாரங்களை எவராலும் அழித்துவிட முடியாது என்பது அவருக்குத் தெரியும். அதனாலேயே, வழக்குக்குத் தேவையான அறிவியல் பூர்வமான ஆதாரங்களை, தடயங்களை, சாட்சியங்களைப் பதிவு செய்தபடியே இருந்தார்.

உண்மையில், இந்த வழக்கில் பாதி தூரத்தைக் கடந்து விட்டார், நிஷாந்த சில்வா. நடந்தது விபத்து - என்று ஜோடிக்க எக்கச்சக்கமாக மெனக்கெட்டிருந்தார்கள், குற்றவாளிகள் அதைத் தகர்த்தாகிவிட்டது. நடந்தது விபத்தல்ல, கொலை என்பதை ஆதாரங்களுடன் நிரூபித்த போதே, வெற்றி உறுதியாகிவிட்டது. அரைக்கிணறு தாண்டியாகி விட்டது. முழுக்கிணற்றையும் தாண்ட இன்னும் கொஞ்சம் அவகாசம் தேவைப்பட்டது அவருக்கு!

எந்தத் தடயமும் இல்லாமல், சாட்சியமில்லாமல், ராணுவத்தனமாக கொலை செய்திருக்கும் கொலையாளிகள், சந்தடியில்லாமல் தப்பித்துவிட முடியும் என்று தான் நம்பிக் கொண்டிருந்தார்கள் இவ்வளவு நாட்களாய்! அரசியலுக்காக விசாரணையை ஆரம்பிப்பார்கள், எந்த ஆதாரமும் கிடைக்காமல் விசாரணையைப் பாதியில் கைவிடுவார்கள் என்றுதான் நினைத்தார்கள்.

அவர்கள் பிழைப்பில் மண்ணள்ளிப் போட நிஷாந்த சில்வா குழுவால் முடியும் என்பதை அவர்கள் அப்போது அறியவில்லை. கொஞ்சம் கொஞ்சமாக அவர்களுக்கு இதை

உணர்த்திக் கொண்டிருந்தார் சில்வா..! தாஜுதீனின் ஆவி மாதிரி குற்றவாளிகளே அறியாத வண்ணம் அவர்களைப் பின்தொடர்ந்து கொண்டிருந்தது சி.ஐ.டி.யின் நிழல்!

போலீஸ் ஐ.ஜி. பூஜித ஜெயசுந்தர, வழக்கு அதிரடி வேகத்தில் போகவேண்டுமென்று யாரும் எதிர்பார்க்கக் கூடாது என்று சொன்னதற்கான காரணம் வேறு! சட்ட நடைமுறைகளின் படிதான் விசாரணைகளை நடத்தியாக வேண்டும் அவசரப்பட முடியாது என்றார் அவர்.

நிதானமான நகர்வுக்கு, நிஷாந்த சில்வா சொல்கிற காரணம் வேறாக இருந்தது -

அசைக்க முடியாத ஆதாரங்களை முன்வைக்க வேண்டும். அவற்றைத் தேடிப் பிடிப்பதில் அவசரப் பட முடியாது !

நிஷாந்த சில்வா, குற்றவாளிகளைக் கொஞ்சம் கொஞ்சமாக நெருங்கிக் கொண்டிருக்கிறார் என்பது யாருக்குப் புரிந்ததோ புரியவில்லையோ, குற்றவாளிகளுக்கு அது தெளிவாகப் புரிந்தது.

1200 பேரிடம் சி.ஐ.டி. விசாரணை நடத்தியிருக்கிறது. இருபது லட்சத்துக்கும் மேலான அலைபேசி/தொலைபேசி அழைப்புகளை ஆய்வுக்கு உட்படுத்தியிருக்கிறது. சம்பவம் நடந்த இரவில் கொழும்பு நகரத்தின் சந்தேக நகர்வுகள் குறித்து அறிய அமெரிக்காவின் NASA உதவியை எதிர்பார்த்துக் காத்திருக்கிறது.

வழக்கு தங்களை நோக்கித்தான் நகர்கிறது என்பதையும், நிஷாந்த சில்வா தங்களைத்தான் குறிவைக்கிறார் என்பதையும் சந்தேகத்துக்கிடமின்றி, குற்றவாளிகளால் உணர முடிந்தது.

நிஷாந்த சில்வாவைத் தூக்கியெறிவதைத் தவிர வேறு வழியில்லை என்கிற முடிவுக்கு அவர்கள் வந்தனர்.

எனக்குத் தனிநபர்கள் முக்கியமில்லை. தேசம்தான் முக்கியம்.. நாளைக்கு அந்தப் பொறுப்பில் நிஷாந்த சில்வா இருக்கக் கூடாது

மைத்திரி சொன்ன வார்த்தைகள் இப்போதும் காதில் ஒலித்துக் கொண்டிருக்கிறது, ஐ.ஜி. ஜெயசுந்தரவுக்கு!

நிஷாந்த சில்வா என்கிற அந்த ஒற்றைமனிதரால் எத்தனைப்பேர் தூக்கத்தைத் தொலைத்திருக்கிறார்கள் என்பதை நினைக்கிறபோது வியப்பாக இருந்தது. இந்த ஐந்தாறு நாட்களில் அலைபேசி மூலமும் தொலைபேசி மூலமும் தனக்கு அழுத்தம் கொடுத்தவர்கள் யார் யார் என்பதை நினைவுபடுத்திப் பார்த்தார்.

ராணுவ அதிகாரிகள், கடற்படை அதிகாரிகள், காவல்துறை அதிகாரிகள்.

விஜயகுணரத்னவில் ஆரம்பித்து, மைத்திரிபாலாவில் முடிந்திருக்கிறது அந்தப் பட்டியல்.

அத்தனைப்பேரும், நிஷாந்த சில்வாவைத் தூக்கி யெறிந்துவிட்டீர்களா என்கிற ஒற்றை கேள்வியில் நின்றுகொண்டிருக்கிறார்கள்.

நிஷாந்த சில்வா மீதும் அவரது புலனாய்வுக் குழு மீதும் மிகப்பெரிய மரியாதை ஏற்பட்டது, ஜெயசுந்தரவுக்கு! எவ்வளவு எதிர்ப்புக்கிடையில், எவ்வளவு குழப்பங்களுக்கிடையில், எவ்வளவு சதிகளுக்கிடையில், எவ்வளவு ஆபத்துக்கிடையில், தடயங்கள் அழிக்கப்பட்ட கொலை வழக்குகளில் அவர்கள் துப்புத் துலக்குகிறார்கள் என்பதை நினைக்கையில் வியப்பாக இருந்தது.

சில்வா மீது மட்டுமில்லாமல், சி.ஐ.டி. உயரதிகாரிகள் மீதும் மரியாதை ஏற்பட்டது. சில்வாவை வேலை செய்ய விடுங்கள் . தேவையில்லாமல் அவர் விஷயத்தில் குறுக்கிடாதீர்கள்! நடவடிக்கை எடுக்க வேண்டியது குணரத்ன மீதுதான், சில்வா மீது அல்ல என்று எழுதுகிற நேர்மை அந்த அதிகாரிகளுக்கு இருப்பதால்தான், சில்வா துணிவுடன் செயல்படுகிறாரோ என்று கூட தோன்றியது!

மைத்திரிபாலாவை நினைக்கையில், ஒருபக்கம் கோபம் வந்தாலும், இன்னொரு பக்கம் பரிதாபமாக இருந்தது. கொலைக் குற்றவாளிகளையும் கொள்ளைக்

கும்பல்களையும் பார்த்து நடுங்குகிற பலவீனமான அதிபர். குற்றவாளிகளால் அவரிடம் எளிதில் பேரம் பேச முடிகிறது.

சட்டத்தை அவர்கள் இஷ்டத்துக்கு வளைக்கப் பார்க்கிறார்களா என்பது, மைத்திரியிடம் ஜெயசுந்தர கேட்டிருக்க வேண்டிய கேள்வி. அப்படி இவர் கேட்டுவிடக் கூடாது என்று நினைத்தோ என்னவோ, முந்திக்கொண்டு அந்தக் கேள்வியை அவர் கேட்கிறார்.

அமர்ந்திருக்கிற அரியணையைத் தவிர வேறெதைப் பற்றியும் கவலைப்படாத ஒரு அதிபருக்குக் கீழ் பணியாற்றுவதை நினைக்கையில் அவமானமாக இருந்தது.

ஒரு நொடி ஐ.ஜி. பதவியையே தூக்கியெறிந்து விடலாமா என்று தோன்றியது ஜெயசுந்தரவுக்கு!

அவர் அப்படி நினைக்கவும், அலைபேசி ஒலிக்கவும் சரியாக இருந்தது. அலைபேசியை எடுத்துப் பார்த்தார். அதிபர் மாளிகை அழைப்பு.

அதிபர் பேசுகிறார் என்றொரு குரல் தகவல் சொல்ல, அதைத் தொடர்ந்து பேசிய மைத்திரிபாலா, "உத்தரவு பிறப்பித்து விட்டீர்களா, இல்லையா" என்று கடுமையான குரலில் கேட்டார். நேரில் பேசுகிற போது இல்லாத கண்டிப்பு, அலைபேசி வழி பேசும்போது அவர் குரலில் இருந்ததைக் கவனித்தார் ஜெயசுந்தர.

எழுதிக் கொண்டிருக்கிறேன் -என்று மென்மையான குரலில் பொய் சொன்னார் ஜெயசுந்தர.

இந்தச் செய்திக்காகத்தான் காத்துக் கொண்டிருக் கிறேன். இல்லையேல், ஞாயிற்றுக் கிழமை என்பதால், எப்போதோ உறங்கப் போயிருப்பேன் என்றார் மைத்திரி.

"இப்போது அனுப்பிவிடுவேன் சேர். உத்தரவை அனுப்பியதும் நானே உங்களை அழைக்கிறேன்" என்று சொல்லிவிட்டு அலைபேசியை வைத்த ஜெயசுந்தர, உத்தரவை டைப் செய்ய உதவியாளரை அழைத்தார். உதவியாளர் வந்ததும் அந்த உத்தரவை டிக்டேட் செய்யத் தொடங்கினார்.

புகழேந்தி தங்கராஜ்

இது அவரது மனசாட்சி பேசுகிற நேரமில்லை. உதடுகள் பேசினால் போதும். அவை பேச ஆரம்பித்தன. உதவியாளர் அதை டைப் செய்து கொண்டிருந்தார்.

அத்தியாவசியப் பணித் தேவைகளின் பொருட்டு நீங்கள் நீர்க்கொழும்புக்கு மாற்றப்படுகிறீர்கள் இப்போது வகிக்கிற பொறுப்பிலிருந்து உடனடியாக விடுவிக்கப்படு கிறீர்கள் என்கிற தொனியில் இருந்தது, ஜெயசுந்தரவின் கடிதம்.

மகிந்த ராஜபக்சவுக்கு மைத்திரிபாலா கொடுக்கிற பிறந்த நாள் பரிசு இது என்பது பூஜித ஜெயசுந்தரவுக்குப் புரிந்தது. உத்தரவில் அவர் கையெழுத்திட, ஐ.ஜி. அலுவலக முத்திரை பொறிக்கப்பட்டது.

நிஷாந்த சில்வாவுக்கு அந்த உத்தரவுக் கடிதத்தை அனுப்பிவைத்த கையோடு, பாதுகாப்புச் செயலாளர் ஹேமசிறி பெர்னாண்டோவுக்கு, அதைக் காட்டிலும் முக்கியமான கடிதம் ஒன்றை எழுதினார் ஜெயசுந்தர.

'சி.ஐ.டி. பொறுப்பதிகாரி நிஷாந்த சில்வா மீது, முப்படைத் தளபதி விஜய குணரத்ன தெரிவித்துள்ள புகார்கள் ஆதாரமற்றவை என்பது, அது தொடர்பாக சி.ஐ.டி. தரப்பில் எனக்கு அனுப்பிவைக்கப்பட்டுள்ள விரிவான அறிக்கையிலிருந்து தெளிவாகத் தெரிகிறது. சி.ஐ.டி.யின் சீனியர் டி.ஐ.ஜி. ரவி சேனவிரத்ன அந்த அறிக்கையை அளித்துள்ளார் ..

இந்தக் கடிதத்துடன், அந்த அறிக்கையையும் உங்கள் பார்வைக்கு அனுப்புகிறேன்...

விஜய குணரத்னவின் புகார்கள் உண்மையற்றவை. அதன்பேரில் நிஷாந்த சில்வாமீது நடவடிக்கை எடுக்க எந்த முகாந்திரமும் இல்லை. என்றாலும், பெரு மரியாதைக்குரிய அதிபர் மைத்திரிபாலா சிறிசேனாவின் கட்டளை மற்றும் அறிவுரைக்கேற்ப, இன்று, 18.11.2018 அன்று, நிஷாந்த சில்வாவைப் பணி இடமாற்றம் செய்து உத்தரவு பிறப்பித்திருக்கிறேன் என்பதைத் தெரிவித்துக்

கொள்கிறேன்...

பணியிடமாற்ற உத்தரவு நகலும் இத்துடன் இணைக்கப்பட்டுள்ளது..

பாதுகாப்புச் செயலாளருக்கு அந்தக் கடிதத்தை அனுப்பிவைத்தபிறகுதான், பூஜித ஜெயசுந்தரவின் மனம் நிம்மதியை உணர்ந்தது. முதலில் அனுப்பிய உத்தரவை, இந்தக் கடிதம் செல்லாக்காசாக்கிவிடும் என்பதை நன்கு அறிந்திருந்தார் அவர்.

நாளை, திங்கள்கிழமை, இந்த உத்தரவு தொடர்பாக கொழும்பு ஊடகங்களில் புயலடிக்கும். என்றாலும், அடுத்த ஓரிரு நாளில் அது கரை கடந்துவிடும் என்று உறுதியாக நம்பிய அவர், ஒரு ஞாயிற்றுக்கிழமைக்கான கடமைகளை முழுமையாகச் செய்து முடித்திருக்கிற திருப்தியுடன் இருக்கையிலிருந்து எழுந்துகொண்டார்.

நேரம் நள்ளிரவை நெருங்கிக் கொண்டிருந்தது.

தலைநகர் கொழும்பு உறங்கத் தொடங்கியிருந்தது.

ஜாதகம்-4

அட்ரியன் நிஷாந்த டி சில்வா

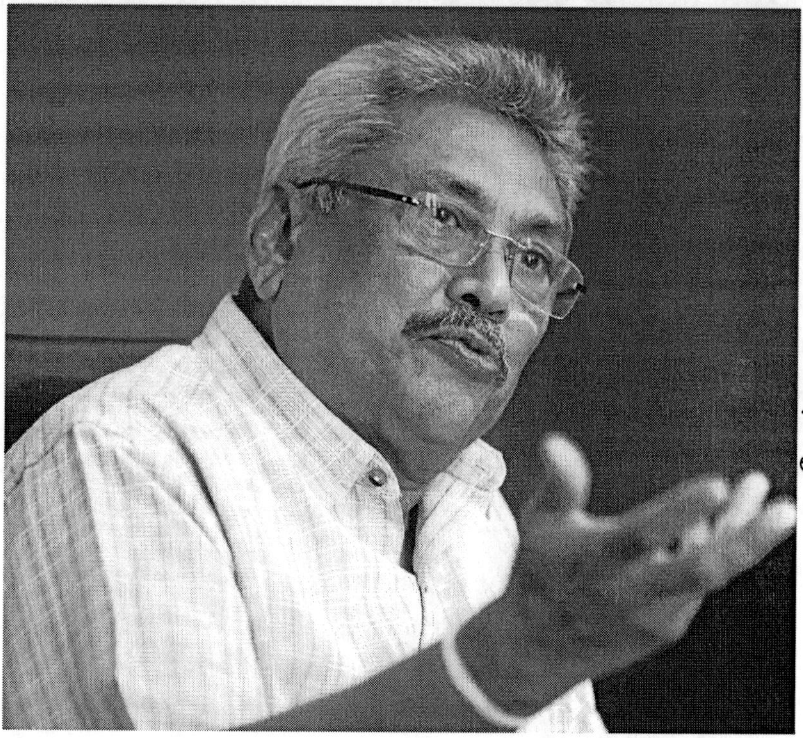

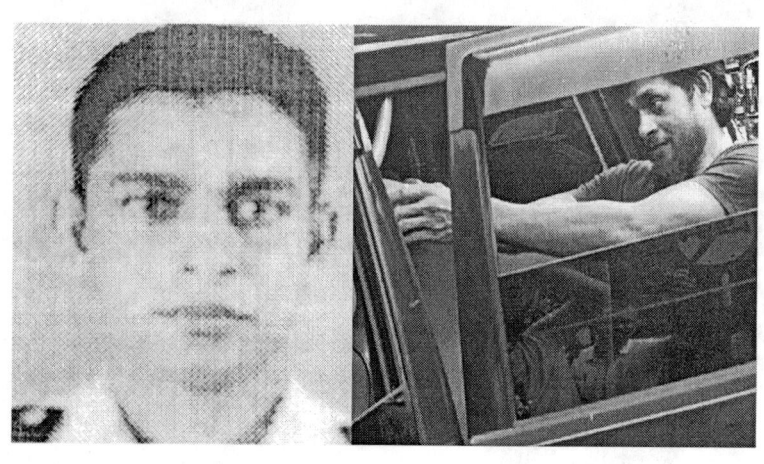

கோத்தபாய

நேவி சம்பத்

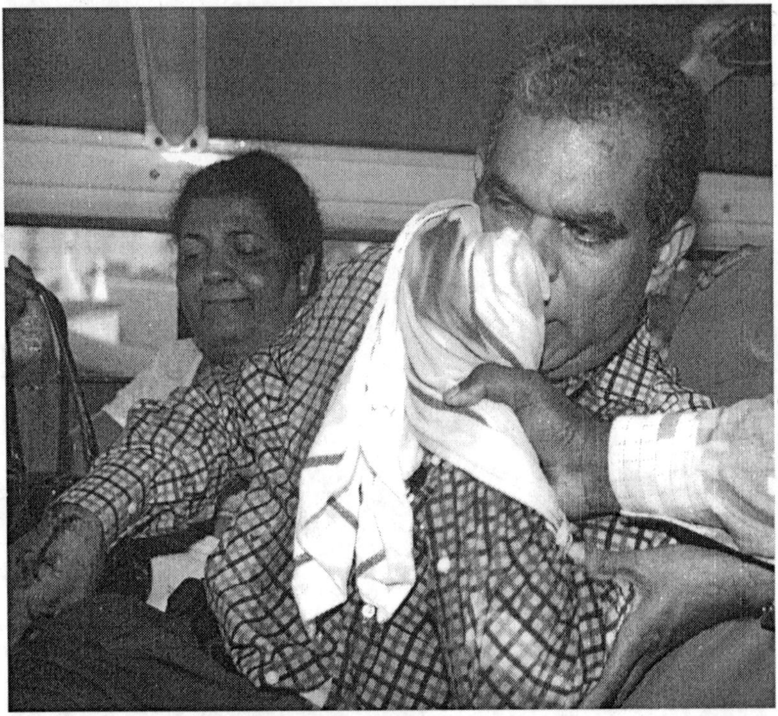

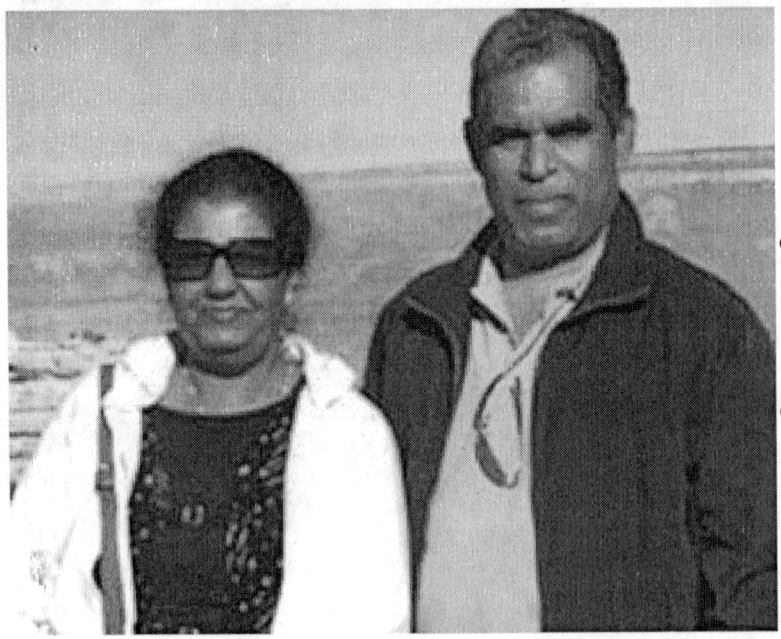

உபாலி தென்னக்கூன்

மனைவியுடன் உபாலி

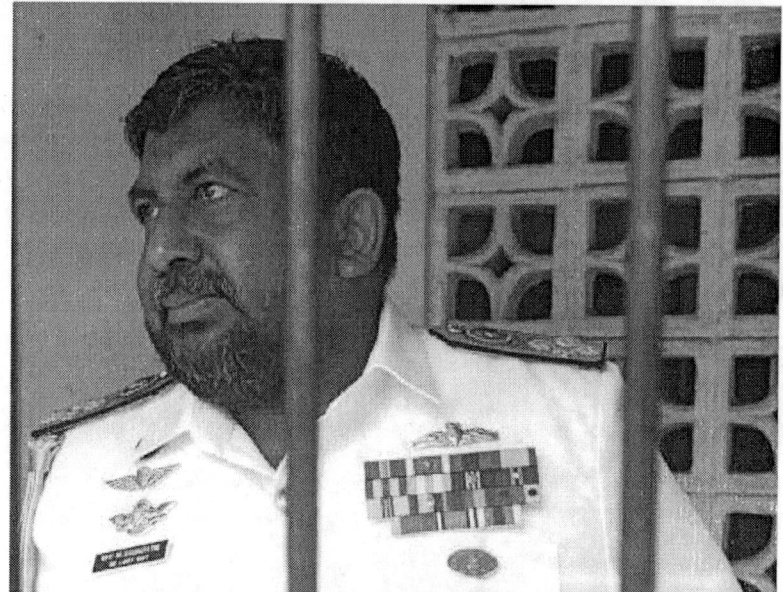

சரணடைந்த விஜயகுணரத்ன

வசந்த கரணகொட

புகழேந்தி தங்கராஜ் 261

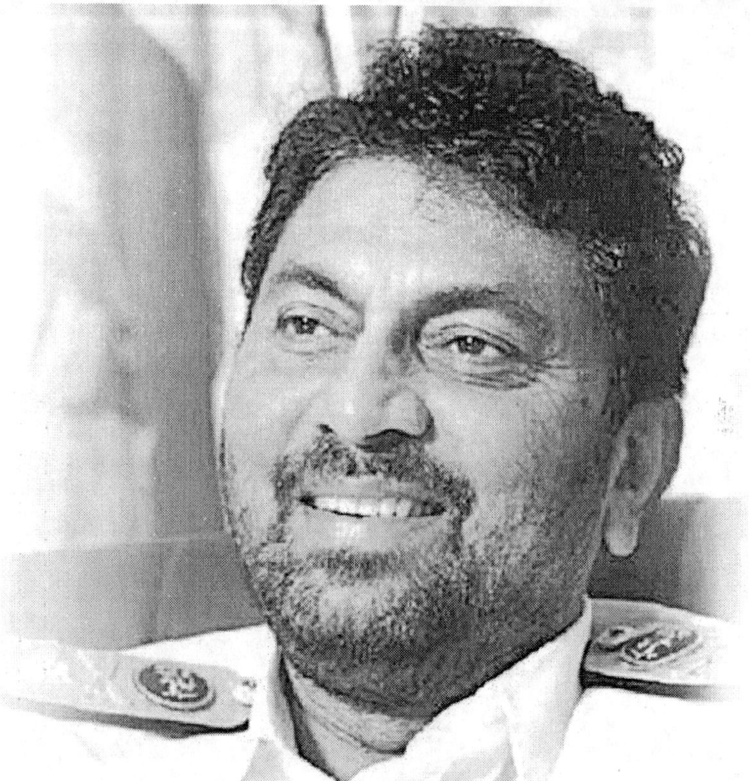

அலரி மாளிகை

பிரதமர் ரணில்

கொள்ளைக் கும்பல்கள் புலனாய்வுப் பிரிவு..

சி.ஐ.டி.யின் இந்தப் பிரிவுக்குத்தான் பொறுப்பதி காரியாக இருந்தார், அட்ரியன் நிஷாந்த டி சில்வா.

2015 ஜனவரியில் மகிந்த ராஜபக்சவை வீழ்த்தி, மைத்திரிபாலா அதிபரானதும், மகிந்தன் காலத்தில் இழுத்தடிக்கப்பட்ட வழக்குகளைப் புலனாய்வு செய்யும் பொறுப்பு சி.ஐ.டியிடம் விடப்பட்டது. எல்லாமே, ஏழெட்டு ஆண்டுகள் கிடப்பில் போடப்பட்டிருந்த வழக்குகள். அந்த கால அவகாசத்தைப் பயன்படுத்தி, தடயங்களும் ஆதாரங்களும் சாட்சியங்களும் சாட்சிகளும் அழிக்கப்பட்ட வழக்குகள்.

இவ்வளவு சிக்கலான வழக்குகளை நிஷாந்த சில்வா ஒருவரால்தான் கையாளமுடியும் என்பதால், அந்த முக்கிய வழக்குகளின் பொறுப்பதிகாரியாக அவரை நியமித்தது சி.ஐ.டி.!

சன்டே லீடர் ஆசிரியர் லசந்த படுகொலை.
கார்ட்டூனிஸ்ட் எக்னலிகொட மாயமான மர்மம்..
ரக்பி வீரர் வாசிம் தாஜுதீன் மரண மர்மம்..
கடத்தப்பட்ட 11 இளைஞர்கள் படுகொலை.
தி நேஷன் துணையாசிரியர் நோய்ஹர் கடத்தல்.
ரிவேரா ஆசிரியர் உபாலிதென்னக்கோன் தாக்குதல்
பத்திரிகையாளர் நமல் பெரேரா கடத்தல் முயற்சி.

என்று பல்வேறு முக்கிய வழக்குகள் சில்வாவிடம் ஒப்படைக்கப்பட, ஒட்டுமொத்த மீடியாவின் கவனமும் அவர்மீது பதிந்தது.

சி.ஐ.டி. தலைமைக்கு இருந்த நம்பிக்கை வீண்போகவில்லை. பொறுப்பேற்ற முதல் நாளிலிருந்தே இயங்கத் தொடங்கிவிட்டது சில்வா குழு. அத்தனை

ஆண்டுகளாகக் கிடப்பில் போடப்பட்டிருந்த வழக்குகள், ஓரிரு மாதத்தில் உயிர்த்தெழுந்தன. அழிக்கப்பட்டிருந்த தடயங்களை அறிவியல் பூர்வமாக மீட்டெடுப்பதில் தீவிர அக்கறை காட்டியது சி.ஐ.டி.

லசந்த படுகொலை வழக்கில், கொலைச் சதிக்காகப் பயன்படுத்தப்பட்ட 5 அலைபேசி இணைப்புகள் ஒரே மாதத்தில் கண்டுபிடிக்கப்பட்டன. அறிவியல் பூர்வமான அணுகுமுறைகள் மூலமே அதைச் சாதித்தது, சி.ஐ.டி. குழு. காவல்துறையாலும், பயங்கரவாதத் தடுப்புப் பிரிவாலும் ஆறு ஆண்டுகளில் செய்யமுடியாததை, ஒரே மாதத்தில் செய்துகாட்டியது.

கீத் நோய்ஹர் கடத்தப்பட்டு சித்திரவதை செய்யப்பட்ட சம்பவம் நடந்தது, 2008ல்! எட்டு ஆண்டுகள் கழித்து, எந்த இடத்தில் நோய்ஹர் சித்திரவதை செய்யப்பட்டாரோ, அந்த இடத்துக்கே மோப்பம் பிடித்துப் போய்ச் சேர்ந்துவிட்டது சில்வா குழு.

கடத்தப்படுகிற பத்திரிகையாளர்களைச் சித்திரவதை செய்வதற்காகவே, ராணுவப் புலனாய்வுப் பிரிவு பயன்படுத்திவந்த ரகசியக் கட்டடம் அது. பத்திரிகை யாளர்களின் ரத்த வாடை, இவ்வளவு ஆண்டுகளுக்குப் பிறகும், அதன் சுவர்களில் அப்பிக்கொண்டிருந்தது.

அதில் சம்பந்தப்பட்ட, ராணுவப் புலனாய்வுப் பிரிவைச் சேர்ந்த இருவர் சித்திரவதைகள் தொடர்பில் கோதபாய ராஜபக்ச தான் தங்களுக்கு உத்தரவு பிறப் பித்தார் என்று தாமாக முன்வந்து வாக்குமூலம் கொடுத்தனர்.

11 இளைஞர்கள் படுகொலை வழக்கில், உரிய ஆதாரங்களுடன் சி.ஐ.டி.யால் கைது செய்யப்பட்டவர் களில், கடற்படை சீனியர் அதிகாரிகளும் அடக்கம். உயர் நிலை முட்டுக்கட்டைகள் அனைத்தையும் தகர்த்தபிறகே, அவர்களைக் கைது செய்ய முடிந்தது.

நிஷாந்த சில்வா குழுவின் ஒவ்வொரு நடவடிக்கையும், செய்தியாகிக் கொண்டே இருக்க, ஊடகங்கள் வாயிலாக

அதைக் கவனித்தபடியே இருந்தாள், அகிம்சா. தன்னிடம் வாக்குமூலம் வாங்க சில்வா மெல்போர்ன் வந்தபோதுதான் அவரை முதல்முறையாகப் பார்த்தாள்.

நிஷாந்த சில்வாவையும், அவருடன் வந்திருந்த இன்னொரு அதிகாரியையும் சந்திக்கும்வரை அப்பாவுக்கு நீதி கிடைக்கும் என்கிற நம்பிக்கை எனக்கு அறவே இல்லை. சில்வாவைப் பார்த்தபிறகுதான், அந்த நம்பிக்கை வந்தது ..

2009க்குப் பிறகு, நீதியை நிலைநாட்டுவதற்காக தங்களை அர்ப்பணிக்கத் தயாராக இருந்த அதிகாரிகளை அப்போதுதான் பார்த்தேன் .. என்றாள் அகிம்சா.

அகிம்சா நினைத்ததைப்போல். குற்றவாளிகள் நினைக்கவில்லை. எந்தத் தடயத்தையும் விட்டுவைக்காதவர் கள் அவர்கள். விசாரணையாவது, நடப்பதாவது என்கிற மதமதர்ப்பில்தான் இருந்தனர், தொடக்கத்தில்! சில்வா குழு அங்குலம் அங்குலமாக முன்னேறத் தொடங்க, அச்சம் அவர்களைத் தொற்றிக்கொண்டது.

போர்க் கதாநாயகர்கள் என்கிற போர்வையில், ஒட்டுமொத்த சமூகத்தையும் பீதியில் ஆழ்த்துவதையே தொழிலாகக் கொண்டிருந்தவர்கள், முதல் முறையாக தாங்களே பீதியில் ஆழ்ந்தனர்.

அலரி மாளிகைக்கு விசுவாசமாக இருந்த வீர தீர பராக்கிரமசாலிகள் சிலர், சி.ஐ.டி. நெருங்குவதை அறிந்த அடுத்த கணமே, அலறி அடித்துக் கொண்டு கோதபாய ராஜபக்சவிடம் அடைக்கலம் புகுந்தனர். கிளிநொச்சிக்குப் பக்கத்தில் ஒரு கிராமத்தையே ஓட விட்டோம் தெரியுமா என்றெல்லாம் வாய்கிழியப் பேசியவர்கள், கோதபாயவின் தயவில், வெளிநாடுகளுக்குத் தப்பி ஓடவேண்டியிருந்தது.

குற்றவாளிகள் தப்பி ஓடுகிற வழிகளை அறிந்த சி.ஐ.டி., அவர்களது பாஸ்போர்ட்களை சட்டப்படி முடக்கத் தொடங்கியது. ரண வீரு கள் சிலர், அச்சத்திலேயே செத்து விட்டனர். பல லட்சம் தமிழர்களை இலங்கையிலிருந்தே விரட்டியிருந்த அவர்கள், சொந்த நாட்டில் தலைமறை

வாகத் திரியவேண்டியிருந்தது. அந்த அளவுக்குக் கிடுக்கிப் பிடி போட்டது சி.ஐ.டி.

நிஷாந்த சில்வா, பிணங்களைத் தோண்டிக் கொண்டிருக்கிறார் - என்கிற நக்கல் பற்றியெல்லாம் ஒருபோதும் சில்வா கவலைப்படவில்லை.

புதைத்த உடல்களை வெளியே எடுக்கும் போதெல்லாம், கொலைக் குற்றங்களை மறைத்த மருத்துவர்கள் செத்துச் சுண்ணாம்பாகிவிடுவது சில்வாவுக்குத் தெரியும். உடல்களுடன் சேர்ந்து உண்மையும் வெளிவரும் என்பதை அறிந்திருந்ததால், கிண்டல் கேலிகளை அவர் பொருட்படுத்தவில்லை.

அலைபேசித் தொடர்புப் பதிவுகளை மூன்று மாதத்துக்கு மேல் வைத்துக் கொள்கிற வழக்கமோ வசதியோ எங்களுக்கு இல்லை - என்று முரண்டுபிடித்த DIALOG TELEKOM நிறுவனத்தை சில்வா எப்படி வழிக்குக் கொண்டுவந்தார் என்பது சி.ஐ.டி.க்கு மட்டுமே தெரியும். தற்கொலை செய்து கொள்வேன் என்றெல்லாம் மிரட்டிப் பார்த்த மகிந்தனின் தர்மபத்தினியை விசாரித்தது எப்படி என்பது சில்வாவுக்கு மட்டுமே தெரியும்.

சி.ஐ.டி தங்களை நெருங்கிவிட்டதாக அலறியடித்துக் கொண்டு வருகிற சகாக்களைக் காப்பாற்ற சகல உத்திகளையும் கோதபாய பயன்படுத்த வேண்டியிருந்தது. நம்பி அணுகிய குற்றவாளிகளுக்கு தைரியம் சொல்ல வேண்டியிருந்தது. சிலரை மறைத்து வைக்க வேண்டியிருந்தது.

அதெல்லாம் கோதபாயவுக்குக் கஷ்டமாகத் தெரியவில்லை. சி.ஐ.டி. தன்னைத்தான் நெருங்கிக் கொண்டிருக்கிறது என்பதை உணர்ந்ததால் ஏற்பட்ட அச்சத்தை வெளிக்காட்டிக் கொள்ளாமல் மறைப்பதுதான் கஷ்டமாக இருந்தது.

தன்னுடைய சுய அச்சம் அம்பலமாகிவிட்டால், ரத கஜ துரக பதாதிகள் அத்தனைப் பேரும் அடுத்த நொடியே அப்ரூவர் ஆகிவிடுவார்கள் என்பது கோதபாயவுக்குத்

தெரியும். அதனால், இருளில் போகிறவன் பாடிக்கொண்டு போவது மாதிரி, பேசிக் கொண்டேயிருந்தான். முதுகெலும்பில்லாத மைத்திரியை வைத்து, சி.ஐ.டி.யின் வாலை ஒட்ட நறுக்கிவிடுவேன் என்கிற வாய்ச்சவடாலை வைத்தே வண்டி ஓட்டிக் கொண்டிருந்தான்.

நிஷாந்த சில்வாவின் சிறகுகளை முறிப்பதற்காகத் தான் மாஜிஸ்டிரேட் மீது கை வைத்தான், கோதபாய. அது தேன் கூட்டில் கை வைத்தது மாதிரி ஆகிவிட்டது. வேறு வழியே இல்லாத நிலையில், இப்போது, நிஷாந்த சில்வா மீது கைவைத்திருக்கிறான். இது குளவிக் கூட்டில் கைவைத்த கதை மாதிரி ஆகப்போகிறது என்பதை அவன் அறிந்திருக்கவில்லை.

நிஷாந்த சில்வாவைப் பொறுத்தவரை, இது யாருடனான மோதல் என்பதை, களத்தில் இறங்கும்போதே அவர் அறிந்திருந்தார். எப்படி மோதவேண்டும் என்பதை அனுபவங்களின் வாயிலாக தெரிந்துவைத்திருந்தார்.

குற்றவாளிகள் குறுக்குவழியில்தான் தாக்குதல் நடத்துவார்கள் என்பதால், எந்த நொடியிலும் அதை எதிர்கொள்ள தயாராகவே இருந்தார். நடப்பது எதுவும் அவருக்கு அதிர்ச்சி அளிக்கவில்லை. தன்னை வீழ்த்த அமைக்கப்பட்டிருக்கிற வியூகத்தை எப்படி உடைப்பது என்று கூட அவர் யோசிக்கவில்லை. அந்த வியூகங்கள் தாமாகவே தகரும் என்கிற நம்பிக்கையோடு காத்திருந்தார்.

போர்க்களத்து யானை மீது, நாலாபுறங்களிலிருந்தும் அம்புகள் பாய்கின்றன .. ஆனால், அஞ்சாமல் முன்னேறு கிறது அது .! அந்த யானையைப் போல, என் மீதான அவதூறுகளுக்கு இடையில் முன் நோக்கி நடக்கிறேன் என்கிற தம்ம பத வாசகங்கள், அட்ரியன் நிஷாந்த சில்வாவை எப்போதும் போல் இப்போதும் வழிநடத்தின.

சில்வா இடமாற்றம் செய்யப்பட்டிருப்பது, ஜெயசுந்தர எதிர்பார்த்ததைப் போலவே பெரும் பரப்பரப்பை ஏற்படுத்தியது. ஐ.ஜி.யின் உத்தரவை ஊடகங்கள் கடுமையாக

விமர்சித்திருந்தன. மைத்திரிபாலா தான் இதற்குக் காரணம் - என்று, சமூக ஊடகங்கள், நேரடியாகவே தாக்கின.

பத்திரிகையாளர்கள் அமைப்பு, ஜனநாயகத்துக்கான வழக்கறிஞர்கள் அமைப்பு போன்றவை, பொறுப்பும் ஆற்றலும் வாய்ந்த சில்வா இடமாற்றம் செய்யப்படுவதைக் கடுமையாகக் கண்டித்தன. இது, அதிமுக்கிய வழக்குகளில் விசாரணையை முடக்க நடக்கிற சதி என்று மைத்திரி அரசைக் கடுமையாகச் சாடின.

சர்வதேச பொது மன்னிப்பு சபை (AMNESTY), நீண்ட காலமாக இழுத்தடிக்கப்பட்டு வந்த வழக்குகள் தீர்வை எட்டுகிற நிலையில் இப்படியொரு நடவடிக்கை எடுக்கப்பட்டிருப்பது துரதிர்ஷ்டவசமானது என்று தனது கவலையைப் பதிவு செய்தது.

கொழும்பிலுள்ள வெளிநாட்டுத் தூதரகங்கள், இந்த விஷயத்தை உன்னிப்பாக கவனித்தன. நடந்த குற்றங்களை முறைப்படி விசாரிக்க நடவடிக்கை எடுக்கப்படுமென்று ஐ.நா. மனித உரிமைகள் பேரவையில் இலங்கை வாக்குறுதி கொடுத்திருந்ததால், சில்வா இடமாற்றம் தொடர்பில் உலக நாடுகள் அக்கறை காட்டின.

பல வெளிநாட்டுத் தூதரகங்கள், இலங்கை வெளியுறவுத் துறையைத் தொடர்பு கொண்டன. சில்வா இடமாற்றம் தொடர்பாக, கவலை தெரிவித்தன. நிர்வாகக் காரணங்களுக்காக காவல்துறை அதிபர் இந்த நடவடிக்கையை எடுத்திருப்பதாக அவர்களுக்குத் தெரிவிக்கப்பட்டது. இது தொடர்பாக அதிபரும் கவலைப்படுகிறார் என்று, அழுதுவடிந்தபடி அறிவித்ததன் மூலம், தன்னுடைய அழுகுணி ஆட்டத்தைக் கூச்சமேயில்லாமல் தொடர்ந்தது இலங்கை அரசு.

சில்வா இடமாற்றம் தொடர்பாக கவலை தெரிவிக்காத நாடுகளில் முக்கியமானவை, சீனா, பாகிஸ்தான் மற்றும் இந்தியா.

ரணிலின் ஆட்டம், மைத்திரியையே மிஞ்சுவதாக

இருந்தது.

போனமாதம் தான், பிரதமர் பதவியிலிருந்து ரணிலைத் தூக்கியெறிந்துவிட்டு மகிந்த ராஜபக்சதான் இனிமேல் பிரதமர் என்று அறிவித்திருந்தார் மைத்திரி. ரணில் அதை ஏற்கவில்லை. சட்டப்படி நான்தான் பிரதமர் என்றார். அந்த இழுபறி முடிவடையாத நிலையில், சில்வா தூக்கியெறியப்பட்டிருப்பதை ரணிலின் ஐக்கிய தேசியக் கட்சி மிக மிகக் கடுமையாகக் கண்டித்தது.

மகிந்த ராஜபக்ச கும்பல், தங்களது குற்றங்கள் மற்றும் கொள்ளைகளை மூடி மறைக்க முயல்கிறது. நிஷாந்த சில்வாவின் விசாரணைகள் தொடர்ந்தால், அலரி மாளிகைக்குப் பதிலாக வெலிக்கடை சிறைக்குத்தான் மகிந்தனும் அவனுடைய ஆதரவாளர்களும் போகவேண்டி யிருக்கும். இந்த உண்மை அவர்களுக்குத் தெரிந்துவிட்டது. அதனால்தான், சில்வா தூக்கியெறியப் பட்டிருக்கிறார் உடனடியாக நிஷாந்த சில்வாவின் இடமாற்ற உத்தரவு ரத்து செய்யப்பட வேண்டும் என்றது, ரணில் தரப்பின் கண்டன அறிக்கை.

பிரதமர் ரணிலின் படத்துக்கு மகிந்த ராஜபக்ச தினமும் விளக்கேற்ற வேண்டும் இன்னும் சொல்லப் போனால், ரணில் படத்துக்குப் பக்கத்தில் என் படத்தையும் வைத்து தினம் ஒருமுறை ராஜபக்ச வணங்கலாம் என்று, பிரதமர் ரணிலின் நெருங்கிய சகாவும், அமைச்சருமான மங்கள சமரவீர வெளிப்படையாகப் பேசி 45 நாள் தான் ஆகியிருந்தது.

ரணிலை வழிபடச் சொன்னதற்கு, மங்கள சமரவீரா சொன்ன காரணம் அலாதியானது.

மகிந்த ராஜபக்ச வெளிநாடுகளுக்கெல்லாம் போய்வர முடிகிறது என்றால், அதற்கு ரணில் தான் காரணம். தேர்தலில் நாங்கள் வெற்றிபெற்றிருக்காவிட்டால், மகிந்தன் வெளிநாடுகளுக்குப் போயிருக்கவே முடியாது. சர்வதேசக் குற்றவாளியான, சர்வதேசக் கொலையாளியான அவரை,

எந்தநாட்டுக்குப் போயிருந்தாலும் அந்த நாட்டிலேயே கைது செய்திருப்பார்கள். ரணில் அரசுதான் அவரைக் காப்பாற்றியது. அவர் நன்றி மறந்துவிடக் கூடாது என்பது மங்களவின் வாதம்.

மங்களவின் இந்தத் தகவல் புதிதுமல்ல! ஐந்து ஆண்டுகளுக்கு முன் ரணில் சொன்னதுதான் இது!

அதிபர் தேர்தலில் மைத்திரி நிற்பதற்குமுன்பே, ரோம் சாசனம் பற்றியும், ராஜபக்சவைக் காப்பாற்றியது யார் என்பதைப் பற்றியும் பேசத் தொடங்கிவிட்டார் ரணில்.

சர்வதேச குற்றவியல் நீதிமன்றம் தொடர்பான ரோம் சாசனம், 2002 ஜூலை முதல் அமலுக்கு வந்தது. அந்த சாசனத்தில் இலங்கை கையெழுத்திடவில்லை. அதில் கையெழுத்திட மறுத்தபோது, ரணில்தான் பிரதமர்.

நான் அதில் கையெழுத்திட்டிருந்தால், ராஜபக்ச இந்நேரம் சர்வதேச நீதிமன்றத்தின் முன் நிறுத்தப்பட்டிருப்பார். மின்சார நாற்காலியில் ஏற்றப்பட்டிருப்பார். ரோம் சாசனத்தில் கையெழுத்திட நான் மறுத்ததால்தான், மின்சார நாற்காலியிலிருந்து அவர் காப்பாற்றப்பட்டிருக்கிறார் என்று பகிரங்கமாகவே அறிவித்தவர் ரணில்.

நாங்கள்தான் மகிந்தனைக் காப்பாற்றினோம் என்று போட்டி போட்டுக்கொண்டு வாக்குமூலம் கொடுத்தவர்கள், இப்போது, மகிந்தனைக் காப்பாற்ற நடக்கிற முயற்சியைக் கடுமையான வார்த்தைகளால் கண்டித்துக் கொண்டிருந்தனர். கொழும்பு ஊடகங்களுக்கு இதெல்லாம் மறந்தே போய்விட்டது. சிங்கள மக்களுக்கோ, சகலமும் மரத்துப் போய்விட்டது.

அரசியல் அக்கப்போர்கள் பற்றியெல்லாம் கவலைப்படாமல், எந்த வழியில் அணுகினால் நிஷாந்த சில்வாவுக்கு உடனடியாக நியாயம் கிடைக்கும் என்பதை அலசி ஆராய்ந்த சி.ஐ.டி., அடுத்த அடியை எடுத்துவைத்தது.

முக்கிய வழக்குகளில் பொறுப்பதிகாரியாக நியமிக்கப்படுபவர்கள் குறித்த விவரங்களை, காவல்துறை

ஐ.ஜி. தேசிய போலீஸ் கமிஷனில் தெரிவித்தாக வேண்டும். நிஷாந்த சில்வா பொறுப்பதிகாரியாக நியமிக்கப்பட்டது, போலீஸ் ஆணையத்துக்கு முறைப்படி தெரிவிக்கப்பட்டிருந்தது

நியமனத்தைப் போலவே, அந்தப் பொறுப்பிலிருப்பவர் நீக்கப்படுவதையும் போலீஸ் கமிஷனில் தெரிவித்தாக வேண்டும். ஆனால், அந்தப் பொறுப்பிலிருந்து நிஷாந்த சில்வா விலக்கிக்கொள்ளப்படுவதை, போலீஸ் கமிஷனுக்கு காவல்துறை ஐ.ஜி. ஜெயசுந்தர தெரிவிக்கவில்லை.

இந்த அடிப்படையில், ஐ.ஜி.யின் உத்தரவை எதிர்த்து போலீஸ் கமிஷனில் முறையிட்டது சி.ஐ.டி.! இடமாற்ற உத்தரவு அளிக்கப்பட்ட மறுநாள், நவம்பர் 19ம் தேதி, சி.ஐ.டி.யின் மூத்த டி.ஐ.ஜி. காவல்துறை ஆணையத்தில் அந்த மேல் முறையீட்டு மனுவைத் தாக்கல் செய்தார்.

நிஷாந்த சில்வாவின் தீவிர முயற்சிகளால், பல முக்கியமான வழக்குகள் முடிவடையும் கட்டத்தை எட்டியுள்ளன. அவை எல்லாமே நீண்டநாட்களாகக் கிடப்பில் போடப்பட்டிருந்த வழக்குகள். இப்படியொரு நிலையில், அவரை இடமாற்றம் செய்வது, அந்த வழக்குகளைக் கடுமையாகப் பாதிக்கும். எனவே, அவரது இடமாற்ற உத்தரவை ரத்து செய்யவேண்டும்

தன்னுடைய 25 ஆண்டுக்கால காவல்துறைப் பணியில், 20 ஆண்டுகள் சி.ஐ.டி.யில் இருக்கிறார், சில்வா. இந்த இருபதாண்டுகளில் பல முக்கிய வழக்குகளில் மிகச் சிறப்பாகச் செயல்பட்டிருக்கிறார் .

இரண்டு ஆண்டுகளுக்கு முன், புங்குடுத் தீவு மாணவி வித்யா படுகொலை வழக்கிலிருந்த மர்மத்தை, சில்வாவின் புலனாய்வுக் குழு தான் தகர்த்தது. அதற்காக அவரை யாழ்ப்பாணம் நீதிமன்றம் வெளிப்படையாகவே பாராட்டியது ..

பல வழக்குகளில், குற்றஞ்சாட்டப்பட்டவர்கள் சில்வாவைக் குறிவைத்ததுண்டு. அதையடுத்து, அவருக்கு உரிய பாதுகாப்பு ஏற்பாடுகளைச் செய்துகொடுக்கும்படி

இலங்கை மனித உரிமைகள் ஆணயம் உத்தரவிட்டிருந்தது .

கடமை உணர்வு மிக்க நிஷாந்த சில்வா, எந்த இடையூறும் இல்லாமல் தனது பணியைத் தொடர அனுமதிக்கும் விதத்தில், காவல்துறை ஐ.ஜி. பிறப்பித்துள்ள இடமாற்ற உத்தரவை ரத்து செய்ய வேண்டும் என்று டி.ஐ.ஜி.யின் மனுவில் குறிப்பிடப் பட்டிருந்தது.

நிஷாந்த சில்வாவும், மேல் முறையீட்டு மனு ஒன்றை சமர்ப்பித்தார். தன்மீதான நடவடிக்கைக்கு விஜயகுண ரத்னவின் புகாரே காரணம் என்பதைத் தெரிவித்திருந்த அவர், அந்தப் புகார் ஆதாரமற்றது என்பதையும் விவரித்திருந்தார்.

தேசிய போலீஸ் கமிஷன் உடனடியாக அவசரக் கூட்டம் ஒன்றைக் கூட்டியது. மிக முக்கியத்துவம் வாய்ந்த வழக்குகளை விசாரித்து வருகிற சீனியர் அதிகாரியான நிஷாந்த சில்வாவை இடமாற்றம் செய்ய அவசர அவசரமாக உத்தரவிடப் பட்டது ஏன் - என்று உடனடியாக விளக்கம் தருமாறு, காவல்துறை ஐ.ஜி.க்கு உத்தரவிட்டது.

சி.ஐ.டி. பொறுப்பதிகாரி நிஷாந்த சில்வாவுக்கும் விடுதலைப் புலிகளுக்கும் தொடர்பிருப்பதாக முப்படை களின் தலைவர் ரவீந்திர விஜய குணரத்ன முன்வைத்த குற்றச்சாட்டுதான், இந்தப் பிரச்சினையின் தொடக்கம். அந்தக் குற்றச்சாட்டுகள் ஆதாரமற்றவை என்பதை சி.ஐ.டி. விளக்கியபோதே, பிரச்சினை முடிந்துவிட்டது.

குற்றச்சாட்டுகளில் உண்மையில்லை என்பது சி.ஐ.டி. அறிக்கையிலிருந்து தெளிவாகத் தெரிந்தது. பொய்ப்புகாரின் அடிப்படையில் நிஷாந்த சில்வா மீது நடவடிக்கை எடுக்க முடியாது என்பதை, அதிபருக்கு விளக்கினேன். ஆனால், சில்வா மீது நடவடிக்கை எடுத்தாகவேண்டும் என்று அதிபர் மைத்திரிபாலா அவர்கள் கட்டளையிட்டார்

சட்டம் ஒழுங்குத் துறையின் அமைச்சராகவும் அதிபரே இருப்பதால், அவருடைய கட்டளையை என்னால் நிராகரிக்க முடியவில்லை. மிகுந்த தயக்கத்துடன்தான்,

சில்வாவை இடமாற்றம் செய்வதாக உத்தரவு பிறப்பிக்க நேர்ந்தது என்று, தனது விளக்கத்தில் விரிவாகக் குறிப்பிட்டார் ஐ.ஜி. பூஜித ஜெயசுந்தர.

என்ன நடந்தது என்பதை விவரிக்கிற தொனியில் இருக்கிற இந்த விளக்கம், சில்வாவை நீக்கும்படி நெருக்கடி கொடுத்தவர் யார் என்பதை ஊரறிய உலகறிய அம்பலப்படுத்தும் என்பது ஜெயசுந்தரவுக்குத் தெரியும். தெரிந்தே தான் அதிபர் கட்டளையிட்டார் என்று தெளிவாகக் குறிப்பிட்டார். அதிபரின் நேர்மையின்மையைப் பகிரங்கப்படுத்துவது, அரசு அமைப்புகளின் செயல்பாடுகளுக்கு நல்லது என்று அவர் நினைத்தார்.

இவ்வளவு எதிர்ப்புகள் எழுந்த பிறகும், தன்னுடைய நிலையிலிருந்து மைத்திரிபாலா பின்வாங்க மாட்டாரென்றே பலரும் நினைத்தனர். அப்படி நினைத்ததற்கு வலுவான காரணங்கள் இருந்தன.

ரணிலுடன் மோதல், நீதிமன்றத்துடன் முறுகல் என்று ஏகப்பட்ட தலைவலி மைத்திரிக்கு! நிஷாந்த விஷயத்தில் பின்வாங்கினாரென்றால், அதன்பின் வேறெதிலும் அவர் முன் நோக்கிச் செல்ல முடியாது. அதனால் உடும்புப்பிடியை விடமாட்டார் என்றே பரவலாக எதிர்பார்க்கப்பட்டது.

ஆஸ்திரேலியாவிலிருந்து எழுதப்படுகிற ஒரு கடிதம், மைத்திரியின் பிடிவாதத்தைச் சுக்குநூறாகத் தகர்க்கும் என்று கொழும்பு அரசியல் வட்டாரங்களில் எவரும் எதிர்பார்க்கவில்லை.

'**Mr.** President என்று மைத்திரிபாலாவை விளித்து, அவருக்கென்றே பிரத்தியேகமாக எழுதப்பட்டிருந்தது அந்தக் கடிதம்.

மைத்திரிபாலா அதிபரான அதே நாளில் (ஜனவரி 8), அதற்கு சரியாக ஆறு ஆண்டுகளுக்கு முன், படுகொலை செய்யப்பட்ட லசந்த விக்கிரமதுங்கவின் மகள் அகிம்சா விக்கிரமதுங்க அந்தக் கடிதத்தை எழுதியிருந்தாள். அந்த இளம்புயலின் கடிதம், அலரி மாளிகையைப்

பெரும்புயலாகத் தாக்கியது.

"Mr. President . அதிபராகப் பதவியேற்கும்போது, அரசியல் சட்டத்தைக் காப்பாற்றுவேன் - என்று உறுதியெடுத்தீரா? வெள்ளை வேன் குற்றவாளிகளைக் காப்பாற்றுவேன் - என்று உறுதி எடுத்தீரா?"

மைத்திரிபாலாவின் சட்டையைப் பிடித்து உலுக்குவதைப் போலிருந்த அகிம்சாவின் கேள்வி, ஒட்டுமொத்த இலங்கையையும் உலுக்கி விட்டது.

முதலில் இந்தக் கடிதத்தை, நிஷாந்த சில்வாவை இடமாற்றம் செய்யாதீர்கள் என்று உங்களிடம் (அதிபரிடம்) கோரிக்கை வைக்கிற விதத்தில் எழுத நினைத்தேன் .. பின்பு, உங்களை மன்றாடிக் கேட்கிற விதத்தில் எழுத நினைத்தேன்

சில்வாவுக்கு ஆதரவாக இலங்கைக்குள்ளேயே ஓங்கி ஒலிக்கிற குரல்கள், நியாயத்தைக் கேட்க எவரிடமும் கெஞ்சத் தேவையில்லை என்பதை எனக்கு உணர்த்தின ..

நீங்கள் சொன்னதால்தான், சில்வா இடமாற்றம் செய்யப்பட்டிருக்கிறார் என்பது போலீஸ் ஐ.ஜி. மூலம் வெட்டவெளிச்சமாகியிருக்கிறது .

சில்வாவின் இடமாற்ற உத்தரவை யாருக்கோ பிறந்தநாள் பரிசாகத் தர விரும்பியிருக்கிறீர்கள் ஆனால், இது கோதபாய ராஜபக்சவின் பிறந்தநாள் அல்ல, மகிந்த ராஜபக்சவின் பிறந்தநாள்!

என் தந்தையின் வழக்கில் உண்மைக் குற்றவாளிகளை மூடிமறைக்க, வவுனியாவைச் சேர்ந்த 2 தமிழ் இளைஞர்கள் அநியாயத்துக்கு எரித்துக் கொல்லப்பட்ட கொடுமையெல் லாம் நடந்தது. அவர்களது மோட்டார் சைக்கிள் கிரைம் சீனில் திணிக்கப்பட்டது ..

கொலையாளிகளை நிஷாந்த சில்வா குழு நெருங்கிவிட்ட நிலையில், ஒரே இரவில், சி.ஐ.டி.யிடமிருந்து வழக்கு மாற்றப்பட்டது .. திரிபோலி முகாம் மர்மம் மூடிமறைக்கப்பட்டது .

கொலைகாரர்களைக் காப்பாற்றுவதற்காக, ஒரு அப்பாவி வாகன மெக்கானிக், சிறைக்குள்ளேயே கொல்லப்பட்டார் .. இதையெல்லாம் கண்டுபிடித்த சி.ஐ.டி., திரிபோலி ரகசிய ராணுவக் கொலைக் குழுவைப் போலவே, இன்னொரு குழுவும் நடமாடிக் கொண்டிருந்ததை, பிரகீத் ஏக்னலிகொட வழக்கில், கண்டுபிடித்தது .

11 இளைஞர்கள் கடத்திக் கொல்லப்பட்டதில், பிரதான குற்றவாளி, நேவி சம்பத். அந்தக் குற்றவாளிக்குத் தஞ்சம் கொடுத்துப் பொத்திப் பாதுகாத்து வருபவர், பாதுகாப்புப் படையினரின் தலைவர் விஜய குணரத்ன

இந்தக் குற்றவாளிகள்தான், சில்வா என்கிற நேர்மையும் துணிவும் மிக்க அதிகாரிக்குக் களங்கம் கற்பிக்க முயல்கிறார்கள் .. கடமைதவறாத அந்த மனிதருக்கு விடுதலைப் புலிகளின் ஆதரவாளர் என்று முத்திரை குத்தப் பார்க்கின்றனர் .

இப்படியொரு பழி, சில்வா மீது சுமத்தப்படுவதைப் பார்த்து நான் வேதனைப்படுகிறேன் .

ஏனென்றால், அப்பாவையும் இதே மாதிரிதான் களங்கப்படுத்தப் பார்த்தனர். அரசின் முறைகேடுகளை அவர் அம்பலப்படுத்திய போதெல்லாம், எந்த ஆதாரமும் இல்லாமல், விடுதலைப் புலிகளின் ஆள் என்று அப்பா முகத்தில் கரிபூச முயற்சித்தார்கள் . நிஷாந்த சில்வாவுக்கும் அதுதான் நடக்கிறது ..

மிக் போர் விமான பேர ஊழலை அப்பா அம்பலப் படுத்தியபோதும், விடுதலைப் புலிகளின் தூண்டுதலாலேயே இப்படி எழுதுகிறார் என்றார்கள். அந்த விமான பேரத்தில் ஊழல் நடக்கவே இல்லை என்று மறுத்தார்கள். இன்று, அப்பா சொன்னதுதான் உண்மை என்பது நிரூபிக்கப்பட்டு விட்டது.. மிக் பேரத்தில் அரசுப் பணம் கொள்ளையடிக்கப்பட்டிருப்பது அம்பலமாகிவிட்டது

உண்மையை யாராலும் மூடிமறைக்க முடியாது என்பதை அதிபராகிய நீங்கள் புரிந்துகொள்ள வேண்டும்.. ..

நிஷாந்த சில்வா ஒரு தேசியக் கதாநாயகன். அவரை பயங்கரவாதியாகக் காட்டி, அவரது மதிப்பைக் குலைக்க நினைப்பது, உண்மையில் அலரி மாளிகையின் மதிப்பைத்தான் சீர்குலைக்கும்.

வெள்ளை வேன் கடத்தல் பற்றியெல்லாம் பேசித்தான் நீங்கள் அதிபர் ஆனீர்கள். குற்றவாளிகளைக் கண்டு பிடித்துத் தண்டிக்காமல் விடமாட்டோம் என்றீர்கள்.

அந்த வெள்ளை வேன் கடத்தல் விவகாரத்தை நீதிமன்றம் வரை கொண்டுவந்தவர் நிஷாந்த சில்வா. அவரைத் தட்டிக் கொடுக்காமல், அவருக்கு முட்டுக்கட்டை போட முயல்வது என்ன நியாயம்..

நடந்த குற்றங்களுக்கு நீதி கிடைக்க எடுக்கப்படுகிற நடவடிக்கைகளில், நம்முடைய பங்கு, விசாரணைகளை ஊக்குவிப்பதாகத்தான் இருக்க வேண்டும்.. ஊறு விளைவிப்பதாக இருக்கக் கூடாது..

இரண்டே வழிதான் இருக்கிறது இப்போது.

முதல் வழி - சில்வாவின் இடமாற்ற உத்தரவைத் திரும்பப் பெறத் தேவையான நடவடிக்கைகளை நீங்களே எடுப்பது. இதன்மூலம், நீங்கள் செய்த தவறை நீங்களே திருத்திக் கொள்வது.

இதை நீங்கள் செய்யாவிட்டால், அடுத்த வழியை ஏற்பதைத் தவிர வேறு வழியிருக்காது. அது, காவல்துறை ஆணையமோ நீதிமன்றமோ பிறப்பிக்கிற உத்தரவுக்குக் கட்டுப்பட்டு இடமாற்ற உத்தரவை ரத்து செய்வது!

அப்படியொரு நிலையில், குற்றவாளிகளைக் காப்பாற்ற முயன்ற அதிபர் என்கிற அவப்பெயரிலிருந்து நீங்கள் தப்பிக்கவே முடியாது.

இப்படிக்கு,
அகிம்சா விக்கிரமதுங்க
20.11.2018

எதிர்பாராத முனையிலிருந்து இப்படியொரு தாக்குதல் நடக்குமென்று எதிர்பார்க்கவில்லை மைத்திரிபாலா.

அநேகமாக எல்லா செய்தித்தாள்களிலும் அகிம்சாவின் கடிதம் தான் முதல்பக்கச் செய்தி. இலங்கைக்கு ஆறு மணி நேரம் முன்பாகவே ஆஸ்திரேலியாவில் விடிந்துவிடுகிறது. அங்கு நள்ளிரவைத் தாண்டி இருபதாம் தேதி தொடங்கியபோதே அகிம்சா இந்தக் கடிதத்தை இருபதாம் தேதியிட்டு அனுப்பியிருக்க வேண்டும். அப்போது இங்கே மாலை 6 அல்லது 7 மணி தான் இருந்திருக்கும்.

ஆங்கிலம், சிங்களம், தமிழ் என்று கொழும்பிலிருந்து வெளியாகும் அத்தனை நாளிதழ்களும் அதற்காகவே காத்திருந்ததைப் போல முக்கியத்துவம் கொடுத்து அச்சில் ஏற்றியிருக்கின்றன. விழித்து எழுந்ததும் அந்தக் கடிதத்தின் முகத்தில் தான் முழித்திருக்கிறது கொழும்பு.

அகிம்சாவுக்கு 20 அல்லது 21 வயதுதான் இருக்கும். மெல்போர்னில் இருக்கிற தைரியத்தில் Mr. President என்று அழைக்கிறாள். கொழும்பில் இருந்தால், இப்படியெல்லாம் எழுத முடியுமா?

கையும் களவுமாகப் பிடிபட்டுவிட்டவரைப்போல் தவித்த மைத்திரிபாலாவுக்கு ஜெயசுந்தர மீதுதான் கோபம் வந்தது.

போலீஸ் கமிஷனில் தெரிவிக்காமல் மனம்போன போக்கில் இடமாற்றம் செய்யமுடியாது என்றால், அந்தத் தகவலை அதிபரிடம் தெரிவிக்க வேண்டியதுதானே முறை! அப்படி ஒரு நடைமுறை இருப்பது நிச்சயமாக ஜெயசுந்தரவுக்கு தெரிந்திருக்கும் என்று நினைத்தார் மைத்திரி. திட்டமிட்டே தன்னிடம் அதை மறைத்திருக்கிறான் என்று தோன்றியது.

இன்னொருபுறம், தனிப்பட்ட முறையில் பேசியதை, ஊரறிய அவன் சொல்லியிருப்பது அதிர்ச்சி அளித்தது. அதிபர்தான் கட்டளையிட்டார் என்று வெளிப்படை யாகத் தெரிவிப்பது என்ன நியாயம்? எவ்வளவு பெரிய நம்பிக்கைத் துரோகம்!

இப்படிப்பட்ட அதிகாரிகளை வைத்துக் கொண்டு

நாட்டை எப்படிக் காப்பாற்ற முடியும்? முன்னெந்த சந்தர்ப்பத்திலும் இல்லாத அளவுக்கு அதிதீவிர கவலையில் ஆழ்ந்தார் அதிபர் மைத்திரிபாலா சிறிசேனா.

இருபதாம் தேதி காலையிலேயே, சில்வாவுக்கு வழங்கப்பட்ட இடமாற்றல் உத்தரவு ரத்து செய்யப்படு வதாக அறிவித்து விட்டது தேசிய போலீஸ் ஆணையம்.

ஏற்கெனவே மேற்கொண்டிருந்த முக்கிய வழக்குகளின் புலனாய்வை சில்வா தொடரும் விதத்தில் மறு உத்தரவு பிறப்பிக்குமாறு, ஐ.ஜி.க்கு உத்தரவிட்டது.

ஐ.ஜி.க்கு அது எளிதாக இருந்தது. பக்கம் பக்கமாக எழுத வேண்டியதில்லை என்பதால், அந்த நான்கைந்து வரி உத்தரவை உடனடியாக டிக்டேட் செய்தார்.

உங்களுக்கு வழங்கப்பட்ட பணியிடமாற்ற உத்தரவு திரும்பப் பெறப்படுகிறது என்று தொடங்கிய அந்த உத்தரவை டைப் செய்த அலுவலக உதவியாளர், அதில் ஜெயசுந்தரவிடம் கையெழுத்து வாங்க வந்தபோது, அவர் அகிம்சாவின் கடிதத்தை ஐந்தாவது முறையாகப் படித்துக் கொண்டிருந்தார்.

லசந்தவின் எழுத்துக்காகவே சன்டே லீடரைப் படித்தவர் ஜெயசுந்தர. அவர் என்றில்லை. கொழும்பி லிருந்த உயரதிகாரிகள் பலரும் லசந்தவின் வாசகர்கள். அகிம்சாவின் எழுத்து நடை, அப்படியே அவளது தந்தையை நினைவுபடுத்தியது.

"If you try to stand in the way of justice for my father and other vitims, you will fail......."

கடிதத்தின் கடைசி வார்த்தைகள் ஜெயசுந்தரவை மிகவும் கவர்ந்தன.

நீதிக்குக் குறுக்கே நின்றால் தோற்றுவிடுவாய் - என்கிற அகிம்சாவின் சாபம் இப்போதே பலிக்கத் தொடங்கி யிருந்தது. 48 மணி நேரத்துக்குள் தான் போட்ட உத்தரவைத் தானே திரும்பப் பெறுகிறாரென்றால், அதிபர் தோற்றுவிட் டார் என்றுதானே அர்த்தம்! மைத்திரிபாலா தோல்வியின்

விளிம்புக்கு வந்துவிட்டார் என்று தோன்றியது. உத்தரவு நகலை வாங்கிப் படித்துப் பார்த்தார் ஜெயசுந்தர.

உத்தரவுத் தேதி, இரண்டு இடங்களில் குறிப்பிடப் பட்டிருந்தது. இரண்டிலுமே, 2018 நவம்பர் 19 என்கிற நேற்றைய தேதி. அகிம்சா கடிதம் எழுதும் முன்பே உத்தரவு பிறப்பிக்கப்பட்டு விட்டதாகக் காட்டிக் கொள்கிறார்களாம் .. ஜெயசுந்தரவுக்கு சிரிப்பு வந்தது. அதை மறைத்தபடியே கையெழுத்திட்டார்.

ஜெயசுந்தரவின் கையெழுத்துக்குக் கீழ், அவரது அலுவலக முத்திரை பொறிக்கப்பட்டு, நிஷாந்த சில்வாவுக்கு அனுப்பிவைக்கப்பட்டது.

"வீட்டையே அதிரச் செய்வதைப் போல் ஒலிக்கும் உன் சிரிப்பும், குழந்தைகளுடன் விளையாடும் போது நீ எழுப்பும் குரலும், எங்கள் செவிகளில் இன்னும் எதிரொலித்துக் கொண்டேயிருக்கிறது ..

குழந்தைகள் உன்னை மறக்கவேயில்லை

உம்மாவின் அலைபேசி ஒலிக்கும்போதெல்லாம் சின்னவன் தாஜு மாமா என்கிறான் ..

தாஜு மாமா அல்லாஹ்விடம் போய்விட்டார் - என்று அவனிடம் சொல்வதற்குள் அத்தனைப்பேரும் உடைந்து விடுகிறோம்"...

செய்தித்தாளில் தாஜுதீன் குடும்பத்தினர் கொடுத்திருந்த விளம்பரத்தின் பேப்பர் கட்டிங் சில்வாவின் கையில் இருந்தது.

இது சென்ற ஆண்டு மே 17ம் தேதி கொடுக்கப் பட்டிருந்த விளம்பரம் என்றான் சிசிரா.

லசந்த குடும்பத்திலிருந்து எழுத அகிம்சா இருக்கிறாளென்றால், தாஜுதீன் குடும்பத்திலும் அப்படி எழுத யாரோ இருக்கிறார்கள். ஒருவேளை அவனது சகோதரி ஆயிஷாவாக இருக்கலாம். மிகவும் துணிச்சலான பல் மருத்துவர். பத்திரிகையாளர்கள் கேட்டால் ரத்தினச் சுருக்கமாக பதில் சொல்லத் தெரிந்த பெண்.

அங்கே அகிம்சா

இங்கே ஆயிஷா, சந்தியா.

இவர்களுக்கெல்லாம் நீதி கிடைத்தே ஆகவேண்டும் அதைப் பெறுவதற்குள் எத்தனைத் தடைகள் எத்தனை இழுத்தடிப்புகள்.

2015 தொடக்கத்திலேயே கையில் எடுத்த வழக்குகள். 2015, 2016, 2017, 2018 .. முழுமையாக 4 ஆண்டுகள் முடிவடையப் போகிறது. வழக்குகள் முடிவடையவில்லை.

இந்த வேகம் போதாது இன்னும் வேகமாகப் போகவேண்டுமென்று தோன்றியது சில்வாவுக்கு!

தாஜுதீன் வழக்கை விசாரித்த மாஜிஸ்திரேட் நிஷாந்த பியரீஸ், இந்தப் பொறுப்பிலிருந்து விடுவிக்கப்படுவதற்கு முன், சீக்கிரமாக குற்றவாளிகளைக் கைது செய்யுங்கள் என்றார். தான் அந்தப் பொறுப்பில் இருக்கிறபோதே அந்த வழக்கு முடிவடைய வேண்டும் என்று மனப்பூர்வமாக நினைத்த மனிதர். அவர் போய் அடுத்த மாஜிஸ்திரேட்டும் வந்தாகிவிட்டது

இடமாற்ற உத்தரவெல்லாம் சில்வாவுக்குக் கவலையளிக்கவில்லை.

இந்தத் தாமதம் தான் கவலையளித்தது.

தாமதமாகக் கிடைக்கிற நீதி, மறுக்கப்படுகிற நீதி ..

சில்வாவின் முகத்தில் கவலை ரேகைகள் படர்ந்தன.

ஐ.ஜி. அலுவலகத்திலிருந்து வந்திருந்த காவலர், தான் கொண்டுவந்த கடிதத்தைக் கொடுக்க, கவலையிலிருந்து விடுபடாமலேயே அதை வாங்கிக் கொண்டார்.

இடமாற்ற உத்தரவு திரும்பப் பெறப்படுவதாகக் குறிப்பிடும் அந்தக் கடிதத்தைப் படித்தபிறகும், அவரது முகபாவம் மாறவில்லை.

வாழ்த்து சொன்ன சிசிராவிடம், இதையெல்லாம் வழக்கு முடிந்தபிறகு சொல் என்றார்.

எதிரி எப்போது பயப்படத் தொடங்கிவிட்டானோ, அப்போதே நாம் ஜெயித்துவிட்டதாகத் தானே அர்த்தம்

என்றான் சிசிரா.

இல்லை என்று மறுத்தார் சில்வா.

'எதிரி பயப்படத் தொடங்கவில்லை சிசிரா பயமுறுத்தத் தொடங்கியிருக்கிறான்' என்றார்.

சில்வா சொன்னது உண்மைதானென்றாலும், சிசிரா சொன்னதிலும் உண்மையிருந்தது. குற்றவாளிகள் பயப்படத் தொடங்கியிருந்தனர்.

குறிப்பிட்டுச் சொல்ல வேண்டுமென்றால், சில்வாவைப் பழிவாங்க முயன்று தோல்வி கண்டிருக்கும், பாதுகாப்புப் படைகளின் தலைவன் விஜயகுணரத்ன.

11 இளைஞர்கள் கடத்திக் கொல்லப்பட்ட வழக்கில் பிரதானக் குற்றவாளி நேவி சம்பத்துக்கு அடைக்கலம் கொடுத்து மறைத்து வைத்திருப்பவன், குணரத்ன. இவன் தான் அவனுக்கு அடைக்கலம் கொடுக்கிறான் என்பதை ஆதாரங்களுடன் நீதிமன்றத்தில் சி.ஐ.டி. நிரூபித்தபிறகு, இரண்டு முறை அவனுக்கு கைது வாரண்ட் பிறப்பிக்கப்பட்டது.

மூன்றாவது முறையாக கைது வாரண்ட் பிறப்பித்த போது, நீதிபதியே பொறுமையிழந்துவிட்டார். அவனைக் கைது செய்ய 2 வாரம் கெடு விதித்த மாஜிஸ்டிரேட், இரண்டு வாரங்களுக்குள் கைது செய்ய முடியாவிட்டால், நீதிமன்றத்தின் உத்தரவை நிறைவேற்ற முடியாதது ஏன் என்று சி.ஐ.டி. அறிக்கை தரவேண்டும் என்றார். அந்தக் கெடு ஆறேழு நாளில் முடிவடைய இருக்கிறது.

தான் நீதிமன்றத்தில் சரணடையும்போது, சில்வா பொறுப்பதிகாரியாக இருக்கக் கூடாது என்று நினைத்தான் குணரத்ன. அதற்காகத் தலைகீழாக நின்றான். ஆனால், சில்வாவை ஒன்றும் செய்யமுடியவில்லை.

எவ்வளவோ பேரைப் பழிவாங்கப் பயன்பட்ட ஆயுதம் விடுதலைப் புலிகளின் ஏஜென்ட் என்பது! சில்வா விஷயத்தில் அதுவும் பயன்படவில்லை.

சில்வா இவ்வளவு திமிரோடு செயல்படுவதற்குக்

காரணம், கடற்படையிலேயே தன்னைக் காட்டிக் கொடுக்கிற துரோகிகள் தான் என்பது குணரத்னவுக்குத் தெரியும். தான் கடற்படைத் தளபதியாக இருந்தபோதே அவர்களைத் தொலைத்துக் கட்டியிருக்க வேண்டுமென்று இப்போது தோன்றியது.

11 இளைஞர்களின் உடல்களைக் கூட கண்டுபிடிக்க முடியாதவர்களால், இவர்களை மட்டும் கண்டுபிடித்திருக்க முடியுமா? புலிகள் கடத்தி விட்டனர் - என்று சொல்லிவிட்டு மற்ற வேலைகளைப் பார்த்திருக்கலாம்.

இவர்கள் சொல்லாமல், சம்பத் எங்கேயிருக்கிறான் என்பது எப்படி சில்வாவுக்குத் தெரியும்? அது தொடர்பான ஆதாரங்கள் எப்படி அவனுக்குக் கிடைத்திருக்கும்? கோபத்தில் கொந்தளித்துக் கொண்டிருந்தான் குணரத்ன.

கோபத்தின் உச்சியில் குணரத்ன இருந்த அந்த நொடியில்தான், அவனது அலைபேசி ஒலித்தது. லக்சிறி கலகமகே கடற்படைத் தலைமையக உணவகத்துக்கு (மெஸ்) வந்திருக்கிறான் - என்றது அந்த அவசரத் தகவல். நானே வருகிறேன் . வெளியே போய்விடாதபடி பார்த்துக் கொள்ளுங்கள் என்று உத்தரவிட்ட குணரத்ன அவசர அவசரமாக தனது மெய்க்காவலர்களுடன் புறப்பட்டான்.

லக்சிறி தான், 11 இளைஞர் படுகொலையில் நேவி சம்பத்துக்கு இருந்த தொடர்பை, சி.ஐ.டி.க்குத் தெரிவித்தவன்.

அன்று ஞாயிற்றுக் கிழமை. நவம்பர் 25ம் தேதி. விடுமுறை நாள் என்பதால்தான், துணிந்து உணவகத்துக்கு வந்தான் லக்சிறி கலகமகே. மற்ற நாட்களில், குணரத்னவின் கைத்தடிகள் நடமாட்டம் அதிகம் என்பது அவனுக்குத் தெரியும்.

சாப்பிட்டுக் கொண்டிருந்த லக்சிறி, வெளியே வாகனங்கள் வந்து நிற்கிற சத்தம் கேட்டு, சந்தேகத்துடன் வெளியே வந்தான். குணரத்னவைப் பார்த்ததும், அங்கிருந்து தப்பி ஓட முயன்றான். குணரத்ன இவனைப் பிடிக்க ஓடிவர, அவனது அடியாட்களில் ஒருவன்

துப்பாக்கி முனையில் மடக்க, துப்பாக்கியைத் தட்டிவிட்டு விட்டு வெளியே ஓடினான் லக்சிறி.

ஓடிய வேகத்தில் தன் அலைபேசி கீழே விழுந்ததைக் கூட அவன் கவனிக்கவில்லை.

கோட்டை காவல்நிலையத்துக்குச் சென்ற லக்சிறி, தன்னைக் கொலை செய்ய குணரத்னவின் அடியாட்கள் முயற்சித்ததாகப் புகார் கொடுத்தான்.

அவன் கோட்டை காவல் நிலையத்தில் இருப்பதாகத் தெரியவந்த உடனேயே, அவனிடம் புகார் எதையும் வாங்கக் கூடாதென்று குணரத்ன காவல்துறையை மிரட்டினான். அவன் கொடுத்த அழுத்தத்தை மீறி, லக்சிறியின் புகாரைப் பதிவு செய்த காவல்துறை அதிகாரிகள், நேரில் விசாரிக்க, கடற்படைத் தலைமையகத்துக்கு வந்தனர்.

குணரத்னவின் ஆதரவாளர்கள், காவல்துறையை உள்ளே விட மறுத்தனர். போலீஸ் விசாரணைக்குக் கடும் எதிர்ப்பு தெரிவித்தனர். கடற்படை ரவுடிகளைப் பற்றி காவல்துறைக்கு நன்றாகத் தெரியுமென்பதால், மோதலைத் தவிர்க்க நினைத்து, திரும்பிச் சென்றனர்.

என்றாலும், கோட்டை காவல் நிலையத்தில் கொடுத்த புகாரை லக்சிறி திரும்பப் பெறவில்லை.

நவம்பர் 28ம் தேதி, சில்வாவின் இடமாற்ற உத்தரவு ரத்து செய்யப்பட்ட எட்டாவது நாள், குணரத்ன நீதிமன்றத்தில் சரணடைய இருப்பதாக செய்தி பரவியது. கோட்டை நீதிமன்றத்தின் முன் செய்தியாளர்கள் குவிந்திருந்தனர். அவர்களைக் காட்டிலும் அதிக அளவில் திரண்டிருந்தனர், கடற்படை ரவுடிகள். புகைப்படம் எடுக்கக் கூடாது, கேள்வி கேட்கக் கூடாது என்றெல்லாம் பத்திரிகையாளர்களை மிரட்டிக் கொண்டிருந்தனர்.

தன்னுடைய பதவி, பொறுப்பு, அந்தஸ்து பற்றியெல்லாம் கவலையே படாமல், தன்னையும் ஒரு ரவுடியாகக் காட்டிக்கொள்வதிலேயே அதிக அக்கறை எடுத்துக் கொள்பவன் குணரத்ன. அன்றும் அப்படித்தான்

வந்து சேர்ந்தான். அவனைப் புகைப்படம் எடுக்க முயன்ற செய்தியாளர்களுக்கும், குணரத்னவின் அடியாட்களுக்கும் இடையே தள்ளுமுள்ளு, கைகலப்பெல்லாம் நடப்பதை ரசித்துப் பார்த்தான்.

மாஜிஸ்திரேட் தன்னை ரிமாண்ட் செய்வாரென்று குணரத்ன எதிர்பார்க்கவில்லை. சில்வாவுக்கு எதிரான அனைத்து அஸ்திரங்களும் பயனற்றுப் போனதையடுத்து, பின்வாங்குவதைப் போல ஒரு தோற்றத்தை உருவாக்கி விட்டு சந்தர்ப்பம் கிடைக்கும் போது ஏறிமிதிப்பதென்ற தீர்மானத்துடன்தான் வந்திருந்தான்.

இரண்டு வாரம் ரிமாண்ட் செய்யப்படுவதாக மாஜிஸ்திரேட் அறிவித்தபோது ஏற்பட்ட அதிர்ச்சியை குணரத்னவால் மறைக்க முடியவில்லை. இன்னும் ஒருமாதத்தில், பாகிஸ்தானின் மிக உயர்ந்த ராணுவ விருது அவனுக்கு வழங்கப்பட இருந்தது. அதை வாங்குவதற்காக இஸ்லாமாபாத் போகவேண்டிய நிலையில், இந்த ரிமாண்ட் எரிச்சலை ஏற்படுத்தியது.

போர்க் கதாநாயகனான தன்னை நாடு நடத்துகிற விதத்தைப் பார்த்தபோது, சிறிலங்கா உருப்படவே உருப்படாது என்று சபிக்கத் தோன்றியது.

நீதிமன்றத்திலிருந்து வெளியேறும் போது, சி.ஐ.டி. அதிகாரிகளை அவன் பார்த்த பார்வையில், தீப்பொறி பறந்தது. ரிமாண்ட் உத்தரவால், மேலதிகக் கொதிப்புக்கு உள்ளாகியிருந்த அவனது ஆதரவாளர்கள், செய்தியாளர் களிடம் அந்தக் கோபத்தைக் காட்டிக் கொண்டிருந்தனர்.

நிஷாந்த சில்வா மீது, ராஜபக்சக்களின் தரப்பிலிருந்து அடுத்த அதிரடித் தாக்குதல் ஆரம்பித்தது.

சில்வா விடுதலைப் புலிகளின் கைக்கூலி - என்றவர்கள், இன்னும் ஒருபடி மேலேபோய், நிஷாந்த சில்வா சிங்களர் இல்லை.. அவர் தமிழர் அவரது உண்மையான பெயர், அட்ரியன் நிஷாந்த டி சில்வா கந்தப்பா ..! தமிழர் என்பதால்தான் போர்க் கதாநாயகர்களான

ராணுவத்தினரையும் கடற்படையினரையும் பழிவாங்கத் துடிக்கிறார் என்று பிரஸ் மீட் நடத்தி விளக்கிக் கொண்டிருந்தனர்.

ஊடகங்கள் சுவாரஸ்யமாகிவிட்டன. யானைப் பசிக்கு சோளப்பொறி - என்கிறமாதிரி, இதெல்லாம் அவர்களுக்கு நொறுக்குத் தீனி! பாக்ஸ் ஐட்டத்துக்குத் தோதான செய்தி. தமிழ்நாட்டில் ரஜினிகாந்தைத் தெரியும் அவர்களுக்கு! அதனால் படையப்பாவைத் தெரியும். அதைப் போலவே ஒலிக்கிறது என்பதால், கந்தப்பா என்கிற பெயர் அவர்களுக்குப் பிடித்துவிட்டது.

நிஷாந்த சில்வா தமிழரா கந்தப்பாவா, சில்வாவா என்றெல்லாம் பரபரப்புத் தலைப்புகொடுத்து, சில்வாவின் சிங்களப் பெற்றோர் பற்றியும், அவர்களது ராணுவச் சேவை பற்றியும் செய்தி வெளியிட்டு, ராஜபக்ச ஆதரவாளர்களின் மானத்தை வாங்கிக் கொண்டிருந்தனர்.

சில்வா இதையெல்லாம் காதில் வாங்கிக் கொள்ளவேயில்லை. சொல்லப்போனால், குணரத்ன ரிமாண்ட் செய்யப்பட்டது கூட, பெரிய விஷயமாகத் தெரியவில்லை இப்போது!

தாஜுதீன் வழக்கை விசாரிக்கும் மாஜிஸ்திரேட் சொன்னதில் உள்ளர்த்தம் ஏதாவது இருக்கிறதோ என்கிற கவலைதான் அவரை அரித்துக் கொண்டே இருந்தது.

ஏற்கெனவே, இன்னும் எவ்வளவு காலம்தான் அவர்களைச் சிறையிலேயே வைத்துக் கொண்டிருப்பீர்கள் என்று கேட்ட மைத்திரிபாலாவுக்குப் பயந்து, ரிமாண்ட் செய்யப்பட்ட சந்தேக நபர்களை நீதிமன்றம் பிணையில் விடுவித்திருக்கிறது. அவர்களில் யாரும் இப்போது சிறையில் இல்லை.

இப்படியொரு நிலையில் சென்ற வாரம் நடந்த விசாரணையின்போது, மாஜிஸ்திரேட்டின் அறிவிப்பு ஆச்சரியத்தை ஏற்படுத்தியது.

விசாரணைக் கைதிகளாக ரிமாண்ட்

செய்யப்பட்டவர்கள் அனைவருமே, தடயங்களை மறைக்க முயற்சி செய்தவர்கள் தான் ..! இதுவரை, அவர்களைத் தான் கைது செய்திருக்கிறீர்கள். உண்மையான குற்றவாளிகளைக் கண்டுபிடித்து நீதிமன்றத்தில் நிறுத்துங்கள் என்று நீதிமன்றம் சொன்னதற்கு என்ன பொருள் என்பதைப் புரிந்துகொள்ள முடியவில்லை.

நடந்தது கொலைதான் என்று இதற்கு முன் இருந்த மாஜிஸ்திரேட் நீதிமன்றத்திலேயே அறிவித்தார். இப்போதுள்ள மாஜிஸ்திரேட், இவர்கள் தடயங்களை மறைக்க முயன்றார்கள் என்பதை ஒப்புக்கொள்கிறார். தடயங்களை மறைக்க முயல்பவர்களுக்கு, உண்மையான குற்றவாளி யாரென்பது தெரியாமலிருக்குமா? தடயங்களை மறைத்தவர்கள், உண்மையான குற்றவாளிகள் யாரென்பதை மூடிமறைக்கிறார்களே. அதை ஏன் மாஜிஸ்திரேட் சுட்டிக்காட்டவில்லை.

கேள்விகளும் சந்தேகங்களும் எழுந்தாலும், சரியான பாதையில்தான் வழக்கு நகர்கிறது என்கிற நம்பிக்கை, சில்வாவின் கவலைக்கு மருந்தாக அமைந்திருந்தது.

தனது இடமாற்ற உத்தரவு ரத்து செய்யப்பட்ட வேகத்தில், விஜய குணரத்ன சரணடைந்தது. குற்றவாளிகளை பீதியடைய வைத்திருப்பதை சில்வா பார்த்துக் கொண்டுதான் இருந்தார்.

தன் பெயரைக் குறிப்பிட விரும்பாத ராணுவப் புலனாய்வுப் பிரிவு அதிகாரி ஒருவர், சமூக ஊடகம் ஒன்றில் தன்னுடைய வேதனையைப் பகிரங்கமாகப் பதிவு செய்திருந்தார்.

சமீபத்திய நெருக்கடிகள் மற்றும் அழுத்தங்களாலும், தொடர்ச்சியான வழக்குகள் மற்றும் விசாரணைகளாலும் ராணுவப் புலனாய்வுப் பிரிவு நிலைகுலைந்து போயிருக்கிறது. போரில் எங்கள் பங்களிப்பை ஒருவரும் புரிந்துகொண்டதாகத் தெரியவில்லை. இதையெல்லாம் பார்க்கிறபோது கவலையாக இருக்கிறது என்று அவர்

வருத்தத்தோடு குறிப்பிட்டிருந்தார்.

மறுநாளே, அவரது கவலை நியாயமற்றது என்பதை வாசகர் ஒருவர் சுட்டிக் காட்டினார். போர்க் கதாநாயகர்கள் என்கிற போர்வைக்குள் கொலைகாரர்களும் கொள்ளைக்காரர்களும் ஒளிந்துகொள்வதை வேடிக்கை பார்த்துக் கொண்டிருக்கச் சொல்கிறீர்களா என்று திருப்பிக் கேட்டார் அவர்.

பல்வேறு ஊடகங்களில் இந்த விவாதம் தொடர்ந்து கொண்டிருந்தது.

டிசம்பர் 16-ம் தேதி (16.12.2018) இலங்கையின் 51 நாள் அரசியல் நெருக்கடி முடிவுக்கு வந்தது. இன்னொரு அவமானத்தைச் சந்தித்தார் அதிபர் மைத்திரி.

அக்டோபர் 26ம் தேதி, பிரதமர் பதவியிலிருந்து ரணிலை நீக்கிவிட்டு, ராஜபக்சவைப் பிரதமராக நியமித்தார் மைத்திரி. அதைத் தொடர்ந்து, நாடாளுமன்றத்தைக் கலைப்ப தாக அறிவித்தார். அதிபரின் இந்த நடவடிக்கை கள் அரசியல் சட்டத்துக்கு முரணானவை என்கிற உச்சநீதி மன்றத் தீர்ப்பையடுத்து, ரணில் மீண்டும் பிரதமரானார்.

ரணில் மீண்டும் பிரதமரானால், ஒரே ஒரு மணி நேரம் கூட ஜனாதிபதி நாற்காலியில் இருக்கமாட்டேன் என்கிற வீர வசனத்தை மைத்திரிபாலா பேசி ஒரு மாதம்கூட ஆகவில்லை. ரணிலுக்குப் பதவிப் பிரமாணம் செய்து வைத்துவிட்டு, கூச்சமேயில்லாமல் அந்த நாற்காலியில் போய் உட்கார்ந்து கொண்டார் மாஜி கிராம சேவகர்.

அவமானத்தை வெளிக்காட்டிக் கொள்ளாமலிருக்க, பதவியேற்பு நிகழ்ச்சியில் கோபாவேசமாகப் பேசினார் மைத்திரிபாலா.

ரணில் விக்கிரமதுங்க அரசாங்கம், போர்க்குற்றம் மற்றும் இனப்படுகொலைக் குற்றச்சாட்டுகளுக்கு அதிக முக்கியத்துவம் தருகிறது .. அவற்றை ஊக்குவிக்கிறது .

படையினரைக் காட்டிக் கொடுக்கவும், அவர்களைக் குற்றவாளிக் கூண்டில் நிறுத்தவும் துடிக்கிறது என்று கடுமையாகச் சாடினார் மைத்திரிபாலா.

இப்படியெல்லாம் கோபாவேசமாகப் பேசுவதன் மூலம், மகிந்தனையும் கோதபாயவையும் குளிர்விக்க முடியும் என்று அவர் நம்பினார்.

ஆனால், பிரதமர் கனவு கலைந்துவிட்ட கடுப்பில் இருந்த மகிந்தன், யாராலும் எதனாலும் குளிர்விக்க முடியாத அளவுக்குக் கொந்தளிப்பில் இருந்தான். தன் கண்ணெதிரில் ரணில் மீண்டும் பிரதமர் பொறுப்பை ஏற்கிற கொடுமையை அவனால் தாங்கிக் கொள்ள முடியவில்லை.

வெள்ளைக் கொடியுடன் வந்தவர்களைச் சுட்டுக் கொல்லும்படி ராணுவத்துக்கு உத்தரவிட்டது கோதபாய ராஜபக்ச தான் என்கிற ரகசியத்தை முதல்முதலாகப் போட்டு உடைத்தவர், இலங்கை ராணுவத்தின் முன்னாள் தளபதியான சரத் பொன்சேகா.

இதற்காக பொன்சேகா மீது கடும் தாக்குதல் தொடுத் தான் கோதபாய. அவரது ராணுவப் பட்டங்கள், பதவிகள், அந்தஸ்து அனைத்தும், ஏதேதோ வழக்குகளைக் காட்டி, ஒரே இரவில் பறிக்கப்பட்டன.

போர்க் குற்றச்சாட்டுகள் தொடர்பாக, தேவையில்லா மல் எதையாவது உளறிக் கொண்டிருந்தால், சரத் பொன் சேகாவைத் தூக்கில் தொங்கவிட்டு விடுவேன் என்று பகிரங்கமாக எச்சரித்தான் கோதபாய.

இதைப் பற்றியெல்லாம் பொன்சேகா பேசவே கூடாது. அந்த நேரத்தில் படைக்குத் தலைமை தாங்கிய ஒருவர் இப்படிப் பேசுவது தேசத்துரோகம் தொடர்ந்து இப்படிப் பேசினாரென்றால், தூக்கிலிடுவதைத் தவிர வேறு வழியிருக்காது சரத்பொன்சேகா ஒரு பொய்யர் புளுகர். என்று கோதபாய இருமியதை மைத்திரி மறக்கவேயில்லை.

பிரதமராக மீண்டும் பொறுப்பேற்ற ரணில், அமைச்சர்கள் பட்டியலை மைத்திரியிடம் கொடுத்தபோது,

அதில், சரத் பொன்சேகா பெயரும் இருந்தது. மைத்திரி அதை நீக்கிவிட்டார். பொன்சேகாவை நாட்டின் முதல் பீல்டு மார்ஷலாக அறிவித்த அதே மைத்திரி, அவர் மீண்டும் அமைச்சராக முட்டுக்கட்டை போட்டார்.

கோதபாயவைப் பற்றி மைத்திரிக்கு நன்றாகத் தெரியும். மகா மூர்க்கன். சரத்தை அமைச்சராக்குவதன் மூலம் அவனது கோபத்தைக் கிளறிவிட்டுவிடக் கூடாது என்பது மட்டுமே அவரது கவலையாக இருந்தது.

கோதபாயவை ஹிட்லர் என்றே சில ஊடகங்கள் குறிப்பிடுவதைக் குறித்து, பாரம்பரிய பௌத்த மடமான அஸ்கிரிய பீடத்தின் தலைவர் வெடருவவெ உபாலி தேரர் கவலைப்படாததைப் போலவே, மைத்திரியும் கவலைப்படவில்லை.

அவர்கள் உன்னை ஹிட்லர் என்று அழைத்தால், கோபப்படாதே! அப்படியே அதை ஏற்றுக்கொள்! நாட்டை முன்னேற்றப்பாதையில் நடத்திச் செல்ல, ஹிட்லராகவே இரு என்று அண்மையில் வாழ்த்தியிருந்தார் தேரர்.

கோதபாய ஹிட்லராகவே இருப்பதில் மைத்திரிக்கும் எந்த ஆட்சேபமும் இல்லை. அவன் அதிபராகிவிடக் கூடாது என்பதில் மட்டும்தான் கவனம் செலுத்தினார்.

லசந்த விக்கிரமதுங்கவின் பத்தாவது நினைவுநாளான, 2019 ஜனவரி 8ம் தேதி, கனேட்டே கல்லறையில் பெருந்திரளான பத்திரிகையாளர்கள், நண்பர்கள் திரண்டனர். கண்ணீர் மல்க அவரை நினைவுகூர்ந்தனர். பத்து ஆண்டுகளாகக் குற்றவாளிகளைத் தப்பிக்க வைப்பது யார் என்கிற கேள்வி அவர்களுக்குள் கனலாகக் கொதித்தது.

தம்பியின் மரணத்துக்கு இன்னும் நியாயம் கிடைக்காத உள்ளக் குமுறலுடன் தம்பியின் கல்லறையின் அருகில் நின்றிருந்தார், அண்ணன் லால் விக்கிரமதுங்க.

ஆறு ஆண்டுகளாக TID (பயங்கரவாதிகள் தொடர்பான புலனாய்வுப்பிரிவு) முடக்கிவைத்திருந்த வழக்கை உடைத்து, வேக வேகமாக முன்னேறியது, சி.ஐ.டி.!

தடயங்களும் ஆதாரங்களும் அழிக்கப்பட்டிருப்பதையெல்லாம் தேடிப் பிடித்துத் தெரிந்துகொண்டிருக்கும் சி.ஐ.டி.க்கு, லசந்தவைக் கொல்ல உத்தரவிட்டது யார் என்பது நிச்சயமாகத் தெரிந்திருக்கும்.

அதனால்தான் சி.ஐ.டி.க்கு முட்டுக்கட்டை போட முயற்சி நடக்கிறது. சி.ஐ.டி.யைச் சுதந்திரமாக இயங்க விட வேண்டும் எந்தத் தாமதமும் இல்லாமல் மேல் நடவடிக்கைகளை எடுக்க நிஷாந்த சில்வாவின் குழுவை அனுமதிக்க வேண்டும்

என்றார் லால் விக்கிரமதுங்க.

இந்த விஷயத்தில் நாடு ஒரு பேராபத்தை எதிர் கொண்டிருப்பதையும் கவலையோடு சுட்டிக்காட்டினார் லால்.

இதற்குப் பிறகும் லசந்த வழக்கில் தீர்வு கிடைக்காவிட்டால், குற்றவாளி அதிபராகவோ பிரதமராகவோ ஆகிவிடக் கூடிய அபாயம் இருக்கிறது என்று எச்சரித்தார், லால்.

அதே நாளில், தன் தந்தையின் படுகொலையை நினைவு கூர்ந்து அகிம்சா எழுதியிருந்த கட்டுரை, கொழும்பு பத்திரிகைகள் அனைத்திலும் வெளிவந்திருந்தது.

அவர்கள் என் அப்பாவுக்கு என்ன செய்தார்கள். ஏன் செய்தார்கள்..

என்கிற அந்தக் கட்டுரை, அந்தக் கொலை நடப்பதற்கு சற்றுமுன் அவரை வழியனுப்பிய சிறுமி அகிம்சாவின் பார்வையில், நெஞ்சம் நெக்குருக எழுதப்பட்டிருந்தது. கூடவே, ஒரு கொலைவழக்கை எப்படியெல்லாம் மூடி மறைக்க முயற்சிக்கிறார்கள் என்பதைத் தன் தந்தைக்கே உரிய புலனாய்வுப் பார்வையோடு எழுதியிருந்தாள் அகிம்சா.

அப்பா உள்ளிட்ட பத்திரிகையாளர்கள் மற்றும் 11 இளைஞர்கள் கொலை, கடத்தல், தாக்குதல் தொடர்பாக ராணுவப் புலனாய்வுப் பிரிவைச் சேர்ந்த சுமார் 20 பேர் இதுவரை கைது செய்யப்பட்டுள்ளனர் அவர்களில் எவரும் இதுவரை தண்டிக்கப்படவில்லை. 10 ஆண்டுகளாக அரசு

அவர்களைப் பாதுகாக்கிறது .

இதற்கு அடிப்படையான மிக் பேர ஊழல் குறித்து அப்பா எழுதியது இப்போது நிரூபிக்கப்பட்டு விட்டது . எனக்கு இதைப்பற்றியெல்லாம் கவலையில்லை என்கிறார் கோதபாய . நான் கவலைப்படுகிறேன் ..

ஒரு கைதேர்ந்த எழுத்தாளரின் கட்டுரையைப் போல் நேர்த்தியாக இருந்த அகிம்சாவின் கட்டுரைதான் அந்த நாளின் ஹைலைட். குற்றவாளிகளின் இதயத்தையும் துளைக்கிற அளவுக்குக் கூர்மையாக இருந்தது அது.

அகிம்சாவின் கட்டுரை எழுப்பிய கேள்விகளை, கோதபாய ராஜபக்சவால் தவிர்க்க முடியவில்லை. பத்தே நாளில் பேசினான் அவன்.

அப்பாவைக் கொன்றது யாரென்பதைத் தெரிந்துகொள்ள அகிம்சா விரும்பினால், கொழும்பு வந்து என்னைச் சந்திக்கச் சொல்லுங்கள் என்ன நடந்தது, யார் செய்ததென்று நான் சொல்கிறேன் என்றான், தன்னுடைய வழக்கமான திமிரோடு!

உடனடியாக, தன்னைக் காட்டிலும் ஐம்பது வயது மூத்தவனான அந்தக் குற்றவாளிக்கு, ஆஸ்திரேலியா விலிருந்து பதிலடி கொடுத்தாள் அகிம்சா.

கோதபாய ராஜபக்ச பேசுவதில் உண்மை இருப்பதாக உறுதியாக நம்புகிறேன். அவரைச் சந்திக்க நான் இலங்கைக்கு வரவேண்டிய அவசியமே இல்லை. நான் போலீஸும் இல்லை ..

அப்பாவைக் கொன்றவர்கள் யாரென்பது தனக்குத் தெரியுமென்று சொல்கிற அவர், அதுகுறித்து விசாரித்து வருகிற சி.ஐ.டி. அதிகாரிகளை உடனடியாகச் சந்திக்க வேண்டும். என்ன நடந்தது, யார் செய்தது என்பதை அவர்களிடம் தெரிவிக்க வேண்டும் உண்மையை மூடி மறைக்கக் கூடாது என்றாள் அகிம்சா பொறுமையோடும், பொறுப்புணர்வோடும்!

கூடவே, கோதபாயவுக்கும் தனக்கும் இருந்த பழைய கணக்குவழக்கு ஒன்றையும் தீர்த்துக் கொண்டாள் அகிம்சா.

லசந்தவின் முதல் மனைவி, பிள்ளைகள், லசந்த மரணத்தில் மர்மம் இருப்பதாகச் சொன்ன பத்திரிகையாளர்கள் என்று அத்தனைப் பேரும் வெளிநாட்டில்தான் இருக்கிறார்கள்.. லசந்தவின் உடல் மட்டும்தான் இலங்கையில் இருக்கிறது என்று வழக்கம்போல தன்னுடைய மோசமான ரசனையை வெளிக்காட்டுகிற விதத்தில் கோதபாய செய்த நக்கல் ஒன்றைச் செய்தியாளர்கள் நினைவுபடுத்த, அதற்கும் பதில் சொன்னாள்.

நானும் என் சகோதரர்களும் குழந்தைகளாக இருந்தசமயத்தில், எங்களுடைய நீர்க்கொழும்பு வீட்டின் படுக்கையறைகளில் கூட இயந்திரத் துப்பாக்கிகளால் துளைக்கப்பட்ட அடையாளங்கள் இருந்தன அது, அப்பாவைக் குறிவைத்து நடத்தப்பட்ட தாக்குதல். கொலை மிரட்டல் அப்பாவின் அன்றாட வாழ்வின் ஓர் அங்கமாக இருந்தது.. அந்தக் கொலைவெறிக்குத்தான் அப்பாவைப் பறிகொடுத்தோம் ..

இலங்கையில் உயிருக்கு ஆபத்து என்பதால்தான், வெளிநாடுகளுக்கு ஓடுகிறோம்.

ஒரு கோழையைப் போல இருநூறு மெய்க்காவலர்களுக்குப் பின்னால் மறைந்துகொண்டு பாதுகாப்பாக நடமாட கோதபாயவால் முடியும் எங்களைப் போன்ற சாதாரண மக்களால் முடியுமா என்று கேட்டாள் அகிம்சா.

பழைய கணக்கையும் அகிம்சா தீர்த்துவிட, வட்டியும் முதலுமாக வாங்கிக் கட்டிக்கொண்ட கோதபாய, வாயே திறக்கவில்லை.

நிஷாந்த சில்வா குழுவின் அடுத்த இலக்குகள் இரண்டு.

ஒன்று நேவி சம்பத்.

இன்னொன்று, வசந்த கரண்ணகொட.

இருவருமே, 11 இளைஞர் கடத்திக் கொல்லப்பட்ட வழக்கில் தொடர்புடையவர்கள்.

அந்த வழக்கில் முதல் குற்றவாளி, சம்பத். 14வது குற்றவாளி, கரண்ணகொட.

சம்பத் தலைமறைவாக இருக்கிறான்.

கடற்படைத் தளபதியாக இருந்த கரண்ணகொட, அடிப்படை உரிமைகள் சட்டத்தின் கீழ் தன்னைக் கைது செய்ய இடைக்காலத் தடை விதிக்கும்படி, உச்ச நீதிமன்றத்தை அணுகியிருக்கிறான். அவனைக் கைது செய்ய, அது தடையாக இருக்கிறது.

11 இளைஞர் கொலை வழக்கில் அவனை 14வது குற்றவாளியாகச் சேர்க்கத் தேவையான ஆதாரங்கள் இருப்பது நீதிமன்றத்தில் தெரிவிக்கப்பட்டபிறகும், பட்டியலில் அவனது பெயர் 14வது குற்றவாளியாகச் சேர்க்கப்பட்ட பிறகும், நீதிமன்ற வழக்கு குறுக்கே நின்றது.

தொடக்கத்தில் 11 பேர் விஷயத்தை அம்பலப்படுத்தியவனே, கரண்ணகொட தான்! இப்போது, தான் விரித்த வலையில் தானே சிக்கிக்கொள்வதிலிருந்து தப்பிக்க பகீரதப் பிரயத்தனம் செய்கிறான்.

இதற்கிடையே, கரண்ணகொடவைக் காப்பாற்றுமாறு, கோதபாய தரப்பிலிருந்து மைத்திரிபாலாவுக்குத் தூது அனுப்பப்பட்டது. கோதபாயவுக்கு நெருக்கமான இருவர் இதுதொடர்பாக மைத்திரியைச் சந்தித்தனர். அவனைக் கைது செய்துவிடவேண்டாம் என்றனர். கோதபாயவே சொல்லி அனுப்பியதால், அரசு வழக்கறிஞர்களிடம் பேசி விஷயத்தைச் சரி செய்வதாக மைத்திரி உறுதியளித்தார்.

நீதிமன்றத்தில், சி.ஐ.டி. தரப்பு வாதத்தை எடுத்துச் சொல்ல வேண்டியவர்கள் அரசு வழக்கறிஞர்கள்தான்! சட்டத்தில் இருக்கிற ஓட்டைகளைப் பயன்படுத்த குற்றவாளிகள் தரப்பு முயற்சிக்கும்போது, அதைத் தகர்க்க

வேண்டியவர்கள் அரசு வழக்கறிஞர்கள். அவர்களை, மௌனிக்க வைக்கிற வேலையில் இறங்கினார் மைத்திரி.

கரண்ணகொடவுக்காக வழக்கில் ஆஜரானவர், இலங்கையின் பிரபல வழக்கறிஞர் ரோமேஷ் டி சில்வா. வழக்கு விசாரணையின்போது, சகட்டு மேனிக்கு சி.ஐ.டி. முகத்தில் சேறு பூச முயன்றார் ரோமேஷ்.

சி.ஐ.டி.யின் நடவடிக்கைகள் அரசியல் உள்நோக்கம் கொண்டவை

யாரையாவது தூக்கில் போடவேண்டுமென்று துடிக்கிறார் நிஷாந்த சில்வா.

வசந்த கரண்ணகொட போன்றவர்கள், நாட்டுக்காகப் போரை வென்றுகொடுத்த போர்க் கதாநாயகர்கள்.

அவர்களைப் பழிவாங்க சி.ஐ.டி. முயல் வதைப் பார்க்கும்போது எனது தேச பக்த ரத்தம் கொதிக்கிறது ..

பொதுக்கூட்டத்தில் பேசுவதைப் போல் ரோமேஷ் பேச, நீதிபதியும், அரசு வழக்கறிஞர்களும் வேடிக்கை பார்த்தனர். நீதிமன்றத்தில் சட்டம் பற்றித்தான் பேச வேண்டும், ரத்தம் பற்றியெல்லாம் பேசக் கூடாது என்பதை எவரும் சுட்டிக்காட்டவில்லை. நிஷாந்த சில்வா நொந்துபோனார்.

இடமாற்ற உத்தரவில் பித்தலாட்டத்தைத் தொடங்கிய மைத்திரிபாலா, நீதித் துறையை கேலிக்கூத்தாக்கிக் கொண்டிருப்பது அவருக்குக் கவலையளித்தது.

இதற்கிடையே, ரிமாண்ட் செய்யப்பட்ட விஜயகுணரத்ன, ஜாமீனில் விடுதலையாகிவிட, நேவி சம்பத்தும் சரணடையப் போவதாக ஒரு வதந்தி உலவியது. கஷ்டப்பட்டு தலைமறைவாக இருப்பதை விட, மைத்திரி தயவில், சரணடைந்தவுடன் பிணையில் வெளிவருவது புத்திசாலித்தனம் என்கிற அபிப்பிராயம் அதற்குக் காரணமாக இருக்கலாம்.

2019 பிப்ரவரி 25ம் தேதி, நேவி சம்பத், கோட்டை

நீதிமன்றத்தில் சரணடைந்தான்.

நேரடித் தாக்குதல்களை எதிர்கொள்வது, எந்தப் போரிலும் எளிதானது. மறைமுகத் தாக்குதல்கள்தான் ஆபத்தானவை. அதுவும், அரசு வழக்கறிஞர்களைப் போல், கூடவே இருந்துகொண்டு குழிபறிப்பவர்களைச் சமாளிப்பது மிகவும் கடினமானது என்பது தெளிவாகத் தெரிந்தது நிஷாந்த சில்வாவுக்கு!

வழக்குகள் முடிந்தமாதிரியும் இருக்கிறது, முடியாத மாதிரியும் இருக்கிறது. இப்படியொரு குழப்பமான நிலைக்கு மைத்திரி தான் காரணம்.

லசந்த வழக்காகட்டும், பிரகீத் வழக்காகட்டும், தாஜுதீன் வழக்காகட்டும், 11 இளைஞர்கள் வழக்காகட்டும். எல்லாமே, பத்தாண்டுகளாக இழுத்தடிக்கப்படுபவை.

ஆரம்பத்தில் இதையெல்லாம் இழுத்தடித்தவன், கோதபாய! குற்றவாளியே, வழக்குகளின் விசாரணையைத் தீர்மானிக்கிற இடத்தில் அமர்ந்திருந்த நாட்கள் அவை. பொய்யான, போலியான எதுவோ ஒன்று விசாரணை என்கிற பெயரில் நடந்துகொண்டிருந்தது.

மைத்திரிபாலா, சூழ்நிலையை மேலும் மோசமாக்கிவிட்டார். மரத்தில் ஏற விசிலடித்துவிட்டு, ஒரு இன்ச் ஏறினால் நாலு இன்ச் கீழே இழுத்தார். வவ்வால் வைக்கிற விருந்துக்குப் போகிறவன், தலைகீழாகத் தொங்கிக் கொண்டுதான் சாப்பிட்டாக வேண்டும் என்பதைப் புரிந்துகொண்டு, கோதபாயவின் பினாமியாகவே செயல்பட்டார். அவருடைய சிரிப்புக்கும், நயவஞ்சக நடைமுறைகளுக்கும் அறவே தொடர்பில்லை.

பொதுவாகவே சீரியஸானவர் நிஷாந்த சில்வா. அரிதாகத்தான் சிரிப்பார். அப்போதுகூட, சிக்கனமாகத்தான் சிரிப்பார். மைத்திரிபாலாவின் கயமைத்தனம், அவரது கொஞ்சநஞ்சம் சிரிப்பையும் பறித்துவிட்டது.

அப்பாவுக்கு நியாயம் கிடைத்துவிடும் என்று அகிம்சா விக்கிரமதுங்க நம்புகிறாள்.

கணவருக்கு நியாயம் கிடைத்துவிடும் என்று சந்தியா ஏக்னலிகொட நம்புகிறார்.

தம்பிக்கு நியாயம் கிடைத்துவிடும் என்று டாக்டர்.ஆயிஷா தாஜுதீன் நம்புகிறார்.

11 இளைஞர்களின் குடும்பத்தினர் நம்பிக்கையுடன் காத்திருக்கின்றனர்.

ஆனால், நத்தை வேகத்தில் சி.ஐ.டி.யை நகரவைத்து வேடிக்கை பார்க்கிறார் மைத்திரி.

மனத்தளவில் சோர்ந்துபோனாலும், அறிவியல் பூர்வமாக வழக்குகளுக்கு உயிர் கொடுக்க முடிந்திருப்பது சில்வாவுக்கு நம்பிக்கையளித்தது. இவ்வளவு தூரம் வந்தபிறகு பின்வாங்கக் கூடாதென்று தோன்றியது. மைத்திரியோ கோதபாயவோ, எவர் அமைக்கிற வியூகமாக இருந்தாலும் அதைத் தகர்த்தெறிந்து பாதிக்கப்பட்டவர்களின் குடும்பத்தினர் வைத்திருக்கிற நம்பிக்கையைக் காப்பாற்றியாக வேண்டும் ..

தாங்கள் விஷம் குடித்துவிட்டு மற்றவர்கள் சாகவேண்டும் என்று நினைக்கிறார்கள் மைத்திரியும் கோதபாயவும்! யதார்த்தத்துக்கு முரணான அந்த ஆசை நிறைவேற, ஒருபோதும் அனுமதிக்கக் கூடாது.

தனது இருக்கையில் சாய்ந்து அமர்ந்து கண்களை மூடினார் சில்வா.

லசந்த, எக்னலிகொட, தாஜுதீன், 11 இளைஞர்கள்.

அவர்களில் எவரையும் நேரில் சந்தித்ததில்லை சில்வா. என்றாலும், 24 மணி நேரமும் அவர்கள் முகங்கள்தான் நினைவில் சுழல்கின்றன.

பூசிமெழுகியதைப் போன்றிருந்த முகத்தில் புன்னகையையும் பூசியபடி பேனாவை நீட்டுகிற லசந்த, 'வளைந்து கொடுக்காதே' என்கிறார் ..

‘கவலைப்படாதீர்கள். அக்கரைப்பற்று கடற்கரைக்கு அருகில் வந்துவிட்டீர்கள்’ என்கிறார் எக்னலிகொட ..

அக்கம் பக்கம் பார்க்காதே மச்சான் இலக்கை நோக்கி அடி என்கிறான், கூடவே ஓடிவருகிற தாஜுதீன் .

நிஷாந்த சில்வாவின் அருகில் வந்த சிசிரா, வேலைப் பளுவில் அவர் கொஞ்சம் அசந்துவிட்டார் என்று நினைத்துத் திரும்ப, அந்த அசைவே போதுமானதாக இருந்தது, சில்வாவுக்கு!

விழிகளைத் திறந்து, என்ன சிசிரா என்றார்.

அவன் தன் கையில் வைத்திருந்த தாள்களைக் கொடுத்தான்.

எல்லாமே, பல்வேறு சமூக ஊடகங்களில் வந்திருக்கிற முகப்புச் செய்திகளின் பிரின்ட் அவுட்.

ஒவ்வொன்றாகப் பார்த்துக் கொண்டே வந்தவரின் பார்வை, டெய்லி மிர்ரர் வெளியிட்டிருந்த கோதபாயவின் பேட்டியில் பதிந்தது.

லசந்த, எக்னலிகொட வழக்குகள் உள்பட தன்மீது சுமத்தப்படும் எந்தக் குற்றச்சாட்டிலும் உண்மை இல்லையென்றும், அந்தக் கொலைகளிலோ கடத்தல்களிலோ தனக்கு எந்தத் தொடர்பும் இல்லையென்றும் திட்டவட்டமாக மறுத்திருந்தான் கோதபாய.

லசந்த கொலையில் தொடர்புடையவர்கள் இருவர் . இப்போது அவர்கள் பெயரைக் குறிப்பிட நான் விரும்பவில்லை .

என்னை அதிபராக்குங்கள்.. எல்லாவற்றையும் சொல்கிறேன்

வழக்கமான திமிரோடு கோதபாய பேசியிருந்தது, நிதானமும் பொறுமையும் கொண்ட சில்வாவுக்கே சூட்டைக் கிளப்பியது.

அந்தத் தாள்களை சிசிராவிடம் திருப்பிக் கொடுத்தார்.

லசந்தவைக் குறிவைத்தவன் ..

எக்னலிகொடவைக் குறிவைத்தவன் ..

இப்போது அதிபர் நாற்காலியைக் குறிவைக்கிறான் என்று அவர் சொன்னது சிசிராவுக்கு மட்டுமே கேட்டது.

இதை நீங்கள் பார்க்கவில்லை என்று கடைசித் தாளைக் காட்டினான், சிசிரா.

அந்தத்தாளை வேண்டாவெறுப்பாகத்தான் வாங்கிப் பார்த்தார் சில்வா.

அது கொழும்பு டெலிகிராப்.

கோதபாயவின் பேட்டியை ஒட்டி எழுதப்பட்டிருந்த முகப்புக் கட்டுரைக்குக் கொடுக்கப்பட்டிருந்த தலைப்பைப் படித்தார் சில்வா

GOTA SAYS 2 BEHIND LASANTHA MURDER: WHO WAS THE OTHER?

(லசந்தவைக் கொன்றது இரண்டு பேராம் -கோதபாய தகவல்: அப்படியானால், இன்னொருவர் யார்?)

தலைப்பைப் படித்ததும், நிஷாந்த சில்வாவாலேயே சிரிப்பை அடக்க முடியவில்லை. வாய்விட்டுச் சிரித்தார்.

''அப்படியானால், இன்னொருவர் யார்'' என்று சிசிராவைப் பார்த்துக் கேட்டுவிட்டு, மீண்டும் சிரித்தார்.

சில்வா சிரித்த சிரிப்பில், அவரது உதவியாளர்கள், அவரவர் அறையிலிருந்து ஓடிவந்துவிட்டனர். அவர்களில் பலரும் சில்வா சிரித்துப் பார்த்ததில்லை.

சிரிப்பைக் கட்டுப்படுத்திக் கொண்டு அவர்களிடமும் கேட்டார் சில்வா

"அப்படியானால், இன்னொருவர் யார்?"

சிசிரா அவர்களிடமும் அந்தத் தாளைக் காட்ட, அதைப் படித்துவிட்டு அவர்களும் சிரிக்க, அவர்களின் சிரிப்பில் சில்வாவும் இணைந்துகொள்ள, கொழும்பு யார்க் வீதியின் வெள்ளை மாளிகை, அவர்களது சிரிப்பால் அதிர்ந்தது!

பின்னுரை

லசந்த விக்கிரமதுங்க படுகொலையில் பிரதான குற்றவாளி, கோதபய ராஜபக்ச! இது ஊரறிந்த ரகசியம். அதனாலேயே, அந்தக் கொலை வழக்கை இழுத்தடித்தது மகிந்த ராஜபக்ச அரசு. ராஜபக்சவின் பினாமியான மைத்திரிபாலாவும், அதையே தான் செய்தார். செய்கிறார்!

தன் தந்தை லசந்தவின் படுகொலைக்கு நீதி மறுக்கப் படுவதை, கடந்த பத்தாண்டுகளாக, வேதனையோடு கவனித்துக் கொண்டிருந்தார், ஆஸ்திரேலியாவில் வசிக்கிற அகிம்சா விக்கிரமதுங்க.

இலங்கைக்குள், தனது அரசியல் செல்வாக்கைப் பயன்படுத்தி, சட்டத்தின் பிடியிலிருந்து தப்பித்து விட கோதபயவால் முடிகிறது. ஆனால், அமெரிக்காவில் அது சாத்தியமில்லை. அந்த நம்பிக்கையுடன்தான் காத்துக் கொண்டிருந்தார், அகிம்சா.

கோதபயவுக்கு, இலங்கைக் குடியுரிமை, அமெரிக்கக் குடியுரிமை என்று இரட்டைக் குடியுரிமை! அமெரிக்கக் குடி மகன் - என்கிற அடிப்படையில், இலங்கையில் செய்த கொலைக்காக கோதபய மீது, அமெரிக்க நீதிமன்றத்தில் வழக்குத் தொடரமுடியும்.

இலங்கையின் அதிபராகிவிட வேண்டும் என்கிற கன வோடிருக்கும் கோதபயவுக்கு, இந்த இரட்டைக் குடி யுரிமை, இரட்டைத் தலைவலி ஆகிவிட்டது. இரட்டைக் குடியுரிமை உள்ளவர்கள், அதிபர் தேர்தலில் போட்டியிட முடியாது. அமெரிக்கக் குடியுரிமையைக் கைவிட்டாக வேண்டும். அதைக் கைவிட, அமெரிக்காவுக்குப் போய், விண்ணப் பிக்க வேண்டும். அங்கே போனால், பாதிக்கப்பட்ட யாரா வது நடவடிக்கை எடுக்கக் கூடும். அதனாலேயே அமெரிக்கா போகத் தயங்கினான் கோதபய.

அதிபர் தேர்தல் நெருங்குகிற நிலையில், சென்ற மாதம் (2019 ஏப்ரல்) மிக மிக ரகசியமாக கோதபய அமெரிக்கா போக, அதற்காகவே காத்திருந்த அகிம்சா தரப்பு, விரைந்து செயல்பட்டது.

ஏப்ரல் 4ம் தேதி, கலிபோர்னியா மாகாணத்தில் லாஸ் ஏஞ்சல்ஸ் மாவட்ட நீதிமன்றத்தில் அகிம்சா சார்பில் கோதபய மீது வழக்கு தொடரப்பட்டது. அது லசந்த படுகொலை தொடர்பான சிவில் வழக்கு. பத்திரிகையாளர்கள் பாதுகாப்பு தொடர்பில் அக்கறை செலுத்தும் CPJ (Committee to Protect Journalists) என்கிற அமைப்பு, இந்த விஷயத்தில் அகிம்சாவுக்குத் துணையாக நிற்கிறது.

கோதபயவின் ஊழல்களை லசந்த விக்கிரமதுங்க அம்பலப்படுத்தினார். அதனாலேயே அவர் படுகொலை செய்யப்பட்டார்.. கோதபயவின் நேரடிக் கட்டுப்பாட்டில் இயங்கிய திரிபோலி ராணுவப் புலனாய்வுப் பிரிவினர் லசந்தவைத் தாக்கிக் கொன்றனர் என்று புகாரில் தெரிவிக்கப்பட்டிருக்கிறது.

பல ஆண்டுகளாக இந்த வழக்கை விசாரித்து வந்தாலும், சரியான நேரத்தில் உரிய நீதியை வழங்காமல் இலங்கை இழுத்தடிப்பதை CPJ சுட்டிக்காட்டியது.

இந்த வழக்கில், TVPA, ATS என்கிற இரண்டு சட்டப்பிரிவுகள் முக்கியமானவை.

TVPA (The Torture Victim Protection Act), 1991ல், அமெரிக்காவில் சட்டமாக்கப்பட்டது. எந்த நாட்டிலாவது, அதிகாரத்தைக் கையில் வைத்துக் கொண்டு, சித்திரவதைகள் மற்றும் சட்டவிரோதப் படுகொலைகளில் ஈடுபடுகிற அமெரிக்கப் பிரஜைகள் மீது, அந்தச் சட்டத்தின் கீழ் அமெரிக்காவில் வழக்குத் தொடர முடியும். அந்த வழக்கை அமெரிக்க நீதிமன்றங்கள் விசாரிக்கலாம்.

ATS (Alien Tort Statute) என்கிற 1789-ம் ஆண்டு சட்டம், மனித உரிமை அத்துமீறல்களுக்கு எதிரானது. உலகின் எந்த மூலையில் சர்வதேச மனித உரிமைச் சட்டங்கள்

மீறப்பட்டாலும், அதற்குக் காரணமானவர்கள் மீது, அமெரிக்க நீதிமன்றத்தில் பாதிக்கப்பட்டவர்கள் வழக்குத் தொடுக்க வழிவகுக்கிறது..

இந்தச் சட்டத்தின்கீழ், மானுடத்துக்கு எதிரான குற்றங்கள், சித்திரவதைகள், சட்டவிரோதப் படுகொலைகள், போர்க்குற்றங்கள் மற்றும் கடுமையான மனித உரிமை அத்துமீறல்களால் பாதிக்கப்பட்ட வெளிநாட்டவரின் புகார்களை அமெரிக்க நீதிமன்றங்கள் விசாரிக்கமுடியும்.

இத்தகைய புகார்களைத் தெரிவிக்கிறபோது, நீதிமன்றத்தில் தாக்கல் செய்யப்படுகிற புகார் மனு, குற்றஞ்சாட்டப்பட்டிருப்பவரிடம் தரப்பட்டாக வேண்டும் (law suit tobe serve to the accused.)

அமெரிக்காவில் இருந்த கோதபாயவிடம், Centre for Justice and Accountability என்கிற அமைப்பு, அகிம்சா தொடுத்திருக்கும் வழக்கு தொடர்பான விவரங்களை ஏப்ரல் 7ம் தேதி கொடுத்தது. அந்த மையத்தின் வழக்கறிஞர்கள் தான், புகார் மனுவைத் தயார் செய்வதிலும் உதவியிருந்தனர்.

2019 ஜனவரியில் இதே மையம்தான், உலகப் புகழ்பெற்ற போர்க்கள நிருபரான மேரி கோல்வின் வழக்கில் நீதி தேடிக் கொடுத்தது. லண்டன் சன்டே டைம்ஸ் பத்திரிகையாளரான மேரி கோல்வின், அமெரிக்கப் பிரஜை. 2012 பிப்ரவரியில் சிரியாவில், விமானங்கள் குண்டுமாரி பொழிகிற போர்க்களத்தில் மேரி கொல்லப்பட்டார். சிரிய அரசு அதற்குப் பொறுப்பேற்க மறுத்தது. நடந்தது விபத்து என்று கூறியது;

வழக்கை விசாரித்த வாஷிங்டன் நீதிமன்றம், மேரி கோல்வினுக்கு நடந்தது விபத்து இல்லை அவர் கொலை செய்யப்பட்டிருக்கிறார் என்று தீர்ப்பளித்தது. அவருக்கு இழப்பீடாக, சிரிய அரசு 302 மில்லியன் டாலர் வழங்கவேண்டும் என்றும் நீதிமன்றம் தீர்ப்பளித்தது.

மேரி கோல்வின் வழக்கு போன்றே, லசந்த கொலைக்கு நீதிகேட்டு அகிம்சா தொடர்ந்திருக்கும் வழக்கிலும் நியாயமான தீர்ப்பு கிடைக்க வாய்ப்பிருக்கிறது.

லாஸ் ஏஞ்சல்ஸ் நீதிமன்றத்தில் அகிம்சா கொடுத்திருக்கும் புகார் மனுவுக்கு, கோதபய ராஜபக்ச மூன்று வாரத்தில் பதிலளிக்க வேண்டும் இல்லாவிட்டால், குற்றஞ்சாட்டப்படுபவர் இல்லாமலேயே விசாரணை நடக்கும். சிவில் சூட் என்பதால் சிறைத் தண்டனை இருக்காது. ஆனால், இழப்பீடு பெருந்தொகையாக இருக்கக் கூடும். இலங்கையில் இது தொடர்பாக நடக்கும் கிரிமினல் வழக்கிலும், இதன் தாக்கம் இருக்கும்.

நீதிமன்றம் என்ன முடிவெடுக்கும் என்பதை இப்போதே யூகிக்க முடியாது.

ஆனால், கோதபாய இல்லாமலேயே வழக்கை நடத்துவதென்று நீதிமன்றம் தீர்மானித்தால், அவனது அமெரிக்கக் குடியுரிமை விவகாரம் கிடப்பில் போடப்படவும், அதனால் அதிபர் தேர்தலில் நிற்க இயலாத நிலை உருவாகவும் வாய்ப்பிருக்கிறது.

அகிம்சாவின் இந்த விடாமுயற்சியை, லசந்தவையும் பிரகீத்தையும் தாஜுதீனையும் கொன்றது யார் என்கிற உண்மையை உணர்ந்த பலரும் பாராட்டுகின்றனர்.

நூறு ஆண்டு தலைகீழாக நின்றாலும் இலங்கையில் உனக்கு நீதி கிடைக்கப் போவதில்லை மகளே!. இதுதான் சரியான வழி. அமெரிக்காவில் பாரபட்சமற்ற விசாரணைக்கு வாய்ப்பிருக்கிறது .. நீ காட்டுகிற இந்த வழி பாதிக்கப்பட்ட மற்றவர்களுக்கும் மாற்றுப் பாதையாகப் பயன்படட்டும் என்கிறார் அரசியல் விமர்சகர் ஒருவர்.

எனக்கும் அகிம்சா மாதிரி ஒரு மகள் இருக்கிறாள். அவளும் அகிம்சா மாதிரியே இரும்பு மனுஷியாக உருப்பெற வேண்டும் என்கிறார் ஆங்கில நாளேட்டின் வாசகர் ஒருவர்.

வழக்குச் செலவுகளுக்காக நாமெல்லாம் சேர்ந்து நிதி திரட்டிக் கொடுப்பது, அகிம்சாவின் சுமையைக் குறைக்கும் என்கிறார் இன்னொருவர்.

தந்தையின் கொலைக்கு நியாயம் கேட்கிற

அகிம்சாமீது பாய்கிறவர்களும் இல்லாமலில்லை. அவர்கள், கோதபய தான் கதாநாயகன் என்று நம்புகிற, மெஜாரிட்டி சிங்கள சமூகத்தின் பிரதிநிதிகள்.

இத்தனை ஆண்டுகள் கழித்து அவசர அவசரமாக அமெரிக்காவில் வழக்கு தொடுப்பது திட்டமிட்ட சதி என்கிறார்கள் அவர்கள். இவ்வளவு காலமாக வழக்கைக் கிடப்பிலேயே போட்டிருந்தது யாருடைய சதி என்பது தெரிந்தும், அது தெரியாதவர்கள் போன்று நடிக்கிறார்கள்.

அறிவுஜீவி ஒருவர் போடுகிற சீன், இதையெல்லாம் தூக்கிச் சாப்பிடுவதாக இருக்கிறது. எங்கப்பன் குதிருக்குள் இல்லை என்பதைப் போல, நான் கோதபயவின் ஆதரவாளனில்லை எனக்கும் அவனைப் பிடிக்காது என்கிறார் எடுத்த எடுப்பிலேயே! அடுத்த வரியிலேயே, என்றாலும், சிங்களவர் என்பதற்காகவே கோதபயவைப் பழிவாங்க நடக்கிற முயற்சிகளை என்னால் வேடிக்கை பார்க்க முடியாது என்று கண்ணீர் வடிக்கிறார்.

லசந்த விக்கிரமதுங்க என்கிற தங்களது சொந்தச் சகோதரனை கோதபாய கோஷ்டி படுகொலை செய்த போது வேடிக்கை பார்த்தவர்கள் தான், இப்போது இப்படியெல்லாம் கூசாமல் பேசுகிறார்கள். கோதபய சிங்கள வராம். அதனால் ஆதரிக்கிறார்களாம்! லசந்த விக்கிரமதுங் கவை சிங்களவர் இல்லை என்கிறார்களா? புரியவில்லை.

லசந்த என்கிற நேர்மையான சிங்களச் சகோதரன் படுகொலை செய்யப்பட்டதற்கு நீதி கேட்க வாய் திறக்காதவர்கள், அந்தக் கொலையைச் செய்த சிங்களக் கொலைகாரனுக்காகப் பரிந்து பேசுகிறார்கள். அதற்கு என்ன காரணம்?

நூலின் தொடக்கத்தில் சொன்னதை மீண்டும் சுட்டிக்காட்ட வேண்டியிருக்கிறது.

கோதபய என்கிற கொடியவன், பல்லாயிரக் கணக்கான தமிழ் மக்களை விரட்டி விரட்டிக் கொன்ற வன்.! அந்த இனப்படுகொலையை கிரி பாத் (பால் சாதம்) வைத்துக்

கொண்டாடுகிற சிங்களச் சமூகத்துக்கு, கோதபாய தான் கதாநாயகன். தமிழரின் ரத்த வாடை அடிக்கிற, அந்தப் பால் சாதத்தை புத்தனுக்குப் படைப்பது முறையா என்று யோசிக்கக் கூட மறுக்கிற சமூகம் அது.

தமிழ்ச் சகோதரர்களைக் கொன்று குவித்ததுடன், அந்த இனப்படுகொலையை மூடிமறைத்ததிலும் கோதபாயவுக்கு நிகர் கோதபய தான் என்று பெருமிதத்துடன் விதந்தோதுகிற ஒரு சமூகம், கோதபயவுக்காகப் பரிந்து பேசுவதில் வியப்பதற்கு ஏதுமில்லை.

ஒட்டுமொத்தத் தமிழினத்தையும் விரோதிகளாகவே கருதுகிறது, சிங்களச் சமூகம். தமிழர்களை ஈவிரக்கமில்லாமல் எவன் கொன்றழிக்கிறானோ, அவன்தான் சிங்கள மக்களின் கதாநாயகன்.

இவர்களை நம்பித்தான் நடமாடிக் கொண்டிருக்கிறான் கோதபய. ராணுவப் புலனாய்வு அதிகாரிகளை வழக்கு, விசாரணை என்று அலையவிட்டதுதான் ஈஸ்டர் படுகொலைகளுக்குக் காரணம் - என்று கூசாமல் பேசுகிறான். இவன் கைகாட்டியவர்களையெல்லாம் ஈவிரக்கமின்றி கொன்று குவித்தவர்கள் அந்தக் கொலைகாரர்கள். ஈஸ்டர் படுகொலைகளைக் காட்டி, தன்னுடைய ரகசிய ராணுவக் கொலைக்குழுவைக் காப்பாற்ற முயல்கிறான் கோதபய.

ரத்தக் களரியிலிருந்து நாட்டைக் காப்பாற்றுவேன் - என்று வாய்கிழியப் பேசுகிற கோதபயவின் ஈறுகளில் தெரிகிற ரத்தக்கறை பற்றிக் கவலைப்படாமல், கைதட்டிக் கொண்டிருக்கிறது சிங்களச் சமூகம்.

இந்த மகாவம்ச மனநிலையிலிருந்து அவர்கள்
விடுபட முடியாது. ஏனென்றால்,
இது அவர்களது கருவின் குற்றம்!